TRÍ TUỆ HOAN HỶ

TRÍ TUỆ HOAN HỶ

YONGEY MINGYUR RINPOCHE

DIỆU HẠNH GIAO TRINH - NGUYỄN MINH TIẾN

Việt dịch

NGUYỄN MINH TIẾN *hiệu đính*

YONGEY MINGYUR RINPOCHE

TRÍ TUỆ HOAN HỶ

JOYFUL WISDOM

EMBRACING CHANGE AND FINDING FREEDOM

ERIC SWANSON thực hiện bản Anh ngữ
DIỆU HẠNH GIAO TRINH - NGUYỄN MINH TIẾN Việt dịch
NGUYỄN MINH TIẾN hiệu đính

NHÀ XUẤT BẢN LIÊN PHẬT HỘI
UNITED BUDDHIST PUBLISHER

NỘI DUNG

PHẦN BA - ỨNG DỤNG PHẬT PHÁP

DẪN NHẬP

Giữa khó khăn luôn tiềm ẩn cơ hội.

Albert Einstein

Trong chuyến lưu giảng gần đây ở Bắc Mỹ, có người đệ tử bảo tôi rằng, một triết gia uy tín của thế kỷ 20 đã gọi thời đại chúng ta đang sống là "thời đại bất an".

- Tại sao thế? Tôi hỏi.

Anh ta giải thích rằng, theo vị triết gia nọ thì hai trận Thế chiến đẫm máu đã để lại một loại *"vết sẹo cảm xúc"* trong lòng người. Trước đây chưa từng có cuộc chiến tranh nào quá nhiều người chết đến thế, và tệ hại hơn nữa, tỷ lệ tử vong rất cao đó là hệ quả trực tiếp của những tiến bộ kỹ thuật và khoa học, lẽ ra là để giúp cho cuộc sống con người được văn minh và tiện nghi hơn.

Anh ta tiếp tục rằng, từ sau những cuộc chiến tranh khủng khiếp ấy, gần như tất cả những tiến bộ trên phương diện tiện nghi và thuận lợi vật chất mà chúng ta đạt được đều kèm theo một khía cạnh đen tối. Các thành tựu đột phá về khoa học kỹ thuật đã giúp ta có được những điện thoại cầm tay, máy quét mã vạch hàng hóa trong siêu thị, máy rút tiền và máy vi tính cá nhân... nhưng lại cũng chính là những nền tảng [khoa học] để chế tạo các loại vũ khí có khả năng quét sạch toàn bộ sự sống loài người và cũng có thể hủy diệt cả hành tinh này, nơi ta vẫn xem là một ngôi nhà chung. [Các phương tiện như] điện thư (email), mạng toàn cầu (Internet), và những kỹ thuật điện toán khác, lẽ ra phải làm cho cuộc sống chúng ta dễ dàng hơn, nhưng lại thường nhấn chìm ta trong quá nhiều thông tin, quá nhiều khả năng có thể, mà điều nào cũng được xem như khẩn cấp, đòi hỏi sự quan tâm của ta.

Rồi anh tiếp tục nói:

- Những tin tức chúng ta nghe được qua mạng Internet, tạp chí, báo hằng ngày hay trên ti-vi, phần lớn chẳng dễ chịu chút nào: toàn là những cuộc khủng hoảng, những hình ảnh bạo lực cùng với dự báo về những điều tồi tệ sắp đến.

Tôi hỏi người đệ tử này xem vì sao những tường thuật này lại quá chú trọng đến bạo động, tội ác và khủng bố thay vì đề cập đến những hành vi tốt đẹp hay thành tựu mà người ta đã đạt được. Anh ta đáp:

- Tin dữ bán chạy hơn.

Tôi không hiểu câu ấy và hỏi lại ý anh ta muốn nói gì. Anh giải thích:

- Các thảm họa luôn được sự chú ý của mọi người. Người ta bị lôi cuốn bởi những tin tức xấu vì điều đó xác nhận nỗi lo âu lớn nhất của chúng ta rằng cuộc đời này đầy những bất trắc và rất đáng sợ. Chúng ta luôn trong tâm trạng chờ đợi điều khủng khiếp sắp đến, để may ra có thể chuẩn bị đối phó - dầu đó là sự sụp đổ của thị trường chứng khoán, một cuộc đánh bom liều chết, một đợt sóng thần hay động đất. Chúng ta nghĩ: *"Ừ, mình có sợ cũng đúng thôi... Nào, để mình suy nghĩ xem có thể làm được gì để tự vệ đây!"*

Nghe anh nói, tôi nhận ra rằng cái tâm trạng [bất an] bao trùm mà anh miêu tả đó hoàn toàn không chỉ là riêng của thời hiện đại. Theo cách nhìn của Phật giáo thì từ 2.500 năm nay, mỗi một giai đoạn trong lịch sử nhân loại đều có thể được mô tả như là một *"thời đại bất an"*. Sự bất an mà chúng ta cảm nhận hiện nay đã là một phần của kiếp người từ bao thế kỷ rồi. Nói chung, đối với sự bất an căn bản này và những phiền não phát sinh từ đó, chúng ta phản ứng bằng hai cách rõ rệt. Chúng ta cố gắng tránh né, hoặc chấp nhận đầu hàng. Dù là cách nào thì cuối cùng cũng thường sẽ tạo ra thêm những rắc rối và bất ổn cho cuộc sống chúng ta.

Đạo Phật cho ta một lựa chọn thứ ba. Chúng ta có thể nhìn thẳng vào những phiền não cũng như các bất ổn khác gặp phải trong đời và xem đó như những bàn đạp để hướng đến giải thoát. Thay vì chối bỏ hay đầu hàng chúng, ta có thể thân thiện với chúng, nhận hiểu thấu triệt về chúng để đạt đến một kinh nghiệm lâu dài và chân chính về sự tự tin, trong sáng, trí tuệ và niềm vui vốn sẵn có trong mỗi chúng ta.

Nhiều người hỏi: *"Làm sao tôi áp dụng được phương pháp này?" "Làm sao để sống theo con đường tu tập?"* Theo nhiều phương cách, quyển sách này sẽ đáp ứng những câu hỏi đó: nó là một hướng dẫn thực tiễn để vận dụng những tuệ giác và các pháp tu tập Phật giáo vào những thử thách trong cuộc sống hằng ngày.

Sách này cũng hướng đến cả những người có thể hiện nay chưa gặp bất ổn hay khó khăn gì, những người mà cuộc sống đang tiến triển một cách mãn nguyện và hạnh phúc. Đối với những cá nhân may mắn ấy, quyển sách sẽ có giá trị như một bài kiểm tra lại những điều kiện cơ bản của nhân sinh mà theo lăng kính Phật giáo có thể đã tỏ ra hữu ích, dẫu chỉ như phương tiện để khám phá và nuôi dưỡng một tiềm năng nào đó, mà có thể chính họ thậm chí đã không hề nhận biết.

Theo một số chiều hướng thì hẳn sẽ dễ dàng hơn khi chỉ cần sắp xếp những ý tưởng và phương pháp được bàn thảo trong những trang sau đây thành những tờ hướng dẫn đơn giản, như kiểu sách hướng dẫn sử dụng mà bạn nhận được khi mua một chiếc điện thoại di động chẳng hạn. Đại thể như là: *"Bước 1: Kiểm lại xem trong hộp có đủ những thứ sau đây..."* , *"Bước 2: Mở nắp đậy khoang chứa pin ở phía sau máy."*, *"Bước 3: Lắp pin vào..."*

Tuy nhiên, vì được đào tạo theo cung cách rất cổ truyền, nên từ tấm bé tôi đã thấm nhuần niềm tin rằng, một sự hiểu biết căn bản về các nguyên tắc - ta có thể gọi đó là kiến giải - là điều thiết yếu để rút ra được bất kỳ lợi ích thiết thực nào từ sự tu tập. Chúng ta nhất thiết phải hiểu được thực trạng căn bản của chính mình, để từ đó mới có thể nỗ lực thích hợp. Nếu không, sự tu tập của ta sẽ không đi đến đâu cả. Chúng ta chỉ đi loanh quanh một cách mù quáng, không nhận biết được bất kỳ điều gì về phương hướng hay mục đích.

Vì lý do đó, tôi thiết nghĩ phương thức tốt nhất hẳn là

phải sắp xếp nội dung sách thành ba phần, theo mẫu mực của những bản văn Phật pháp cổ điển.

Phần Một khảo sát thực trạng căn bản của chúng ta: bản chất và nguyên nhân những dạng thức phiền não dị biệt đang tác động lên cuộc sống ta và tiềm năng của chúng trong việc đưa ta đến một sự nhận hiểu sâu sắc về bản thể của chính mình.

Phần Hai cung cấp sự chỉ dẫn tuần tự từng bước một qua ba phương pháp thiền tập căn bản để an định tâm thức, rộng mở tâm hồn và trau dồi trí tuệ.

Phần Ba được dành cho nội dung vận dụng những hiểu biết đạt được ở phần Một và những phương pháp đã trình bày ở phần Hai vào những vấn đề thường gặp về tâm lý, về thể chất hay các bất ổn cá nhân.

Tuy rằng những nỗ lực tu tập của chính tôi từ lúc còn thơ ấu có thể đóng góp theo một cách nhỏ nhoi nào đó vào những đề tài được khảo sát trong sách này, nhưng phần lớn tuệ giác là có được từ những thiện hữu tri thức và các bậc thầy của tôi. Tuy nhiên tôi đặc biệt mang ơn sâu nặng những người mà tôi đã được gặp trong suốt 12 năm lưu giảng khắp thế giới, những người đã thẳng thắn bộc lộ với tôi về cuộc đời của họ. Những câu chuyện họ kể cho tôi nghe đã giúp tôi mở mang hiểu biết về những phức tạp của đời sống tình cảm, và củng cố sâu đậm thêm niềm tri ân đối với những pháp tu tập mà một Phật tử như tôi đã được học.

PHẦN MỘT
NHỮNG NGUYÊN TẮC CHUNG

Cuộc sống chúng ta
được định hình bởi tâm thức;
ta trở thành những gì ta suy nghĩ.

Kinh Pháp cú
Eknath Easwaran
dịch sang Anh ngữ

1. ÁNH SÁNG TRONG ĐƯỜNG HẦM

Mục đích duy nhất của kiếp nhân sinh
là thắp lên một ngọn đèn
trong tối tăm dày đặc
của sự hiện hữu đơn thuần.

Carl Jung
Memories, Dreams, Reflections
(Ký ức, giấc mơ và suy tư)
Richard Winston và Clara Winston
dịch sang Anh ngữ

Nhiều năm về trước, tôi từng bị nhốt chặt trong một cái máy fMRI, một loại máy quét não bộ mà đối với tôi trông giống như chiếc quan tài hình trụ màu trắng. Tôi nằm trên một mặt bàn phẳng dùng trong thí nghiệm, tựa như một cái lưỡi le ra rồi rút vào trong một hình trụ mà người ta bảo tôi là có chứa thiết bị quét não. Tay, chân và đầu tôi bị ràng rịt chặt chẽ đến nỗi gần như không thể động đậy, và một dụng cụ chắn răng được nhét vào miệng để giữ yên quai hàm. Toàn bộ quá trình chuẩn bị ấy, như bị giữ chặt trên bàn v.v... đều khá thú vị, vì những kỹ thuật viên đã lịch sự giải thích về những gì họ làm và nhằm mục đích gì. Ngay cả việc bị đưa vào trong máy cũng tạo cho tôi một cảm giác có phần nào êm ả, cho dầu tôi có thể hiểu được là với một trí tưởng tượng phong phú, người ta hẳn phải cảm thấy như đang bị nuốt chửng.

Nhưng rồi nhiệt độ bên trong máy nhanh chóng tăng lên. Vì bị giữ chặt toàn thân nên tôi không thể chùi đi những giọt mồ hôi đang chảy ròng xuống trên mặt. Việc gãi một chỗ ngứa thôi cũng đã là chuyện không tưởng - và quái lạ thay, khi hoàn toàn không có cách gì để gãi thì sao thân thể lại ngứa ngáy đến thế! Chính trong cái máy quét lại phát ra tiếng kêu vo vo thật lớn như tiếng còi báo động.

Trong những điều kiện như thế, tôi ngờ rằng chẳng mấy ai muốn ở trong máy quét fMRI dù chỉ khoảng một giờ. Thế nhưng tôi và một số vị tăng sĩ khác đã tình nguyện làm việc ấy. Chúng tôi cả thảy có 15 người,[1] cùng đồng ý trải qua kinh nghiệm không thoải mái ấy như một phần trong cuộc nghiên cứu khoa học thần kinh mà đứng đầu là các Giáo sư Antoine Lutz và Richard Davidson, tại Phòng nghiên cứu Waisman, nghiên cứu về hình ảnh và ứng xử của não bộ *(Waisman Laboratory for Brain Imaging and Behavior)*, thuộc trường Đại học Wisconsin ở Madison. Mục đích của cuộc nghiên cứu là khảo sát ảnh hưởng của việc hành trì thiền quán trong thời gian dài đối với bộ não. "Thời gian dài" ở đây có nghĩa là tổng cộng đã có khoảng từ 10.000 đến 50.000 giờ hành trì thiền quán. Trong số người tình nguyện, những người trẻ tuổi đã có khoảng 15 năm hành thiền, còn một số các vị lớn tuổi hơn thì đã tu tập thiền định lên đến 40 năm.

Theo tôi hiểu thì máy quét fMRI có khác biệt với loại

[1] Eric Swanson khi kể về cuộc nghiên cứu này nói là có 8 vị thiền giả tham gia. Rất có thể là trong nhóm 15 người được nói ở đây đã có sự phân chia thành 2 nhóm tùy theo số năm hành thiền.

máy theo chuẩn MRI [trước đây], vốn sử dụng từ trường mạnh mẽ kết hợp sóng vô tuyến, cùng với sự hỗ trợ của máy vi tính để tạo ra một hình ảnh tĩnh rất chi tiết của các cơ quan bên trong và cấu trúc thân thể. Tuy máy quét fMRI cũng sử dụng kỹ thuật từ trường và sóng vô tuyến như vậy, nhưng có thể cung cấp bản ghi những thay đổi trong các hoạt động hoặc chức năng của não bộ qua từng thời điểm. Sự khác nhau giữa kết quả của máy quét MRI và máy fMRI cũng tương tự như khác biệt giữa một tấm hình và một cuộn phim video. Bằng cách sử dụng kỹ thuật fMRI, các nhà khoa học thần kinh có thể quan sát những thay đổi trong nhiều vùng khác nhau của bộ não khi đối tượng nghiên cứu được yêu cầu thực hiện những thao tác nhất định, chẳng hạn như lắng nghe âm thanh, xem video hay thực hiện một hoạt động tâm thần nào đó. Một khi những tín hiệu từ máy quét được xử lý bởi máy vi tính, kết quả cuối cùng hơi giống như một đoạn phim quay cảnh não bộ đang làm việc.

Thao tác chúng tôi được yêu cầu thực hiện là luân phiên thay đổi giữa việc thiền quán theo một số phương thức nhất định với việc buông thư tâm thức trong một trạng thái bình thường hoặc trung dung: cứ 3 phút thiền quán rồi theo sau là 3 phút buông thư. Trong thời gian thiền quán, chúng tôi phải nghe một số âm thanh mà theo hầu hết các chuẩn mực đều có thể được mô tả là rất khó chịu, chẳng hạn như tiếng kêu thét của phụ nữ hay tiếng khóc của một em bé sơ sinh. Một trong những mục tiêu của thử nghiệm này là để xác định xem những âm thanh khó chịu ấy có ảnh hưởng gì đến não bộ của các thiền giả lão luyện. Liệu các vị có bị gián đoạn sự định tâm hay không? Liệu những vùng não liên quan đến sự bực bội và giận dữ có bị kích hoạt không? Hoặc cũng có thể sẽ không có một tác động nào cả.

Trong thực tế, nhóm nghiên cứu đã nhận thấy là khi những âm thanh gây khó chịu này được phát ra thì hoạt động trong các vùng não có tương quan với tình mẫu tử, sự cảm thông và những trạng thái tâm thức tốt đẹp khác lại thực sự gia tăng.[1] Sự khó chịu đã làm kích hoạt một trạng thái an định, trong sáng và bi mẫn thâm sâu.

Sự khám phá này đã giúp nắm hiểu được tinh yếu của một trong những lợi ích chính mà pháp môn thiền Phật giáo mang lại: đó là khả năng vận dụng những hoàn cảnh khó khăn - và những phiền não thường đi kèm với chúng - như một cơ hội để khai mở sức mạnh và tiềm năng của tâm thức con người.

Nhiều người chưa từng khám phá được khả năng chuyển hóa hay tầm mức to lớn của sự tự tại nội tâm do khả năng ấy mang lại. Chỉ riêng việc đối mặt với những thách thức nội tâm và ngoại cảnh đến với họ mỗi ngày cũng đã khiến họ chẳng còn được mấy thời gian cho việc quán chiếu tự tâm - để làm điều có thể gọi là *"một bước lùi về tinh thần"*, nhằm xem xét lại những phản ứng theo thói quen của mình đối với các sự kiện hằng ngày và cân nhắc xem có thể có những lựa chọn khác hay không. Trải qua

[1] Xem sách "Regulation of the Neural Circuitry of Emotion by Compassion Meditation: Effects of Meditative Expertise" của Lutz, A., Brefczynski-Lewis, J., Johnstone, T., Davidson, R. J. (2008) - PLoS ONE 3(3): e1897.

thời gian, một cảm giác xơ cứng về tính tất yếu [của những sự việc đó] sẽ hình thành: *"Tôi là như vậy đó, cuộc đời này là như vậy đó, tôi không thể làm gì để thay đổi những điều ấy."* Trong hầu hết các trường hợp, người ta thậm chí không hề ý thức được là họ nhận biết về chính mình và thế giới chung quanh theo cung cách đó. Khuynh hướng vô vọng căn bản này sẽ lắng xuống không khác gì một lớp bùn dưới đáy sông, luôn tồn tại nhưng không nhìn thấy được.

Sự vô vọng căn bản tác động đến con người, bất chấp mọi hoàn cảnh. Ở Nepal, nơi tôi lớn lên, những tiện nghi vật chất là điều vô cùng hiếm hoi. Chúng tôi không có điện, điện thoại, lò sưởi hay máy điều hòa không khí, và cũng không có cả nước máy. Mỗi ngày đều phải có người đi bộ thật xa xuống đồi, đến một con sông và múc nước sông vào một cái vại, khuân vại này trở lên đồi, đổ nước vào một thùng lớn rồi hì hục quay xuống để múc đầy vại nước lần nữa. Phải lên xuống 10 lần như thế mới có đủ nước dùng chỉ trong một ngày. Rất nhiều người không kiếm đủ thức ăn để nuôi gia đình. Mặc dầu người châu Á theo truyền thống thường e dè không muốn bộc lộ cảm xúc, nhưng sự lo âu và tuyệt vọng vẫn lộ rõ trên nét mặt và trong cách đi đứng giữa cuộc đấu tranh sinh tồn mỗi ngày của họ.

Trong chuyến đi giảng pháp lần đầu tiên ở phương Tây vào năm 1988, tôi đã ngây thơ tin rằng với tất cả những tiện nghi vật chất sẵn có, người ta hẳn phải tự tin và hài lòng hơn rất nhiều với cuộc sống của họ. Nhưng thay vì như thế, tôi lại phát hiện rằng [nơi đây người ta cũng] có nhiều khổ đau không kém gì ở quê tôi, tuy là dưới những dạng thức khác và nảy sinh từ những nguyên nhân khác. Đối với tôi thì đó là một hiện tượng rất kỳ lạ. Tôi hỏi những người đón tiếp tôi: *"Tại sao lại như vậy? Ở đây mọi thứ đều quá tuyệt. Quý vị có nhà đẹp, xe đẹp, việc làm tốt. Tại sao vẫn có nhiều người khổ đau như thế?"* Tôi không dám nói chắc là chỉ đơn giản vì người phương Tây cởi mở hơn trong việc nói ra những vấn đề bất ổn của họ, hay vì những người tôi hỏi chỉ muốn tỏ ra lịch sự, nhưng chẳng bao lâu tôi đã nhận được nhiều câu trả lời hơn cả sự mong đợi.

Trong một thời gian ngắn, tôi biết được rằng những vấn đề như kẹt xe, đường xá đông đúc, những hạn chót [gấp gáp] phải hoàn tất công việc, những hóa đơn tính tiền, những hàng dài chờ đợi ở ngân hàng, bưu điện, phi trường hay tiệm bán thực phẩm... đều là những nguyên nhân phổ biến tạo ra căng thẳng, bực bội, bất an và giận dữ. Những rắc rối trong quan hệ giao tiếp ở gia đình hay nơi làm việc là những nguyên nhân thường xuyên gây rối loạn cảm xúc. Cuộc sống của nhiều người quá bận rộn đến nỗi, cuối cùng thì, chỉ việc qua hết một ngày dài cũng đủ để họ phải ước ao sao cho cả thế giới này và hết thảy mọi người hãy biến mất đi trong chốc lát. Rồi một khi họ đã thực sự xoay xở để vượt qua được một ngày và bắt đầu nghỉ ngơi thư giãn thì cứ như là điện thoại sẽ réo vang hay con chó hàng xóm sẽ bắt đầu cao giọng sủa, và thế là chút cảm giác hài lòng mà họ vừa có được đã ngay lập tức tan theo mây khói.

Nghe họ giải thích như thế, tôi dần dần hiểu ra rằng những thời gian và nỗ lực mà người ta dành cho việc tích lũy và duy trì tài sản vật chất, hay *"tài sản bên ngoài"*, đã cho họ rất ít cơ hội để vun trồng và nuôi dưỡng những *"tài sản bên trong"* - tức là những phẩm hạnh như tâm từ ái, đức nhẫn nhục, hạnh bố thí và sự buông xả. Sự mất quân bình này đã khiến cho người ta đặc biệt dễ tổn thương khi phải đối mặt với những vấn đề nghiêm trọng như ly hôn, bệnh nan y hoặc những khổ đau triền miên về mặt tâm lý hay thể chất. Trong thập niên vừa qua, khi đi thuyết giảng về thực hành thiền quán và giáo lý đạo Phật khắp nơi trên thế giới, tôi đã gặp những người hoàn toàn bất lực khi phải đối mặt với những thách thức mà cuộc sống mang đến. Một số người sau khi mất việc làm đã bị nung nấu bởi nỗi lo sợ đói khổ, sợ mất nhà cửa và sợ rằng mình sẽ không bao giờ có khả năng gượng dậy được nữa. Một số người khác phải vật lộn với chứng nghiện ngập hoặc với gánh nặng lo toan cho con cái, hay cho những thành viên khác trong gia đình đang chịu đựng những rối loạn nghiêm trọng về cảm xúc hay ứng xử. Và một số đông đáng ngạc nhiên biết bao người khác nữa hoàn toàn tê liệt vì [những hội chứng như] suy sụp, trầm cảm, tự căm ghét hay mặc cảm tự ti tàn khốc.

Rất nhiều trong số những người vừa nói trên đã từng thử áp dụng một số phương pháp để vượt qua những mô thức tâm lý bệnh hoạn hay tìm cách đối phó với những tình huống căng thẳng. Họ thấy đạo Phật hấp dẫn vì đã đọc sách hay nghe nói rằng đạo Phật đưa ra một phương pháp mới lạ để chiến thắng khổ đau, đạt đến một mức độ an bình và hạnh phúc. Nhưng thường thì chúng ta sẽ bị một cú sốc khi thấy các giáo lý và pháp môn tu tập mà đức Phật đã chỉ bày từ 2.500 năm trước không hề có mục đích chế phục hay xóa bỏ các cảm giác như cô đơn, không thoải mái hay sợ hãi, vốn luôn ám ảnh cuộc sống hằng ngày của ta. Ngược lại, đức Phật dạy rằng chúng ta chỉ có thể đạt được sự giải thoát duy nhất bằng cách bao dung với các nguyên nhân gây phiền não.

Tôi có thể hiểu được sự nản lòng của một số người khi tiếp nhận lời dạy này. Riêng tôi, tuổi thơ và những năm đầu mới lớn lên đã chìm sâu trong bất an và sợ hãi đến nỗi tôi chỉ có thể nghĩ đến điều duy nhất là trốn chạy!

Chạy tại chỗ

Càng buông thả cho tham ái (hay bất kỳ cảm xúc phiền não nào khác) bộc lộ, ta sẽ thấy nó càng muốn bộc lộ nhiều hơn.

Ngài Kalu Rinpoche
Gently Whispered
(Ôn ngôn tế ngữ)
Elizabeth Selandia
biên tập và chú thích bản Anh ngữ.

Là một đứa trẻ vô cùng mẫn cảm, tôi đã bị cảm xúc của chính mình khống chế. Tâm trạng tôi thay đổi đột ngột tùy theo ngoại cảnh. Nếu được ai đó mỉm cười hay nói một câu dịu dàng với mình, tôi sung sướng trong nhiều ngày liền. Một bất ổn nhỏ nhặt nhất - chẳng hạn như khi không qua được một lần kiểm tra, hay bị ai đó rầy la - cũng đủ làm tôi muốn biến mất [khỏi cuộc đời]. Tôi đặc biệt lo sợ khi phải tiếp xúc với những người lạ: tôi bắt đầu run rẩy, cổ họng như nghẹn lại và thấy chóng mặt.

Những lần khổ sở chiếm số lượng vượt xa so với những lúc thoải mái, và trong hầu hết tháng năm đầu đời tôi chỉ duy nhất tìm được sự nhẹ nhõm bằng cách chạy trốn lên những ngọn đồi quanh nhà, ngồi một mình trong hang động nào đó trên ấy. Những hang động này là nơi rất đặc biệt, đã từng có nhiều thế hệ hành giả Phật giáo vào ẩn cư thiền định dài ngày. Gần như tôi có thể cảm nhận được sự hiện diện của các ngài cũng như sự an tĩnh tâm hồn mà các ngài đã đạt được. Tôi thường bắt chước thế ngồi của cha tôi, Tulku Urgyen Rinpoche, một thiền sư vĩ đại - và các đệ tử của Ngài, làm như thể mình đang ngồi thiền. Tôi chưa được chính thức chỉ dạy [cách ngồi thiền], nhưng cứ ngồi nơi đó, cảm nhận sự hiện hữu của các bậc thầy tiền bối, và một cảm giác yên tĩnh dần len lỏi vào trong tôi. Thời gian như ngừng lại. Thế rồi, điều tất nhiên là khi rời hang để xuống đồi về nhà, tôi thường bị bà tôi la mắng vì đã vắng nhà. Bất kỳ chút an tĩnh nào mà tôi vừa bắt đầu cảm nhận được sẽ lập tức tan biến.

Mọi việc khả quan hơn đôi chút vào khoảng năm 9 tuổi, khi tôi bắt đầu tu tập chính thức với cha tôi. Thế nhưng - cũng có chút xấu hổ đối với một người đi khắp thế giới để giảng dạy pháp môn thiền quán khi phải thú nhận điều này - trong khi tôi yêu thích ý tưởng thiền quán và những hứa hẹn của pháp môn này, tôi lại thực sự không thích ngồi thiền. [Khi ngồi thiền] tôi thường thấy ngứa ngáy, đau lưng, rồi chân cẳng tê dại đi. Có quá nhiều tư tưởng ào ạt đi qua tâm đến nỗi tôi thấy mình không thể nào tập trung được. Tôi thường bị phân tâm bởi những câu tự hỏi như: *"Chuyện gì sẽ xảy đến nếu có một trận động đất, hay một cơn bão?"* Tôi đặc biệt sợ hãi những trận bão quét qua vùng tôi ở, thường rất khủng khiếp, đầy những ánh chớp và tiếng sấm sét. Quả thật, tôi đích thị là mẫu hành giả chân thành nhưng chưa bao giờ thực hành thiền quán.

Cha tôi là một trong những vị thiền sư giỏi nhất, và một thiền sư giỏi luôn yêu cầu các đệ tử nói ra những kinh nghiệm thiền quán của họ. Đó là một trong những phương cách để vị thầy đánh giá sự tiến bộ của đệ tử. Thật khó có thể che giấu sự thật trước một bậc thầy thiện xảo trong việc nhận biết các dấu hiệu của sự tu tiến, và càng khó hơn nữa khi vị thầy đó lại chính là cha mình. Vì thế, mặc dầu tôi cảm thấy mình sẽ làm cho Ngài thất vọng, nhưng tôi không có cách nào khác hơn là phải thú thật với Ngài.

Hóa ra sự chân thật lại là cách ứng xử tốt nhất mà tôi có thể chọn. Các bậc thầy lão luyện thường đã tự thân trải nghiệm hầu hết các giai đoạn khó khăn của sự tu tập. Đạt được sự định tâm hoàn hảo ngay trong lần đầu tiên ngồi thiền là điều cực kỳ hiếm có. Nhưng ngay cả những hành giả hiếm có ấy cũng đã từng học được từ bậc thầy của các ngài và từ những bản văn do các bậc thầy xưa đã viết về những khó khăn đa dạng mà người tu tập thường phải đối mặt. Và điều tất nhiên là một người đã từng dạy dỗ hàng trăm đồ đệ qua nhiều năm dài chắc chắn đã từng nghe qua hết thảy mọi lời than thở hay những thất vọng, ngộ nhận có thể có, vốn sẽ nảy sinh trong quá trình tu tập. Một bậc thầy như thế sẽ tích lũy được những kiến thức sâu rộng đến mức dễ dàng quyết định chính xác phương pháp đối trị cho một vấn đề cụ thể nào đó, cũng như nhận biết qua trực giác phải làm sao để truyền dạy [cho đệ tử] một cách chuẩn xác.

Tôi mãi mãi biết ơn cha tôi về cách dạy dỗ từ ái của Ngài khi tôi thú thật là quá vướng kẹt một cách vô vọng vào những vọng niệm đến nỗi không thể làm đúng theo dù chỉ là những hướng dẫn thiền tập đơn giản nhất, chẳng hạn như chú tâm vào một đối tượng hình sắc. Trước hết, Ngài bảo tôi đừng lo lắng, vì sự phân tán tâm ý là điều bình thường, nhất là khi mới bắt đầu [tu tập]. Khi người ta vừa bắt đầu tập thiền thì đủ mọi sự việc sẽ đột nhiên hiện khởi trong tâm trí họ, như những cành nhánh cỏ cây bị cuốn đi trong dòng sông chảy xiết. Những *"cành nhánh cỏ cây"* này có thể là cảm thọ của thân thể, hoặc cảm xúc, ký ức, dự định, và ngay cả những ý nghĩ như *"Tôi không thể thiền tập!"* Vì thế, việc bị cuốn trôi theo những vọng niệm ấy cũng là điều tự nhiên, hoặc bị vướng kẹt với những ý nghĩ hoang mang tự vấn đại loại như: *"Tại sao tôi không thiền tập được? Tôi có gì bất ổn không? Mọi người trong thiền phòng đều có vẻ như làm theo được những chỉ dẫn, tại sao đối với tôi lại khó khăn đến thế?"* Rồi Ngài giải thích rằng, bất kỳ điều gì hiện lên trong tâm trí tôi, vào bất kỳ thời điểm nào, cũng đều đúng là điều để tôi chú tâm đến, vì dầu sao thì đó cũng là nơi tâm ý tôi đã hướng vào.

Cha tôi giải thích thêm, chính hành vi chú tâm đó

[là tác nhân] sẽ dần dần làm chậm lại *"dòng sông vọng niệm"* cuồn cuộn kia, nhờ thế tôi mới thể nghiệm được một khoảng cách nhỏ giữa những gì tôi đang nhìn thấy với sự nhận biết đơn thuần về cái thấy đó. Nhờ tu tập, khoảng cách ấy dần dần sẽ ngày càng được kéo dài thêm. Dần dần, tôi sẽ không còn đồng nhất mình với những tư tưởng, cảm xúc và cảm giác mà tôi đang thể nghiệm, và bắt đầu đồng nhất với sự tỉnh giác đơn thuần nhận biết về kinh nghiệm.

Tôi không thể nói rằng cuộc đời của tôi đã tức thời chuyển hóa nhờ những lời chỉ dạy này, nhưng nhờ đó mà tôi được thoải mái hơn rất nhiều. Tôi không cần phải chạy trốn sự tán loạn hay để cho chúng cuốn tôi [đi mất hút]. Tôi có thể *"chạy tại chỗ"* - có thể nói như thế - và vận dụng bất kỳ điều gì xảy đến với tôi (những tư tưởng, cảm giác, cảm thọ) như là những cơ hội giúp tôi trở nên quen thuộc hơn với tâm thức mình.

Kết bạn

Chúng ta phải bằng lòng làm một người phàm tục, nghĩa là chấp nhận mình đúng thật như đang hiện hữu.

Chogyam Trungpa Rinpoche
The Myth of Freedom
(Thần thoại của sự tự do)

Người Tây Tạng gọi thiền quán là *gom*, tạm dịch là *"trở nên quen thuộc với"*. Theo định nghĩa này thì sự tu tập thiền trong truyền thống Phật giáo có lẽ tốt nhất nên được hiểu như một tiến trình tìm hiểu, làm quen với tâm thức mình. Thật ra điều này rất đơn giản, cũng giống như khi gặp ai đó trong một bữa tiệc. Ta tự giới thiệu: *"Chào bạn, tôi tên là..."* và rồi ta sẽ cố gắng tìm một điểm quan tâm chung của cả đôi bên: *"Tại sao bạn đến đây? Ai mời bạn đến?..."* Tuy nhiên, trong suốt thời gian trao đổi đó, ta luôn quan sát người đối diện, quan tâm đến màu tóc, hình dáng khuôn mặt, xem tầm vóc cao hay thấp v.v...

Việc tập thiền quán, hay tìm hiểu tâm thức chính mình, ban đầu cũng giống như thế: một sự giới thiệu với người lạ. Mới nghe qua thì có vẻ hơi lạ lùng, vì hầu hết chúng ta thường có cảm giác rằng mình đã biết hết những gì đang diễn ra trong tâm. Nhưng sự thật điển hình là chúng ta quá quen thuộc với dòng chảy của tư tưởng, cảm xúc và cảm thọ đến nỗi hiếm khi ta ngừng lại để quan sát một cách riêng lẻ từng hoạt động [của tâm thức] và đón chào mỗi hoạt động ấy với sự rộng mở mà ta thường dành cho khách lạ. Rất thường khi những kinh nghiệm của ta đi qua sự nhận biết ít nhiều có phần giống như những hợp thể tâm thần, cảm xúc và cảm thọ - một tập hợp của nhiều chi tiết nhưng lại hiện ra như một tổng thể đơn nhất và độc lập.

Lấy một thí dụ hết sức đơn giản, giả sử bạn đang lái xe đến sở làm và đột nhiên gặp lúc kẹt xe. Mặc dầu tâm thức bạn chỉ ghi nhận sự kiện [lúc đó] như là *"kẹt xe"*, nhưng thật ra là có rất nhiều điều cùng lúc đang xảy ra. Bạn thả nhẹ chân ga và nhấn mạnh hơn chân thắng. Bạn quan sát những chiếc xe đằng trước, đằng sau và hai bên đang chạy chậm dần và ngừng hẳn. Dây thần kinh trên tay bạn ghi nhận cảm giác đang ghì tay lái trong khi dây thần kinh trên lưng và đùi bạn ghi nhận sự xúc chạm với ghế ngồi. Có thể có tiếng còi xe vọng vào qua cửa sổ. Đồng thời bạn có thể nghĩ rằng: *"Thôi chết rồi! Mình sẽ trễ buổi họp sáng nay mất!"* và trong chớp mắt, bạn bắt đầu bị cuốn đi theo một kiểu *"kịch bản"* tâm thần liên quan đến việc bị trễ. Có thể ông chủ sẽ giận dữ; có thể bạn sẽ bỏ lỡ mất thông tin quan trọng; hoặc có thể lẽ ra bạn đã phải thuyết trình trước các đồng nghiệp. Thế rồi tim bạn bắt đầu đập hơi nhanh hơn và cũng có thể mồ hôi bắt đầu toát ra. Có thể bạn cảm thấy tức giận với những người đang lái xe phía trước và bắt đầu nhấn còi xe trong sự nôn nóng mất bình tĩnh. Cho dù cùng lúc có quá nhiều diễn biến như thế - cả về thể chất, tâm thần cũng như cảm xúc, nhưng tất cả lại chỉ hiện ra trong tâm thức ta như một kinh nghiệm gắn kết duy nhất.

Theo các nhà khoa học nhận thức mà tôi đã từng trao đổi, thì khuynh hướng gắn kết tất cả những thành tố khác nhau của kinh nghiệm thành một khối duy nhất là biểu trưng cho sự vận hành bình thường của ý thức con người. Não bộ chúng ta liên tục xử lý nhiều luồng thông tin đa dạng đến từ các giác quan, thẩm định chúng dựa trên kinh nghiệm quá khứ và chuẩn bị để cơ thể đáp ứng theo những phương cách thích hợp nào đó, chẳng hạn như bài tiết [kích thích tố] *adrenaline* vào máu để nâng cao sự cảnh giác trong những tình huống có nguy cơ tiềm ẩn. Đồng thời, những vùng não nối kết với ký ức và sự trù hoạch bắt đầu nảy sinh những tư tưởng như: *"Đằng trước kẹt xe bao xa? Mình có nên móc điện thoại di động ra gọi cho ai đó chăng? Có lẽ mình nên ráng chờ thêm chút nữa. Mình nghĩ cách đây không xa hẳn phải có một lối ra. Mình có thể thoát ra bằng lối ấy và đi đường khác. Ái chà, chiếc xe đằng kia đang cố vượt lên phía trước bằng cách chạy bừa lên lề cấm..."* Hơn thế nữa, vì những vùng não tương quan với lý luận, ký ức và sự trù hoạch đều nối kết chặt chẽ với những vùng não sản sinh các phản ứng cảm xúc, nên bất kỳ tư tưởng nào sinh khởi cũng đều mang sắc thái tiêu biểu của một loại cảm xúc nào đó - mà như trong trường hợp kẹt xe, hoặc kiểu phản ứng của tôi đối với giông bão [vừa kể ở đoạn trên], thì thường là [cảm xúc] khó chịu.

Đa phần những tiến trình này xảy ra cùng lúc, vượt ngoài tầm [nhận biết] của ý thức thông thường. Chỉ có chưa đến 1% thông tin mà não bộ nhận được từ các giác quan thực sự được ý thức quan tâm. Não bộ tranh giành sự chú ý hạn chế đó bằng cách loại bỏ những gì nó thấy là không cần thiết và tập trung vào những gì có vẻ quan trọng. Thường thì đây là một phương cách xử lý [thông tin] rất hữu ích. Nếu chúng ta tỉnh giác nhận biết chính xác hết thảy mọi giai đoạn của một tiến trình hoạt động đơn giản, như chỉ bước đi từ phòng này sang phòng khác, chúng ta sẽ nhanh chóng choáng ngợp bởi quá nhiều chi tiết như nhấc chân này lên, đặt chân kia xuống, rồi những thay đổi nhỏ nhặt trong bầu không khí quanh ta, cho đến màu sắc của bức tường, độ lớn của âm thanh v.v... đến nỗi rất có thể ta sẽ không đi được bao xa. Và nếu ta có cố gắng xoay xở để đến được căn phòng kia, hẳn khi đến nơi rồi ta cũng không còn nhớ nổi mình muốn đến đó để làm gì!

Tuy nhiên, điều bất lợi của cách xử lý [thông tin] này là cuối cùng ta sẽ nhầm lẫn [khi nhận biết về] một phần rất nhỏ của chuỗi kinh nghiệm tương tục như là toàn bộ kinh nghiệm ấy. Điều này có thể gây bất ổn khi ta phải đối mặt với một trạng thái khó chịu hay với một cảm xúc mạnh. Sự chú ý của ta tập trung vào khía cạnh mãnh liệt nhất của bất kỳ điều gì ta đang trải nghiệm, như đau đớn trong cơ thể, nỗi lo sợ đến trễ, sự bối rối khi thi hỏng hay buồn khổ khi mất một người bạn... Nói chung, tâm thức ta chạy theo một trong hai hướng khi phải đối mặt với những tình huống như thế: Ta cố tìm cách trốn chạy hoặc là hoàn toàn bó tay khuất phục. Chúng ta nhìn kinh nghiệm của mình như một "kẻ thù nghịch" [mà ta phải trốn chạy], hoặc như một "ông chủ" [mà ta phải nghe theo] khi nó hoàn toàn chi phối tư tưởng và điều khiển mọi phản ứng của ta! Thậm chí khi ta tìm được cách nào đó để tạm thời thoát khỏi những gì đang gây phiền toái - như bật ti-vi lên, đọc một cuốn sách, hay lướt web [để tiêu khiển] - thì vấn đề bất ổn cũng chỉ tạm lắng xuống một thời gian ngắn và lại ngấm ngầm gia tăng sức mạnh, vì lúc này nó còn được pha lẫn với nỗi sợ hãi [của ta là] phải đối mặt với nó sau đó.

Khi tôi kể với cha tôi những bất ổn tôi đã gặp khi tu tập thiền quán, lời khuyên của Ngài là đưa ra một con đường trung dung giữa hai [cách phản ứng] cực đoan như trên. Thay vì cố sức ngăn chặn những vọng niệm hay buông xuôi đầu hàng chúng, ta có thể chào mừng chúng như những người bạn: *"Sợ hãi ơi, chào bạn! Ngứa ngáy ơi, chào bạn! Các bạn có khỏe không? Ở lại thêm chút nữa để chúng ta có thể làm quen với nhau nhiều hơn nhé!"*

Phương pháp đón nhận những tư tưởng, cảm xúc và cảm thọ một cách ôn hòa như thế thường được gọi là chánh niệm, tạm dịch từ chữ *drenpa* trong tiếng Tây Tạng, có nghĩa là trở nên tỉnh giác. Chúng ta trở nên tỉnh giác về tất cả những tiến trình vi tế của tâm và thân, vốn thường vuột ra khỏi sự nhận biết vì ta chỉ chú tâm vào *"hình ảnh lớn"*, tức là cái khía cạnh nổi bật nhất của kinh nghiệm đã chiếm mất sự chú ý của ta, làm cho ta phải bó tay khuất phục, hay thôi thúc ta phải [tìm cách] trốn chạy. Sự tu tập chánh niệm sẽ dần dần phá vỡ *"hình ảnh lớn"* ấy ra thành những mảnh vụn nhỏ hơn, dễ đối phó hơn, chợt hiện chợt mất thật chớp nhoáng trong sự nhận biết của chúng ta, nhanh chóng đến độ đáng kinh ngạc.

Thực tế có phần kỳ lạ khi ta nhận ra rằng tâm thức trở nên khó nắm bắt biết bao khi ta muốn thân thiện với nó. Những tư tưởng và cảm giác trước đây có vẻ như hết sức mạnh mẽ và kiên cố, [thì nay sẽ] tan biến gần như ngay lúc vừa sinh khởi, như một làn khói mỏng bị thổi tan đi trong cơn gió mạnh. Cũng giống như nhiều người khác lúc mới bắt đầu tu tập chánh niệm, tôi thấy thật khó quan sát dù chỉ một phần mười những gì thoáng qua tâm trí mình. Tuy nhiên, dần dần rồi dòng chảy ào ạt của những tư tưởng cũng tự chúng trở nên chậm dần đi một cách thật tự nhiên, và khi ấy tôi nhận biết được rất nhiều điều.

Trước hết, tôi bắt đầu thấy rằng tính chất kiên cố và bền vững mà tôi gán cho những cảm xúc phiền não hay vọng niệm thật ra chỉ là một ảo tưởng. Một nỗi sợ hãi trong chớp nhoáng được thay thế khi một cảm giác ngứa ngáy bắt đầu, nhưng cũng chỉ kéo dài trong chốc lát đến khi hình ảnh một con chim bên ngoài song cửa lôi kéo sự chú ý của tôi; rồi có thể ai đó bật ra tiếng ho, hay một câu hỏi chợt hiện lên trong đầu: *"Không biết trưa nay mình sẽ ăn gì nhỉ?"* Và một giây sau, nỗi sợ hãi trở lại, cơn ngứa ngáy mạnh mẽ hơn, hay người ngồi phía trước trong phòng thiền của cha tôi lại đổi thế ngồi...

Việc theo dõi những vọng tưởng đến và đi trở nên gần giống như một trò chơi, và trong lúc trò chơi này diễn ra, tôi bắt đầu cảm thấy an tĩnh và tự tin hơn. Dù không chủ ý, tôi vẫn thấy mình bớt sợ các tư tưởng và cảm giác, bớt thấy phiền toái bởi những vọng niệm. Thay vì là một người lạ mặt hắc ám nắm quyền kiểm soát, tâm thức tôi ít nhất cũng đã chuyển đổi thành một người đồng hành thú vị, dẫu chưa được hoàn toàn là một người bạn.

Dĩ nhiên, tôi vẫn có thể bị cuốn hút theo các vọng tưởng và mơ mộng mông lung, hoặc vẫn còn nổi trôi qua lại giữa các trạng thái trạo cử và hôn trầm. Một lần nữa, cha tôi lại khuyên tôi đừng quá lo lắng về những điều như thế. Sớm hay muộn thì tôi cũng sẽ nhớ ra và quay về với nhiệm vụ đơn thuần là quán sát bất kỳ điều gì đang diễn ra trong giây phút hiện tại. Điều quan trọng là không tự phê phán chính mình vì những giây phút thiếu chú ý đó. Hóa ra đây lại là một bài học rất quan trọng, vì quả thật tôi thường tự phê phán mình về sự tán tâm. Nhưng rồi một lần nữa, lời dạy chỉ đơn thuần quán sát tâm thức lại tạo ra một sự nhận biết đáng kinh ngạc ở đây. Hầu hết những gì gây bất ổn cho tôi đều hàm chứa trong đó những phê phán về kinh nghiệm của mình. *"Tư tưởng này tốt. Tư tưởng này xấu. Ồ, tôi thích cảm giác này. Không, tôi ghét cảm giác này lắm."* Trong nhiều trường hợp, nỗi sợ đối với sự sợ hãi còn mạnh mẽ hơn cả bản thân sự sợ hãi. Đôi lúc tôi có cảm giác như thể là có hai khoảng không gian tách biệt trong tâm thức tôi: một không gian chứa đầy những tư tưởng, cảm giác và cảm thọ mà tôi bắt đầu dần dần nhận biết, và một không gian kín đáo khác ở phía sau chứa đầy những yêu ma lăng xăng tán chuyện.

Cuối cùng, tôi nhận biết được rằng, hai khoảng không gian này không thật sự cách biệt nhau. Những tạp niệm lăng xăng phê phán vẫn luôn đi kèm với bất kỳ những gì tôi suy nghĩ và cảm nhận, nhưng chúng quá mờ nhạt đến nỗi tôi đã không nhận biết. Bằng cách áp dụng cùng một quá trình quán sát ôn hòa đối với kiểu *"bình luận tại chỗ"* đang diễn ra trong tâm thức như thế, tôi bắt đầu thấy rằng những tư tưởng và cảm xúc này rất mong manh và giả tạm. Khi chúng hiện khởi và tan biến, những phê phán ngấm ngầm che giấu của chúng bắt đầu giảm bớt sức mạnh.

Trong mấy năm được tu tập riêng với [chỉ dẫn của] cha tôi, sự chuyển đổi tâm trạng qua lại giữa hai thái cực vốn đeo bám tôi từ lúc ấu thơ đã có phần giảm thiểu. Tôi không còn quá dễ dàng chịu ảnh hưởng của những lời khen ngợi, hay khủng hoảng trước những rối rắm hay thất bại. Thậm chí tôi đã thấy phần nào dễ dàng hơn trong việc trò chuyện với nhiều vị khách thường xuyên đến tham vấn cha tôi.

Thế nhưng, không bao lâu sau thì hoàn cảnh của tôi thay đổi và tôi phải đối mặt với một thử thách, đòi hỏi tôi phải vận dụng những gì đã học ở một mức độ sâu sắc hơn nhiều, vượt ngoài cả sự tưởng tượng trước đây của tôi.

Sự đối trị và phòng vệ

Ở Tây Tạng, có một rễ cây cực kỳ độc hại tên là tsenduk; chỉ ăn vào một chút thôi cũng đủ mất mạng. Nhưng đồng thời loại cây này cũng có thể được dùng như dược thảo.

Tulku Urgyen Rinpoche
Như thị - Q. I.
Erik Pema Kunsang dịch sang Anh ngữ

Năm lên 11 tuổi, tôi được gửi từ tịnh thất của cha tôi ở Népal đến tu viện Sherab Ling ở Ấn Độ, một hành trình dài khoảng hơn 3.000 dặm (hơn 4.800 km) để bắt đầu một chương trình học rất nghiêm ngặt về giáo lý và hành trì Phật pháp. Đây là lần đầu tiên tôi xa nhà, xa gia đình và là lần đầu tiên lên máy bay. Trên chuyến bay từ Kathmandu đến Delhi cùng với một vị sư lớn tuổi hơn - có nhiệm vụ đi theo để giúp đỡ - tôi chìm trong một cơn khủng hoảng. Chuyện gì sẽ xảy ra nếu phi cơ bị hỏng hay máy bay bị sét đánh? Trong đầu tôi choáng đầy những hình ảnh chiếc máy bay đâm nhào xuống từ trời cao rồi vỡ nát tan tành trên mặt đất, và tôi siết tay vào thành ghế ngồi thật chặt, đến nỗi đau cả lòng bàn tay. Máu dồn lên mặt khi phi cơ cất cánh và tôi ngồi cứng đơ trong lòng ghế, mồ hôi vã ra đầy mình.

Thấy tình cảnh khó chịu của tôi, người đàn ông ngồi bên cạnh mỉm cười với sự tự tin của một du khách từng trải và bảo tôi rằng thật ra không có gì phải lo lắng cả.

Ông ta cười nói, phi cơ rất an toàn và chuyến bay ngắn ngủi - chỉ trong một giờ thôi - nên máy bay sẽ hạ cánh trước cả khi tôi kịp nhận ra điều đó. Những lời tử tế của ông giúp tôi bớt căng thẳng đi đôi chút, và trong chốc lát tôi cố ngồi yên thực hành quán sát tâm thức mình như đã được học. Thế rồi, thình lình chúng tôi gặp phải một vùng nhiễu động. Chiếc máy bay lắc mạnh và người đàn ông [tốt bụng vừa mới trấn tĩnh tôi] gần như muốn văng ra khỏi ghế, hốt hoảng la ầm lên. Trong suốt thời gian còn lại của chuyến bay, tôi ngồi bất động, hình dung đến một tình huống xấu nhất. Quên cả việc quán sát tâm thức, tôi kể chắc như mình sắp chết.

May mắn thay, 13 giờ đồng hồ đi xe từ Delhi tới Sherab Ling không có nhiều biến động như thế. Trong thực tế, khi chúng tôi đến gần những ngọn núi nơi tu viện tọa lạc, phong cảnh trải rộng ra và chuyến đi trở nên thật thích thú.

Có điều tôi không được biết là có một buổi lễ đã được tổ chức ở tu viện để chào mừng tôi đến. Nhiều vị tăng của tu viện đứng xếp thành hàng từ trên đồi nhìn xuống đường để chờ đón tôi, với những cái trống thật to nặng và những cây kèn nghi lễ dài đến hai mét rưỡi. Hồi ấy vùng này chưa có điện thoại liên lạc, nên đám đông đã phải chờ đợi khá lâu. Cho đến lúc có một chiếc xe đến gần, họ liền bắt đầu thổi kèn và nổi trống lên. Nhưng khi xe dừng lại, một phụ nữ Ấn trẻ tuổi bước xuống - hiển nhiên không phải là tôi - và nghi thức đón tiếp hoành tráng ấy đột ngột dừng lại trong sự lúng túng khi người phụ nữ ngơ ngác bước đi qua mấy cánh cổng.

Lại thêm một thời gian nữa trôi qua trước khi người ta nhìn thấy chiếc xe chở tôi hiện ra trên đường, và các thầy lại bắt đầu thổi kèn, đánh trống. Nhưng khi xe tiến đến gần cổng chính, lại một nhầm lẫn khác cắt ngang nghi lễ đón tiếp ấy. Số là, ngay cả đến lúc trưởng thành tôi cũng không phải một người cao lớn lắm, khi ấy tôi lại còn là một đứa trẻ quá thấp bé, đến nỗi đầu tôi bị che khuất bởi tấm chắn bùn theo kiểu cũ của chiếc xe hơi. Từ chỗ đứng của họ, các nhạc công thấy dường như không có ai ngồi ở ghế trước của xe cả. Không muốn nhầm lẫn thêm lần nữa, họ liền hạ kèn, bỏ dùi trống xuống và tiếng nhạc ngỡ ngàng dứt ngang.

Khi cửa xe mở và tôi bước ra thì tiếng chiêng trống nhiệt thành đón chào vang lên ầm ĩ, đến nỗi tôi cảm nhận được sự chấn động đến tận xương tủy. Tôi không chắc là âm thanh của nhạc khí, hay quang cảnh toàn những người lạ mặt xếp thành hàng đón chào tôi, điều nào đáng sợ hơn. Tất cả nỗi hãi hùng đã bao trùm lấy tôi trên máy bay bây giờ lại ào ạt trở về, và tôi đi nhầm vào một lối khác. Nếu không có vị sư [lớn tuổi hơn] đi cùng, tôi không dám chắc là mình có qua được cánh cổng tu viện hay không.

Đó không phải là điềm báo tốt đẹp cho những ngày ở lại Sherab Ling của tôi. Nép mình giữa dãy Hy Mã Lạp Sơn về phía đông và phía bắc, cùng với một dải đồng bằng bát ngát về phía tây và phía nam, bản thân tu viện là một cảnh đẹp vô cùng. Nhưng bất chấp điều đó, phần lớn những ngày ở đây của tôi vẫn cực kỳ khổ sở. Sự mẫn cảm và bất an trước đây trở lại với sức mạnh không cưỡng nổi, đánh bại cả những nỗ lực hết sức của tôi để chào đón chúng như cha tôi đã dạy. Tôi thường khó ngủ và những chuyện nhỏ nhặt cũng đủ khơi dậy một chuỗi dài những tư tưởng phiền não. Chẳng hạn, tôi vẫn còn nhớ rõ như in, một buổi sáng nọ thức dậy, tôi phát giác một vết nứt nhỏ xíu trên khung kính cửa sổ phòng ngủ của mình. Thế là trong nhiều tuần sau đó, tôi đã khủng hoảng khi nghĩ đến việc có thể bị thầy quản trị la mắng vì tưởng rằng tôi là thủ phạm làm bể cửa kính, và nghĩ đến những phiền toái nhiêu khê để thay cửa kính ấy.

Những buổi tu tập chung theo nhóm đặc biệt khổ sở. Lúc ấy tu viện có khoảng 80 vị tăng thường trú và tất cả đều có vẻ thân quen với nhau, cùng đi từ lớp học tới thiền phòng, cười nói, đùa giỡn với nhau. Tôi là một người lạ trong nhóm họ. Ngoại trừ bộ tăng phục, tôi không cảm thấy bất kỳ điểm chung nào giữa tôi với họ. Khi chúng tôi cùng ngồi trên chánh điện để cử hành các nghi lễ, tất cả bọn họ đều biết rành hơn tôi từng lời kinh, từng thao tác phải làm, và tôi tự hỏi liệu có phải là họ đang theo dõi để chờ xem tôi có phạm sai lầm hay không. Hầu hết các khóa lễ ấy được đệm bằng tiếng kèn, tiếng trống và chập chõa - một loại âm nhạc đôi khi chói tai đến mức khiến tim tôi đập thình thịch và đầu óc quay mòng mòng. Tôi rất muốn bỏ chạy ngay ra khỏi chánh điện, nhưng với sự dòm ngó của biết bao người khác thì không có cách gì thoát ra được cả.

Những giây phút duy nhất tôi thật sự thấy thoải mái là khi được học riêng với các vị thầy đỡ đầu: Ngài Drupon Lama Tsultrim đã dạy tôi ngôn ngữ, nghi quỹ, giáo lý, và ngài Saljay Rinpoche dạy tôi tu tập thiền. Tôi cảm nhận một mối liên kết đặc biệt gần gũi với ngài Saljay Rinpoche, một vị thầy rất thông tuệ, có cái đầu hơi vuông vuông, tóc bạc, và mặc dầu đã hơn 80 tuổi, khuôn mặt Ngài gần như không có những vết nhăn của tuổi già. Trong tâm trí tôi như vẫn còn nhìn thấy Ngài, một tay xoay chiếc kinh luân cầu nguyện[1] và tay kia lần xâu chuỗi mala - một xâu chuỗi dùng để đếm số lần tụng những câu mật chú *(mantra)*, tức là một kết hợp đặc biệt những âm tiết cổ xưa để trở thành một câu nguyện cầu, hay thông thường hơn có thể được dùng để hỗ trợ cho việc tu tập thiền. Ngài từ bi và nhẫn nại đến nỗi tôi đã xem Ngài gần như là một người cha thứ hai, và có thể trình lên Ngài tất cả những khó khăn của mình, dầu lớn lao hay nhỏ nhặt.

Những hồi đáp của Ngài bao giờ cũng dẫn đến kết quả cuối cùng như một bài học sâu sắc. Chẳng hạn, một buổi sáng nọ trong lúc gội đầu tôi bị một chút nước lọt vào tai. Tôi làm đủ cách để nước chảy ra, như dùng khăn lau phía trong tai, lắc đầu, se nhỏ một mẩu khăn giấy rồi vê trong lỗ tai... nhưng tất cả đều vô hiệu. Khi tôi thưa việc này với Saljay Rinpoche, Ngài khuyên tôi đổ thêm nước vào tai và nghiêng đầu cho nước chảy ra hết. Tôi thật ngạc nhiên khi điều này hóa ra lại hiệu nghiệm!

Rinpoche giải thích rằng, đây là điển hình của một nguyên tắc đã được đức Phật chỉ dạy từ xa xưa: vận dụng chính sự bất ổn làm pháp đối trị [bất ổn, hay lấy độc trị độc]. Tôi rụt rè hỏi Ngài, liệu phương pháp này có thể vận dụng để đối trị với tư tưởng và cảm xúc hay không? Ngài nhìn tôi với vẻ dò hỏi, và ngay sau đó tôi chợt nhận biết là

[1] Kinh luân: một loại pháp khí đặc biệt của người Tây Tạng, được dùng để xoay tròn trong tay khi cầu nguyện.

tôi đang tuôn ra toàn bộ câu chuyện đời mình, rằng tôi đã thường xuyên bất an như thế nào, rằng có những lúc nỗi sợ hãi tấn công mãnh liệt khiến tôi gần như ngạt thở, rằng tôi đã nỗ lực như thế nào để quán sát tâm thức một cách ôn hòa và không phê phán như cha tôi đã dạy, và những thành tựu nhỏ nhoi của tôi ở Nepal, khi mọi thứ đều quen thuộc, và rồi tất cả những khó khăn cũ đã trở lại với tôi một cách dữ dội hơn như thế nào trong môi trường mới mẻ và xa lạ này...

Ngài lắng nghe cho đến khi tôi đã cạn lời và đáp lại bằng câu chuyện sau đây:

- Ở Tây Tạng, đâu đâu cũng có những con đường dài vắng vẻ, nhất là ở miền núi, nơi không có nhiều thị trấn hay thôn xóm. Việc đi lại luôn nguy hiểm, vì gần như lúc nào cũng có những băng cướp ẩn nấp trong các hang động hay sau những tảng đá lớn bên đường, chờ dịp để nhảy ra tấn công ngay cả những khách bộ hành có sự cảnh giác cao nhất. Nhưng liệu người ta có thể làm được gì khác? Để di chuyển từ nơi này đến nơi khác, họ vẫn phải đi qua những con đường ấy. Tất nhiên là họ có thể đi theo từng đoàn, và nếu đoàn người thật đông thì có thể bọn cướp sẽ không tấn công. Nhưng không phải lúc nào cũng thế, vì các băng cướp thường thấy rằng với đoàn người càng đông thì càng có khả năng cướp được nhiều của cải hơn. Đôi khi người ta cố gắng tự phòng vệ bằng cách thuê người đi theo bảo vệ, nhưng cách này cũng không hiệu quả lắm.

Tôi hỏi:

- Tại sao lại không?

Ngài cười:

- Vì bọn cướp luôn hung bạo hơn và có vũ khí tốt hơn. Hơn nữa, nếu phải đánh nhau thì người ta càng có nhiều nguy cơ bị thương tích.

Ngài nhắm mắt, đầu gục xuống, và tôi nghĩ có lẽ Ngài đã ngủ gục. Nhưng tôi chưa kịp nghĩ cách gì để đánh thức thì Ngài đã mở mắt ra và kể tiếp:

- Những khách bộ hành khôn ngoan, khi bị bọn cướp tấn công sẽ thương lượng với chúng: "Tại sao chúng tôi lại không thuê các vị làm người bảo vệ nhỉ? Chúng tôi có thể trả tiền cho các vị ngay bây giờ, và sẽ trả thêm nữa khi đi được đến nơi đến chốn. Như thế sẽ không cần phải đánh nhau, sẽ không có ai bị thương và các vị sẽ được nhiều tiền hơn so với việc cướp đường. Và sẽ ít nguy hiểm cho các vị hơn, vì không ai lùng bắt các vị trên núi nữa; và cũng ít nguy hiểm cho chúng tôi, vì các vị mạnh mẽ hơn và có vũ khí tốt hơn bất cứ người bảo vệ nào khác mà chúng tôi có thể thuê được. Nếu các vị giữ an toàn cho chúng tôi trên suốt con đường, chúng tôi còn có thể giới thiệu các vị với những người khác và không bao lâu các vị sẽ kiếm được nhiều tiền hơn so với những gì hy vọng kiếm được bằng vào sự cướp bóc. Các vị có thể có một mái nhà xinh xắn, một nơi để nuôi nấng gia đình. Các vị không còn phải ẩn núp trong hang động, rét cóng vào mùa đông và nóng bỏng vào mùa hè. Ai cũng có lợi cả."

Ngài ngừng lại, chờ xem tôi có hiểu được bài học này không. Nét mặt tôi hẳn đã tố cáo rằng tôi không hiểu gì cả, nên Ngài nói tiếp:

- Tâm thức con là quãng đường dài hoang vắng, và những vấn đề bất ổn mà con miêu tả đó là những băng cướp. Khi biết là có cướp, con sẽ lo sợ không dám đi qua đó. Hoặc con *"thuê"* sự tỉnh giác làm người bảo vệ, nhưng xen lẫn trong [sự tỉnh giác] đó là niềm hy vọng và sự sợ hãi khi nghĩ rằng: *"Nếu mình quán sát các tư tưởng, hẳn là những vấn đề bất ổn sẽ mất đi."* Dù chọn cách nào trong 2 cách ấy thì những vấn đề bất ổn của con vẫn chiếm ưu thế. Chúng luôn có vẻ lớn lao và mạnh mẽ hơn so với con.

Lựa chọn thứ ba là hành xử như một khách bộ hành khôn ngoan và chào mời các vấn đề bất ổn hãy đến với con. Khi con sợ hãi, đừng cố tìm cách chống trả hay chạy trốn sự sợ hãi. Hãy thương lượng với nó: *"Này sợ hãi, hãy ở lại đây! Hãy làm người bảo vệ cho ta! Hãy chứng tỏ cho ta thấy mi lớn lao và mạnh mẽ như thế nào!"* Nếu con thường xuyên làm như thế thì cuối cùng rồi nỗi sợ hãi chỉ còn là một phần trong kinh nghiệm của con, vốn chợt đến chợt đi [không nhất định]. Con sẽ thấy thoải mái với nó, thậm chí còn có thể dùng nó như một cơ hội để nhận biết được năng lực của tâm. Tâm thức con phải mạnh mẽ lắm mới tạo ra được những vấn đề lớn lao như vậy, đúng không?

Tôi gật đầu. Điều Ngài nói có vẻ hợp lý. Ngài nói tiếp:

- Khi con không còn kháng cự với một cảm xúc mãnh liệt như sự sợ hãi, con sẽ tự do hướng năng lượng ấy theo một chiều hướng xây dựng hơn. Khi con *"thuê"* những vấn đề bất ổn làm người bảo vệ, chúng sẽ chứng tỏ cho con thấy tâm thức của con mạnh mẽ như thế nào. Chính sự dữ dội của chúng sẽ giúp con nhận biết là con mạnh mẽ đến đâu.

Đột phá

Cách tốt nhất để thoát khỏi [một trở ngại] bao giờ cũng là vượt qua được nó.

Robert Frost
A servant to servants
(Nô dịch của những nô dịch)

Tôi chưa bao giờ nghĩ về những cơn giông bão cảm xúc mà tôi đã phải chịu đựng như là bằng chứng cho thấy năng lực của chính tâm thức tôi. Hay nói đúng hơn, tôi đã được nghe những lời dạy về điều đó, đặc biệt là từ cha tôi khi Ngài thường xuyên chỉ ra rằng những cảm xúc phiền não thật ra chính là sự biểu hiện của tâm thức - cũng theo cách tương tự như sức nóng dữ dội là sự biểu hiện, hay được tạo ra, từ mặt trời chẳng hạn. Nhưng cũng giống như hầu hết những người mới bắt đầu tu tập quán sát tâm thức, tôi đã chú tâm nhiều hơn đến việc loại bỏ những tư tưởng và cảm xúc gây phiền não thay vì thực sự nhìn thẳng vào căn nguyên của chúng. Như Saljay Rinpoche đã chỉ rõ, những nỗ lực tu tập tỉnh giác của tôi gắn liền với niềm hy vọng và sự sợ hãi: hy vọng là bằng cách quán sát tư tưởng sẽ làm cho những tư tưởng khó chịu cuối cùng rồi cũng mất dần đi, và sợ hãi rằng khi chúng lại trỗi dậy thì tôi sẽ mãi mãi không dứt bỏ được.

Bây giờ nhớ lại, tôi có thể thấy rằng những cố gắng ban đầu của tôi cũng chẳng khác gì với những phương thức điển hình mà người ta thường dùng đến khi đối mặt với những tình huống thách thức hay cảm xúc mãnh liệt. Tôi đã cố nghĩ cách vượt qua những bất an và khủng hoảng, nỗ lực nhọc nhằn với giả định rằng có điều gì đó cực kỳ sai lầm, và chỉ cần tôi có thể loại bỏ được các vấn đề bất ổn ấy đi thì mọi việc sẽ tốt đẹp; cuộc đời tôi sẽ sung sướng, thanh thản và không chút ưu phiền.

Điểm cốt yếu trong bài học của ngài Saljay Rinpoche là hãy xem xét đến khả năng rằng, những tư tưởng và cảm xúc đã làm tôi mất ngủ ban đêm và làm cho tim tôi đập thình thịch như con chim sa bẫy ban ngày, thật ra là những biểu hiện của điều gì đó rất đúng đắn, như thể tâm thức tôi muốn bộc lộ ra bên ngoài rằng: *"Hãy nhìn tôi đây này! Hãy xem tôi có thể làm được những gì đây này!"*

Một số người có khả năng nắm bắt tức thời sự chuyển đổi triệt để ấy. Tôi được nghe rằng cha tôi là một người như thế. Ngay khi vừa được nghe giáo pháp về tự tánh của tâm, Ngài đã trực nhận ngay rằng hết thảy mọi kinh nghiệm đều chỉ là sự tạo tác từ năng lực vô hạn của tâm - như thường được mô tả trong các bản văn Phật giáo như là *"sự phô diễn nhiệm mầu của tâm tỉnh giác"*. Thật không may là tôi không được nhanh nhạy như thế. Tiến trình [tu tập] của tôi thuộc loại *"hai bước tiến, một bước lùi"*, như cách nói của những đệ tử mà tôi được nghe sau này, lúc bắt đầu giảng pháp. Tôi đã phải trải qua một cơn khủng hoảng để rồi cuối cùng mới có thể đối mặt với những sợ hãi của mình và nhận biết được căn nguyên của chúng.

Cơn khủng hoảng này xảy ra trong năm đầu tiên của khóa ẩn tu 3 năm ở Sherab Ling - một giai đoạn tu tập khắt khe theo những hình thức tinh yếu và chuyên sâu của thiền học trong Phật giáo Tây Tạng, vốn chỉ có thể được khẩu truyền từ một bậc thầy đã nhận truyền thừa - cũng bằng cách khẩu truyền - và tinh thông đến mức có khả năng truyền lại cho một thế hệ thiền sinh khác. Truyền thống khẩu truyền giáo pháp cho thế hệ nối tiếp như thế là một kiểu niêm phong để bảo vệ giáo pháp với hình thức nguyên thủy trong một dòng truyền thừa không gián đoạn đã hơn ngàn năm qua. Những giáo pháp này được trao truyền trong một khung cảnh biệt lập, ngăn cách hoàn toàn - theo đúng nghĩa của từ - với thế giới bên ngoài, như một phương cách để giảm thiểu tối đa sự quấy nhiễu nhằm có thể tập trung trực tiếp và chuyên chú hơn vào cảnh giới nội tâm.

Bởi vì lúc đó tôi chỉ mới 13 tuổi nên không chắc là sẽ được chấp nhận tham gia khóa ẩn tu này. Nói chung thì cơ hội tham gia chỉ dành cho những học tăng lớn tuổi hơn tôi, đã có một nền tảng vững chắc trong những thực hành cơ bản như tu tập chánh niệm. Nhưng vì ngài Saljay Rinpoche sẽ là vị giáo thọ chính của khóa tu, và tôi thì quá thiết tha muốn được học với Ngài, nên tôi đã khẩn khoản nhờ cha tôi thay tôi thỉnh cầu. Cuối cùng, lời cầu xin của tôi đã được chấp thuận. Tôi vui mừng dự lễ phát nguyện cùng với những học tăng khác và dọn vào ở trong căn phòng ẩn tu của mình.

Nhưng không bao lâu thì tôi đã hối tiếc về quyết định của mình. Đối phó với những niệm tưởng và cảm xúc phiền não trong bối cảnh thông thường là điều khó khăn đối với hầu hết mọi người - nhưng ít nhất vẫn còn có những cơ hội để tiêu khiển, nhất là trong thời đại ngày nay luôn sẵn có những thứ như truyền hình cáp, Internet, điện thư, điện thoại di động... Ngay cả việc tản bộ trong rừng chốc lát cũng có thể giúp tâm thức được thông thoáng đôi chút. Nhưng trong bối cảnh của một khóa ẩn tu 3 năm thì những cơ hội như thế rất hạn chế.

Có những buổi giảng pháp và thực hành tu tập chung theo nhóm - mà lúc đó tôi vẫn còn ghét - và những thời khóa dài tu tập một mình, hoàn toàn cách biệt, là những lúc không có gì khác để làm ngoài việc quán sát tâm thức. Sau một thời gian, ta có thể bắt đầu cảm thấy rơi vào tình trạng bế tắc: những khó chịu nhỏ nhặt được cảm nhận như là rất lớn lao, và những niệm tưởng, cảm xúc mạnh hơn thì trở thành những mối đe dọa khổng lồ đầy uy lực.

Saljay Rinpoche đã so sánh kinh nghiệm này với việc dự tính đi chơi trong công viên hay một nơi hoang dã. Bạn chuẩn bị thức ăn và mọi thứ cần dùng cho một ngày thư giãn trong một khung cảnh xinh đẹp. Nhưng chẳng bao lâu sau khi bạn chọn được địa điểm và thu xếp xong mọi thứ, các quan chức của nhà cầm quyền kéo đến với mệnh lệnh từ đức vua hay ngài thủ tướng, cấm bạn không được rời khỏi công viên trong bất kỳ điều kiện nào. Lực lượng cưỡng chế bao vây quanh bạn và nghiêm cấm không cho bạn rời khỏi chỗ. Mặc dầu bạn cố gắng lấy lòng họ bằng nụ cười, nhưng họ vẫn đứng yên một chỗ, mặt lạnh như tiền, kháng cự mọi thôi thúc tự nhiên để cười đáp lại. Toàn bộ kinh nghiệm của bạn thay đổi ngay trong giây phút đó. Thay vì tận hưởng vẻ đẹp của khung cảnh xung quanh, bạn chỉ còn có thể nghĩ đến một điều duy nhất là làm sao trốn thoát. Khốn nỗi là không có lối thoát nào cả!

Tôi bắt đầu né tránh những buổi tu tập chung theo nhóm bằng cách trốn trong phòng riêng. Nhưng trong một chừng mực nào đó thì điều này lại còn tồi tệ hơn nữa, vì tôi không thể trốn tránh chính tâm thức tôi. Tôi run rẩy, vã mồ hôi, rồi phải cố dỗ giấc ngủ. Cuối cùng, tôi không còn lựa chọn nào khác hơn là phải vận dụng những gì tôi đã được dạy - bắt đầu một cách thật nhẹ nhàng, theo những bài học đầu tiên mà cha tôi đã dạy: chỉ đơn thuần quán sát những niệm tưởng và cảm xúc khi chúng hiện khởi và mất đi, rồi chú ý đến bản chất giả tạm nhất thời của chúng. Sau ngày đầu tiên, tôi thấy mình đã có thể chào mừng chúng, và theo một cách nào đó, tôi trở nên bị mê hoặc bởi sự đa dạng và cường độ của chúng - một kinh nghiệm mà một đệ tử của tôi đã miêu tả như nhìn qua kính vạn hoa và chú ý xem các mô thức thay đổi như thế nào.

Đến ngày thứ ba thì tôi bắt đầu hiểu ra những gì Saljay Rinpoche muốn nói khi đề cập đến *"những người bảo vệ"*, không phải qua sự suy diễn lý trí, mà đúng hơn là một sự thể nghiệm trực tiếp: rằng như thế nào mà những niệm tưởng và cảm xúc có vẻ như áp đảo hoàn toàn [tâm thức ta] thật ra lại chính là sự biểu hiện của năng lực rộng lớn vô hạn và sức sáng tạo không ngừng của chính tâm thức ấy.

Hôm sau, tôi chường mặt ra khỏi phòng và bắt đầu tham gia trở lại vào những buổi tu tập chung theo nhóm với một sự tự tin và sáng suốt lớn hơn tôi đã từng mơ ước.

Tôi không thể nói là mình không bao giờ còn trải qua bất kỳ "cú sốc" nào nữa về mặt tinh thần hay cảm xúc trong suốt thời gian còn lại của khóa ẩn tu. Thậm chí cho đến bây giờ, đã gần 20 năm qua, tôi vẫn còn trải nghiệm tất cả những gì mà một con người bình thường phải trải qua. Tôi không phải là người có thể được bất kỳ ai đó xem như đã giác ngộ. Tôi cũng có lúc trở nên mệt mỏi như bao người khác. Có đôi khi tôi thấy nản lòng hay tức giận, hoặc buồn chán. Tôi trông mong đến giờ được nghỉ trong lịch giảng dạy. Tôi rất dễ dàng bị cảm lạnh...

Tuy nhiên, sau khi học qua đôi chút về sự tu tập tâm thức, tôi thấy rằng mối quan hệ với những kinh nghiệm này đã được chuyển hóa. Thay vì bị chúng áp đảo, khống chế hoàn toàn, tôi đã bắt đầu đón mừng những bài học có được từ chúng. Ngày nay, bất kỳ thử thách nào mà tôi phải đối mặt đều trở thành những cơ hội để nuôi dưỡng một mức độ tỉnh giác sâu sắc và rộng khắp hơn - với sự tu tập, quá trình chuyển hóa đó trở nên ngày càng tự nhiên hơn, tương tự như cách thức mà một nhà bơi lội tự động dồn nhiều năng lượng hơn đến cơ bắp của mình khi gặp một vùng biển động, và càng vươn lên mạnh mẽ hơn, tự tin hơn sau cuộc thử thách đó. Cùng một quá trình như vậy đã xảy ra với tôi khi nổi giận, mệt mỏi hay buồn chán. Thay vì chú tâm vào chính sự biến động tinh thần hay cảm xúc, hoặc tìm kiếm nguyên nhân của chúng, tôi sẽ cố gắng nhìn chúng đúng thật như chúng đang trình hiện: [chỉ là] một đợt sóng của tâm thức, một sự biểu hiện năng lực vô ngại của nó.

Vì thế, nói chung thì cho dù cuộc đời tôi không lấy gì làm hoàn hảo, tôi cũng thấy mãn nguyện. Và lạ thay, tôi mang ơn những cảm xúc bất ổn mà tôi đã phải trải qua lúc nhỏ. Những chướng ngại chúng ta phải đối mặt trong cuộc sống có thể tạo ra động lực mạnh mẽ thúc đẩy sự thay đổi.

Trong một chuyến đi Canada gần đây, tôi gặp một học viên mô tả điều ấy như sau:

"Tôi vẫn luôn có vấn đề lo âu, nhất là trong công việc. Tôi có cảm tưởng là tôi làm việc không đủ tài năng hoặc không đủ nhanh nhẹn; rằng người khác đang chê bai sau lưng tôi; và rằng bởi tôi không được nhanh nhẹn, tài ba như những người khác, hẳn là tôi sẽ bị mất việc. Và nếu như bị mất việc, tôi làm sao nuôi sống bản thân và gia đình? Làm sao tôi kiếm đủ tiền cho chi phí sinh hoạt? Những tư tưởng ấy cứ tiếp nối, tiếp nối mãi cho đến khi tôi thực sự tự mình cảm thấy như đang trải nghiệm sự hãi hùng của kiếp sống lang thang không nhà, ngửa bát van xin từng đồng xu của khách qua đường.

"Cách duy nhất để tôi có thể lấy lại bình tĩnh là tìm một 'điểm sáng ở cuối đường hầm', khát khao hy vọng rằng hoàn cảnh sẽ thay đổi, rằng tôi sẽ có một công việc khác dễ dãi hơn, hoặc áp lực công việc rồi sẽ giảm bớt. Hoặc có thể tôi sẽ gặp một người quản lý mới [dễ chịu hơn]. Hoặc có thể là những kẻ nói xấu sau lưng tôi sẽ bị đuổi việc...

"Thế rồi tôi bắt đầu nhìn lại chính sự bất an của tôi, và thấy rằng vấn đề không nằm ở công việc, mà ở những tư tưởng tôi đang nghĩ về công việc của mình. Đi tìm một 'điểm sáng ở cuối đường hầm' không phải điều gì khác hơn là mặt trái của sự sợ hãi - hy vọng rằng một sự thay đổi trong tình thế hẳn có thể cứu tôi ra khỏi sự khủng hoảng. Dần dần, tôi bắt đầu nhận ra rằng hy vọng và sợ hãi đều

không phải gì khác hơn là những tư tưởng bồng bềnh trôi qua tâm trí tôi. Chúng thực sự chẳng liên quan gì đến chính công việc của tôi.

"Ngay lúc đó, tôi chợt hiểu ra rằng ánh sáng tôi đang tìm kiếm chính là con đường hầm, và con đường hầm mà tôi cảm thấy đang vướng kẹt trong ấy cũng chính là ánh sáng. Sự khác nhau duy nhất giữa chúng là góc nhìn của tôi - là cách thức tôi chọn để nhìn nhận hoàn cảnh của mình.

"Sự chuyển đổi góc nhìn như thế đã tạo ra tất cả sự khác biệt. Khi tôi cảm thấy lo âu hay sợ hãi, tôi có thể nhìn vào những tâm niệm ấy và thấy rằng mình có sự chọn lựa. Hoặc là tôi đầu hàng chúng, hoặc cũng có thể quán sát chúng. Và nếu tôi chọn cách quán sát chúng, tôi sẽ học được nhiều hơn về chính mình cũng như năng lực sẵn có của tôi trong việc quyết định sẽ phản ứng như thế nào trước những sự kiện xảy ra trong đời mình."

Câu chuyện của học viên này làm tôi nhớ lại kinh nghiệm của mình trong cỗ máy quét fRMI - cũng có thể tạm xem như một loại đường hầm, trong ấy những thử thách như sức nóng, tiếng động, tiếng thét la và kêu khóc có thể dễ dàng làm cho ta bấn loạn, nhưng chính những điều đó cũng có thể trở thành cơ hội giúp ta khám phá một cảm giác an bình, trong sáng và từ mẫn mạnh mẽ hơn nhiều. Quá trình tu tập từ thời trẻ và những kinh nghiệm tiếp theo đến nay đã cho tôi thấy rằng, những gì ban đầu có vẻ như tăm tối thì về bản chất không chắc thật gì hơn là một cái bóng được tạo ra nhờ có ánh sáng chân thật của tâm thức.

2. VẤN ĐỀ CŨNG CHÍNH LÀ GIẢI PHÁP

Điểm đến cuối cùng
của toàn bộ công cuộc khám phá,
là đến được nơi ta đã khởi đầu,
và lần đầu tiên thấu hiểu về nơi ấy.

T. S. Eliot
Little Gidding

Cách đây không lâu, tôi viếng thăm một viện bảo tàng sáp ở Paris và được thấy một pho tượng của đức Đạt-lai Lạt-ma giống hệt như người thật. Tôi xem xét thật kỹ lưỡng pho tượng này từ mọi góc nhìn, vì đức Đạt-lai Lạt-ma là người mà tôi biết khá rõ. Khi tôi đang đứng yên một bên quan sát pho tượng thì có một đôi thanh niên nam nữ bước đến. Cô gái quỳ xuống ở khoảng giữa pho tượng ngài Đạt-lai Lạt-ma và tôi, trong khi cậu bạn trai của cô hướng máy ảnh tới để chụp hình. Tôi không muốn làm trở ngại cho họ nên liền cất bước tránh sang một bên - ngay lập tức cô gái kêu thét lên [vì kinh hãi] và cậu thanh niên đang cầm máy ảnh thì há hốc miệng, quai hàm dưới như muốn rơi xuống đất! [Hóa ra là] vì ánh sáng lờ mờ trong viện bảo tàng nên họ đã tưởng tôi cũng là một phần trong bối cảnh: một pho tượng sáp của ông sư nhỏ tươi tắn đứng bên cạnh đức Đạt-lai Lạt-ma!

Sau khi cô cậu ấy đã lấy lại hồn vía sau cú sốc vì chứng kiến một pho tượng sáp bỗng nhiên sống dậy, chúng tôi đã rũ rượi cười với nhau và chia tay thật vui vẻ. Nhưng trong khi tiếp tục thăm viếng viện bảo tàng, tôi bất chợt nghĩ đến việc sự kiện ngắn ngủi ấy đã biểu thị như thế nào - trên mức độ nhỏ - một khía cạnh lớn hơn và về cơ bản là rất bi thảm của thân phận con người. Đôi bạn trẻ đã đến xem [pho tượng đức Đạt-lai Lạt-ma] trưng bày trong viện bảo tàng sáp với một dự kiến rất rõ rệt, chắc chắn, không hề nghĩ đến khả năng là hoàn cảnh thực tế có thể khác hơn những gì họ đang giả định. Cũng giống như thế, hầu hết chúng ta cứ mải đeo mang đủ loại định kiến và niềm tin, nên chìm đắm trong sự mê muội không biết về những sự thật căn bản của đời người, những gì mà các bậc thầy của tôi gọi là *"thực trạng cơ bản"*.

Để hiểu được cái thực trạng cơ bản ấy là gì, chúng ta cần suy ngẫm những gì mà đức Phật đã thuyết dạy trước nhất, ngay sau khi Ngài đạt đến điều thường được gọi là "giác ngộ", một từ ngữ nghe có vẻ như quá lớn lao vĩ đại, vượt ngoài khả năng của hầu hết mọi người.

Nhưng thật ra thì giác ngộ là điều hoàn toàn đơn giản. Hãy nghĩ về giác ngộ cũng giống như việc ta thường xuyên phải đi lại trong một căn phòng tối, luôn va vấp vào bàn ghế hay những đồ vật khác. Rồi một ngày kia, do may mắn hay tình cờ, ta chạm vào một nút bấm hay công tắc điện và đèn bật sáng. Đột nhiên ta nhìn thấy được hết cả căn phòng, tất cả bàn ghế giường tủ trong ấy, rồi tường vách, thảm dưới sàn... và ta nghĩ: *"Sao ở đây nhiều đồ đạc quá thế này! Thảo nào mà ta cứ va mãi vào chúng!"* Rồi khi ta nhìn thấy được tất cả mọi thứ, có lẽ với một cảm giác ngạc nhiên thích thú vì lần đầu tiên nhìn thấy chúng, ta chợt nhận ra rằng cái công tắc mở đèn lâu nay vẫn luôn sẵn có nơi đó.

Chỉ vì ta đã không biết đến, hoặc không hề nghĩ đến khả năng khác hơn là căn phòng có thể được thắp sáng.

Đó là một cách để mô tả về giác ngộ: thắp lên ngọn đèn sáng trong khoảng không gian mà ta đã trải qua gần suốt cả một đời dò dẫm trong tăm tối.

Có lẽ thành tựu đáng chú ý nhất của đức Phật chính là thông điệp Ngài đã truyền trao, rằng chúng ta quá quen thuộc với sự dò dẫm trong tăm tối đến nỗi không còn biết làm sao để thắp lên ngọn đèn sáng.

Tứ diệu đế

Hiện tại có lẽ ta đang có một cuộc sống tự do với những thuận duyên rất khó đạt được, nhưng kiếp sống này sẽ không dài lâu.

Patrul Rinpoche
The Words of My Perfect Teacher
(Lời vàng của thầy tôi)

Đức Phật là một bậc đạo sư có phần khác thường, vì Ngài đã không bắt đầu sự nghiệp hoằng hóa bằng bất kỳ tuyên bố siêu hình vĩ đại nào. Thay vào đó, Ngài chú tâm đến những gì có thể vận dụng thực tiễn ngay lập tức đối với rất nhiều người. Việc nhìn xuyên qua những thần thoại vây quanh cuộc đời Ngài và nỗ lực khám phá con người thực sự phía sau đó có thể giúp ta nhận hiểu trọn vẹn về sự trong sáng và đơn giản trong phương pháp của Ngài.

Tương truyền Ngài là một hoàng tử sinh ra với tên gọi Sĩ-đạt-ta Cồ-đàm, con của một vị tiểu vương thuộc miền bắc Ấn Độ. Trong buổi lễ mừng Ngài ra đời, có một vị tiên tri Bà-la-môn đã tiên đoán rằng lớn lên Ngài có thể sẽ là một vị vua đầy quyền uy, hoặc sẽ trở thành một bậc thánh nhân vĩ đại. Vì lo sợ rằng vị đông cung thái tử này sẽ từ bỏ vương vị, nên phụ vương Ngài đã cho xây dựng cả một một hệ thống lâu đài cung điện với đủ mọi khoái lạc để bao bọc Ngài tránh khỏi bất kỳ phương diện bất ổn nào trong cuộc sống, vốn có thể khơi dậy những khuynh hướng tâm linh tiềm tàng của Ngài. Năm lên 16, Ngài bị ép buộc phải lập gia đình và sinh con nối dõi.

Nhưng một sự kiện quan trọng đã làm thay đổi tất cả. Năm 29 tuổi, khi quyết định đi thăm những người dân của đất nước mình, Ngài mạo hiểm ra khỏi cung điện; và trong chuyến đi ấy, Ngài đã gặp những người nghèo khổ, già yếu, bệnh tật và cả người sắp chết.

Cảm thấy bất an khi đối mặt với thực tại khổ đau mà Ngài đã được bao bọc từ bao nhiêu năm qua để không nhìn thấy, Ngài lặng lẽ ra đi và hướng về phương nam, nơi Ngài gặp được nhiều nhà tu khổ hạnh. Những người này khuyến khích Ngài hãy giải thoát tâm thức ra khỏi mọi lo toan thế tục bằng cách hành trì những pháp tu luyện quên thân mình và hành xác vô cùng nghiệt ngã. Họ dạy rằng, chỉ bằng cách ấy Ngài mới có thể tự giải thoát ra khỏi những thói quen tâm thần và xúc cảm đã trói buộc hầu hết mọi người trong vòng xoay bất tận của những xung đột nội tâm và ngoại giới.

Nhưng sau sáu năm tu tập khổ hạnh cùng cực, Ngài đã thất vọng. Sự xa lìa thế giới trần tục không đem lại những câu trả lời mà Ngài tìm kiếm. Vì vậy, mặc dầu phải chịu đựng sự chế nhạo của những người bạn đồng tu cũ, Ngài từ bỏ phép tu hoàn toàn xa lánh thế gian đó. Ngài đã tắm thật lâu, thật sảng khoái trong con sông Ni Liên (Nairajana) gần đó và nhận thức ăn từ một người phụ nữ đi ngang qua đó. Thế rồi, Ngài đã băng qua sông để đến một địa điểm nay là Bodhgaya (Bồ-đề Đạo tràng), an trú dưới bóng mát của một cây bồ-đề và bắt đầu quán xét tự tâm. Ngài quyết tâm khám phá một phương cách để thoát ra khỏi tất cả những bất ổn triền miên quanh quẩn của con người trong cuộc chạy đuổi theo những điều mà trong trường hợp tốt nhất cũng chỉ đem lại những trải nghiệm ngắn ngủi và mong manh về hạnh phúc, bình yên và an toàn.

Khi hoàn tất quá trình quán chiếu, Ngài nhận ra rằng sự giải thoát chân chính không nằm ở việc xa lánh thế gian, mà là phải thâm nhập một cách thâm sâu hơn, tỉnh giác hơn vào tất cả những tiến trình của cuộc sống. Ý nghĩ đầu tiên của Ngài khi ấy là: *"Sẽ không ai tin được điều này."* Dầu là theo lời khẩn cầu của chư thiên như trong truyền thuyết, hay được thôi thúc bởi lòng từ bi vô hạn đối với tất cả chúng sinh, thì cuối cùng Ngài cũng rời khỏi Bồ-đề Đạo tràng (Bodhgaya) và đi về hướng tây, đến thành phố cổ Ba-la-nại (Varanasi). Nơi ấy, trong một khoảng đất trống mà sau này được gọi là Vườn Nai (Lộc Uyển), Ngài đã gặp lại những bạn đồng tu khổ hạnh ngày trước. Tuy ban đầu họ không muốn gặp Ngài vì Ngài đã từ bỏ lối tu khổ hạnh cực đoan, nhưng rồi họ không thể không nhận thấy phong thái đĩnh đạc của Ngài toát ra một sự an lạc vượt xa bất kỳ thành tựu tu tập nào của họ. Họ liền ngồi xuống để lắng nghe những gì Ngài muốn nói. Những lời dạy của Ngài hết sức thuyết phục và quá hợp lý, đến nỗi những người được nghe khi ấy đã trở thành những đệ tử đầu tiên của Ngài.

Những nguyên tắc được Ngài vạch ra ở Vườn Nai thường được nhắc đến với tên gọi "Tứ diệu đế" (Bốn chân lý vi diệu), bao gồm một sự phân tích đơn giản và trực tiếp về những thách thức và tiềm năng của kiếp người. Sự phân tích này là lần Chuyển pháp luân đầu tiên trong chu kỳ mà lịch sử Phật giáo thường gọi là *"Ba lần Chuyển pháp luân"*: một chuỗi liên tục những [giáo pháp khai mở] tuệ giác về bản chất của kinh nghiệm, được đức Phật tuyên thuyết vào những giai đoạn khác nhau trong suốt 45 năm hoằng hóa trên khắp nước Ấn Độ thời cổ đại.

Mỗi lần Chuyển pháp luân, đức Phật lại đưa ra một sự hiểu biết về bản chất của kinh nghiệm [cá nhân] sâu sắc và bao quát hơn so với lần trước đó. Giáo pháp Tứ diệu đế hình thành cốt lõi của tất cả các tông phái và truyền thống Phật giáo. Trong thực tế, đức Phật đã nhận thấy giáo pháp này quá quan trọng đến nỗi Ngài thuyết giảng rất nhiều lần với nhiều thính chúng khác nhau. Tứ diệu đế cùng với những giáo pháp thuyết giảng về sau được truyền lại cho chúng ta trong một tập hợp các văn bản được gọi là Kinh điển - nội dung trong đó được xem như đã thật sự được truyền dạy cho các vị đệ tử từ chính kim khẩu Phật.

Trong nhiều thế kỷ sau khi đức Phật nhập diệt, những giáo pháp ấy được truyền bá qua hình thức khẩu truyền - một phương thức phổ biến trong giai đoạn rất nhiều người mù chữ. Cuối cùng, vào khoảng ba hay bốn trăm năm sau Phật nhập diệt, những giáo pháp khẩu truyền ấy được ghi chép lại bằng tiếng Pali (Nam Phạn), một ngôn ngữ được tin là có liên quan mật thiết với loại thổ ngữ được dùng ở miền Trung Ấn vào thời đức Phật còn tại thế. Sau đó, giáo pháp lại được chuyển dịch sang tiếng Sanskrit (Bắc Phạn), một loại chữ viết có văn pháp cao của Ấn Độ cổ đại. Khi Phật giáo được truyền sang châu Á và về sau là các nước phương Tây, giáo pháp lại được phiên dịch sang nhiều ngôn ngữ khác nhau.

Cho dù trong các bản dịch kinh Phật, ta cũng có thể thấy rõ ràng là đức Phật đã không trình bày giáo pháp Tứ diệu đế như một hệ thống gồm những phép tu và niềm tin cứng nhắc. Thay vì thế, Ngài đã đưa ra giáo pháp Tứ diệu đế như một chỉ dẫn thực tiễn cho mỗi cá nhân để nhận biết về thực trạng cơ bản đời sống của chính mình, những nguyên nhân đưa đến thực trạng ấy, nêu ra khả năng thực tế là thực trạng ấy có thể được chuyển hóa và những phương thức để thực hiện sự chuyển hóa ấy.

Với khả năng thiện xảo siêu việt, Ngài đã cấu trúc giáo pháp sơ khởi ấy dưới dạng "liệu pháp 4 điểm" của y học Ấn Độ cổ điển: chẩn đoán bệnh, xác định những nguyên nhân gây bệnh, tiên liệu sự tiến triển của bệnh và vạch ra một tiến trình điều trị.

Theo một cách nhìn thì Tứ diệu đế có thể xem như một

phương thức tiếp cận thực tế từng bước một để chữa trị những gì mà ngày nay hẳn chúng ta sẽ gọi là *"thiểu năng"* nhận thức, chính là nguyên nhân đã trói chặt ta vào một thực tại bị định hình bởi những kỳ vọng và định kiến [sai lệch], và che lấp đi năng lực vô hạn vốn có của tâm thức [ta].

Xác định vấn đề bất ổn

Sinh ra làm người cũng có nghĩa là phải chịu đựng khổ đau vì không đạt được những gì mình muốn và không giữ lại được những gì có.

Kalu Rinpoche -
Luminous Mind: The Way of the Buddha
(Tâm quang minh: Đạo Phật)
Maria Montenegro dịch sang Anh ngữ

Chân lý thứ nhất trong bốn chân lý vi diệu là Khổ đế. Những bản kinh liên quan đến giáo pháp này đã được phiên dịch bằng nhiều cách khác nhau qua nhiều thế kỷ.

Tùy theo bản dịch, bạn có thể đọc thấy nguyên lý căn bản về kinh nghiệm đời sống này được nêu lên như là *"Cuộc sống luôn có sự hiện diện của khổ đau"*, hay thậm chí đơn giản hơn như: *"Đây là khổ."*

Thoạt nhìn, chân lý thứ nhất của Tứ diệu đế có vẻ như thật bi quan, làm ta phát nản. Khi vừa được nghe hay đọc qua điều này, nhiều người thường có khuynh hướng bài bác Phật giáo vì cho là bi quan thái quá: *"Ồ, những người Phật tử ấy bao giờ cũng than vãn rằng đời là bể khổ! [Theo họ thì] cách duy nhất để có hạnh phúc là xả bỏ thế gian, xa lánh lên núi cao, đến một nơi nào đó và ngồi thiền suốt ngày! Thật chán quá đi mất! Tôi thì không thấy khổ đau gì cả. Cuộc sống của tôi thật tuyệt vời!"*

Trước hết, điều quan trọng phải lưu ý là giáo pháp đạo Phật không cho rằng để được thực sự giải thoát người ta phải bỏ nhà, bỏ việc, bỏ xe hơi hay bất cứ tài sản nào khác. Như cuộc đời của chính đức Phật cho thấy, tự thân Ngài cũng đã thử qua một cuộc sống khổ hạnh cực kỳ khắc nghiệt mà không hề tìm thấy được sự an bình như mong muốn.

Hơn nữa, không thể phủ nhận là đối với một số người, những hoàn cảnh thuận lợi có thể đồng thời xuất hiện trong một thời gian ngắn giúp họ có được cuộc sống có vẻ như là tột đỉnh hạnh phúc. Tôi đã gặp nhiều người tỏ ra rất hài lòng với cuộc sống của mình. Nếu hỏi thăm họ lúc này thế nào, họ sẽ nói *"Tốt lắm!"* hay là *"Tuyệt vời!"* Tất nhiên là cho đến khi họ ngã bệnh, mất việc làm, hay con cái đến tuổi dậy thì và chỉ thoáng chốc đã thay đổi từ những bé thơ đầy thương yêu trìu mến thành những con người lạ lẫm tính khí thất thường, đầy những bất ổn và không muốn gần gũi cha mẹ nữa... Lúc ấy, nếu tôi lại hỏi thăm họ lúc này thế nào, câu trả lời sẽ hơi khác đi: *"Cũng tốt, chỉ trừ việc..."*, hoặc: *"Mọi sự đều tuyệt vời, nhưng mà..."*

Có lẽ đây là thông điệp quan trọng nhất của chân lý thứ nhất: Cuộc đời luôn biết cách chen ngang để cho *"chẳng ai học được chữ ngờ*", ngay cả những người [may mắn] mãn nguyện nhất trong chúng ta cũng phải nhận lãnh những bất ngờ ghê gớm nhất. Những "*chữ ngờ*" như thế - cùng với những kinh nghiệm vi tế, khó nhận biết hơn, như những cơn đau nhức đi kèm theo tuổi tác, sự bực bội khi phải xếp hàng chờ đợi mua hàng, hay đơn giản là phải hối hả vì sắp trễ một cuộc hẹn - đều có thể được xem là những biểu thị của khổ đau.

Tuy nhiên, tôi có thể hiểu được vì sao cách nhận hiểu toàn diện [về khổ đau] như vậy thật khó lãnh hội. "Khổ đau" - từ ngữ đã được dùng để chuyển dịch ý nghĩa chân lý thứ nhất - [trong trường hợp này] là một từ ngữ phải chuyển tải quá nhiều ý nghĩa hơn vốn có. [Vì thế], khi mới nghe qua hay nhìn thấy từ ngữ này, người ta thường có khuynh hướng nghĩ ngay rằng nó chỉ cho những đau đớn cực độ hay những khổ não kéo dài mà thôi.

Nhưng nguyên ngữ *dukkha* được dùng trong Kinh điển thực sự mang nghĩa gần gũi hơn với những từ ngữ được dùng phổ biến ở khắp nơi trong thế giới hiện đại như "*bất ổn*", "*bệnh tật*", "*không thoải mái*", "*không thỏa mãn*"... Một số bản văn Phật giáo giảng rộng hơn ý nghĩa của từ ngữ này bằng một thí dụ rất sinh động, đó là chiếc bánh xe của ông thợ đồ gốm bị kẹt trong lúc quay và phát ra tiếng kêu ken két. Những bản luận giải khác dùng hình ảnh của người đánh xe bò với một bánh xe gỗ bị bể khuyết: mỗi lần bánh xe lăn tới chỗ khuyết thì người đánh xe lại bị xóc.

Vì vậy, cho dù từ ngữ "khổ đau" - hay *dukkha* - quả thật có chỉ đến những trạng thái [đau khổ] cùng cực, nhưng theo cách dùng của đức Phật và những bậc thầy Phật giáo về sau, thì từ ngữ này tốt nhất nên được hiểu như một cảm nhận bao trùm về điều gì đó không được ổn lắm: rằng cuộc sống hẳn sẽ tốt đẹp hơn nếu những hoàn cảnh này đổi khác đi; rằng chúng ta hẳn sẽ hạnh phúc hơn nếu ta trẻ hơn, thon thả hơn, giàu có hơn, hoặc thiết lập được - hay chấm dứt được - một mối quan hệ... Danh mục những điều khổ sở [theo cách hiểu] này có thể tiếp tục kéo dài ra mãi. Vì thế nên từ ngữ *dukkha* bao hàm toàn bộ các phạm trù nhân duyên, từ đơn giản nhất như một cảm giác ngứa ngáy cho đến những kinh nghiệm thương đau hơn như một căn bệnh mãn tính hay nan y đe dọa tính mạng... Có thể một ngày nào đó trong tương lai, từ ngữ *dukkha* rồi sẽ được chấp nhận trong nhiều ngôn ngữ và nền văn hóa khác nhau, cũng giống như từ ngữ *karma* trong tiếng Sanskrit đã được chấp nhận, và chúng ta sẽ có thể nhận hiểu rộng hơn về ý nghĩa của từ ngữ này, vốn thường được chuyển dịch [một cách hạn hẹp như] là "khổ đau".

Cũng giống như việc nhờ thầy thuốc chẩn đoán xác định các triệu chứng bệnh là bước đầu tiên trong tiến trình chữa trị bệnh, việc nhận hiểu về *dukkha* như trạng thái cơ bản của đời sống là bước đầu tiên để giải thoát khỏi sự *"không thoải mái"* hoặc *"bất ổn"*. Trong thực tế, đối với một số người, chỉ riêng việc được nghe biết chân lý thứ nhất tự nó đã có thể là một kinh nghiệm giải thoát. Một trong các đệ tử theo học lâu dài với tôi gần đây thú nhận rằng, trong suốt tuổi ấu thơ và thời niên thiếu, anh đã luôn có cảm giác hơi bị xa lánh bởi tất cả những người xung quanh. Người khác dường như ai cũng biết chính xác điều phải làm hoặc phải nói. [Anh ta cảm thấy] họ thông minh hơn mình, ăn mặc lịch sự hơn, có vẻ như hòa hợp với người khác không chút cố gắng. Anh ta đã cảm thấy như ai sinh ra trong thế giới này cũng đều nhận được một *"cẩm nang hạnh phúc"*, còn bản thân anh thì do một nguyên nhân nào đó đã bị bỏ sót.

Sau đó, trong một khóa Triết học Đông phương ở đại học, anh ta học được giáo lý Tứ diệu đế và toàn bộ cách nhìn của anh [về cuộc đời] bắt đầu thay đổi. Anh ta nhận ra rằng, không phải chỉ riêng anh thấy không thoải mái. Trong thực tế, trong hàng bao thế kỷ qua đã có những người khác cũng trải qua kinh nghiệm lúng túng hay bị xa lánh như thế. Anh ta có thể quên đi toàn bộ câu chuyện buồn về việc mình bị bỏ sót không nhận được *"Cẩm nang hạnh phúc"* và sống đúng thật với bản chất của chính mình. Điều đó không có nghĩa là chẳng còn việc gì phải làm, nhưng ít nhất anh đã có thể thôi không còn phải giả vờ hòa nhập với mọi người chung quanh nhiều hơn mức độ mà anh thật sự cảm thấy. Anh ta có thể bắt đầu giải quyết cái mặc cảm bất toàn cơ bản của mình, không phải như một kẻ đứng ngoài cô độc, mà như người có một mối quan hệ chung với toàn nhân loại. Điều đó cũng có nghĩa là anh sẽ ít có khả năng bị bất ngờ hơn khi cảm nhận được dưới những dạng thức cụ thể nào mà khổ đau sẽ đến với anh, cũng giống như tôi, khi biết rằng nỗi sợ hãi đang chuẩn bị ập đến thì điều đó sẽ khiến cho nỗi sợ ấy có phần bớt nhức nhối hơn.

Nào ai học được chữ ngờ!

Bạn đang trên đường đến gặp một người bạn để dùng bữa tối. Bạn bắt đầu nghĩ đến những món ăn bạn muốn dùng, hân hoan chờ giải quyết cơn đói. Bạn rẽ sang một góc đường và - chết chưa, có một con sư tử!

Robert Sapolsky
Why zebras don't get ulcers?
(Vì sao ngựa vằn không bị loét dạ dày?)

Bài học cốt yếu của chân lý thứ nhất được cấu thành từ sự thừa nhận đơn giản rằng bất kỳ lúc nào ta cũng có thể gặp phải một loại kinh nghiệm bất an hay không thoải mái nào đó. Nhưng vì thực trạng cơ bản này rất thường được diễn dịch bằng những ngôn từ khô khan, nên tôi đã có ý muốn tìm một cách diễn đạt nào đó sao cho thật rõ nghĩa đối với những người sống trong thế giới hiện đại.

Và rồi một ví dụ [minh họa cho điều này] đã đến với tôi trong chuyến lưu giảng cách đây không lâu ở Bắc Mỹ, đó là lúc trời vừa nhá nhem tối và tôi đang bước nhanh chân trong công viên gần nơi tôi đang thuyết giảng. Khi băng ngang công viên, tôi chợt nhận ra mình đang bắt đầu một cuộc *"thực nghiệm tư duy"*, một loại thực tập bằng trí tưởng tượng được các triết gia ngày xưa cũng như các nhà khoa học hiện đại sử dụng để hỗ trợ cho việc nhận hiểu bản chất thực tại.

Tất nhiên, một số người đã quen thuộc với một vài thực nghiệm tư duy nổi tiếng trong lịch sử, thí dụ như cuộc thực nghiệm của Albert Einstein mà kết quả là sự đề xuất thuyết *"Tương đối Hẹp"*,[1] cho rằng không gian và thời gian không phải là hai khía cạnh hợp nhất của thực tại, mà là những kinh nghiệm khác biệt tương ứng với phương hướng và tốc độ di chuyển của người [quan sát]. Mặc dù vào thời điểm ấy chưa có những thiết bị cần thiết để Einstein chứng minh lý thuyết của mình, nhưng những phát triển [của khoa học] gần đây hơn đã cho thấy kiến giải của ông là chính xác.

Thực nghiệm tư duy của tôi không liên quan đến định luật vật lý về sự chuyển động, mà là đến những khía cạnh tâm lý của cảm xúc. Tôi tưởng tượng xem việc đi ngang qua một vùng nhiều cây cối - như một khu rừng hoặc công viên, đắm chìm trong suy tưởng hay mải mê nghe nhạc từ một máy hát bỏ túi và hát một mình sẽ như thế nào. Tôi sẽ cảm thấy như thế nào nếu có ai đó vì muốn đùa tôi nên mang vào một lốt gấu giống hệt như thật và thình lình nhảy ra từ phía sau thân cây hay một tòa nhà? Tim tôi hẳn là sẽ đập loạn xạ lên, toàn thân nổi da gà dựng tóc gáy. Hẳn tôi sẽ kêu thét lên kinh hoàng.

---

[1] Thuyết Tương đối của Albert Einstein bao gồm 2 phần: thuyết Tương đối Hẹp (Special Theory of Relativity) và thuyết Tương đối Rộng (Geneal Theory of Relativity). Thuyết Tương đối Hẹp gồm 2 lý thuyết cơ bản nhất là: 1. Sự di chuyển của một vật thể chỉ có thể được xác định nhờ vào mối tương quan với các vật thể khác. 2. Tốc độ của ánh sáng là một hằng số không đổi. Thuyết Tương đối Rộng đề cập đến 2 lý thuyết cơ bản khác nữa: 1. Quán tính của một vật thể chuyển động không thể xác định tách rời với trọng lực tác động lên nó. 2. Một vật thể có kích thước lớn sẽ làm cho không gian chung quanh nó bị uốn cong và độ cong này tỷ lệ thuận với kích thước của vật thể.

Tuy nhiên, nếu lại có ai đó đã mách cho tôi biết trước về trò đùa này, hẳn tôi sẽ không hoảng lên như vậy. Thậm chí tôi còn có thể thừa dịp này để làm cho anh chàng thích đùa kia phải một phen kinh hoảng bằng cách nhảy xổ đến và quát thét lên trước khi anh ta kịp nhảy ra hù dọa tôi!

Cũng vậy, nếu chúng ta hiểu rằng *dukkha* - hay khổ đau - là thực trạng cơ bản của cuộc sống, chúng ta sẽ được chuẩn bị tốt hơn trước những điều bất như ý rất có khả năng phải gặp trên đường đời. Nuôi dưỡng một sự hiểu biết như thế có phần nào giống như vạch ra trước trên bản đồ lộ trình của một chuyến đi. Nếu có bản đồ, ta sẽ biết rõ hơn là mình đang ở đâu. Không có bản đồ, chúng ta rất dễ bị lạc đường.

Hai cách nhìn nhận về khổ đau

Vì cái này sinh nên cái kia sinh.

Salistubha sutra

Maria Montenegro dịch sang Anh ngữ

Như đã nói, khổ đau vận hành trên nhiều cấp độ khác nhau. Lúc còn rất trẻ tôi được dạy rằng, để có thể đối phó với đủ loại khổ đau, điều thiết yếu là phải phân biệt được một số nét đặc trưng của chúng.

Một trong số những nét đặc trưng trước tiên và cốt yếu nhất mà chúng ta có thể phân biệt là giữa những khổ đau thường được xem như *"tự nhiên"* với những khổ đau mà tôi được dạy để thấy như là *"tự tạo"*.

Khổ đau tự nhiên bao gồm tất cả những gì mà chúng ta không thể tránh được trong đời sống. Trong các bản văn Phật giáo cổ xưa, những kinh nghiệm không thể tránh được ấy thường được nói đến như là *"Tứ đại khổ hà"*, hay "bốn dòng sông khổ não mênh mông", đó là sự sinh ra, già yếu, bệnh tật và cái chết (sinh, lão, bệnh, tử). Đó là những kinh nghiệm tạo thành các chuyển biến chung nhất trong đời sống của mọi con người.

Nhiều người đã hỏi tôi trong những lúc tham vấn riêng cũng như trong các buổi giảng pháp chung, rằng tại sao việc sinh ra đời lại có thể xem như một dạng khổ đau? Họ nói: *"Chắc chắn là sự bắt đầu cuộc sống mới cần phải được xem như một thời điểm vô cùng hạnh phúc chứ!"* Và tất nhiên điều này đúng trên nhiều phương diện: một sự bắt đầu mới bao giờ cũng là một cơ hội mới.

Tuy nhiên, có vài lý do để sự sinh ra được xem như một khía cạnh của khổ đau. Trước hết, sự chuyển tiếp từ môi trường được bảo vệ an toàn trong lòng mẹ ra thế giới rộng lớn hơn của các kinh nghiệm giác quan được xem là một kinh nghiệm chấn động kinh hoàng, không chỉ theo các bậc thầy Phật giáo, mà cả với nhiều chuyên gia trong các lãnh vực tâm lý học, khoa học và y học cũng vậy. Phần đông chúng ta không nhớ lại được một cách có ý thức sự kinh hoàng của lần chuyển tiếp ban sơ ấy, nhưng cái kinh nghiệm bị trục xuất ra khỏi một môi trường khép kín và được che chở rõ ràng là đã để lại một ấn tượng hãi hùng trên não bộ và thân thể đứa bé sơ sinh.

Lý do thứ hai là, từ lúc sinh ra, chúng ta đã bắt đầu chịu tác động của ba *"dòng sông khổ não"* kia. Ngay giây phút ta chào đời, chiếc kim *"đồng hồ thân thể"* đã bắt đầu quay. Chúng ta già đi - hay lớn lên - qua từng giây phút. Tất nhiên khi còn là trẻ con, phần lớn chúng ta thích thú với kinh nghiệm này. Tôi biết là [thuở nhỏ] tôi đã rất nôn nóng muốn lớn lên. Tôi ghét việc phải nghe theo người lớn sai bảo này nọ, và nóng lòng chờ đợi đến lúc có thể tự đưa ra quyết định của chính mình. Bây giờ, dĩ nhiên tôi đã nhận ra rằng có quá nhiều quyết định của tôi cần phải được cân nhắc hết sức cẩn thận, vì tác động của chúng đối với những người quanh tôi. Và cứ mỗi năm trôi qua, tôi lại càng cảm nhận một cách sâu sắc hơn về những ảnh hưởng của sự lão hóa. Các khớp xương của tôi giờ đã trở nên hơi khó cử động hơn, và tôi dễ bị mệt nhoài hay cảm lạnh hơn. Tôi phải chú ý nhiều hơn đến việc rèn luyện thân thể.

Trên con đường đời, ta cũng trở nên dễ dàng mắc phải đủ loại bệnh tật - *"dòng sông khổ não"* thứ ba. Một số người sẵn mang các khuynh hướng dị ứng và những bệnh tật dai dẳng khác. Một số khác thì gục ngã trước những cơn bệnh trầm kha như ung thư hoặc AIDS. Những người khác nữa phải đối phó từ năm này sang năm khác với sự đau đớn thể xác triền miên. Nhiều người tôi đã gặp trong những năm qua đã phải tự mình gánh chịu hoặc phải chăm sóc cho bạn bè hoặc người thân vướng phải những căn bệnh tâm sinh lý khủng khiếp như trầm cảm, rối loạn lưỡng cực, nghiện ngập hay mất trí.

Dòng sông khổ não thứ tư và cuối cùng là cái chết, là tiến trình mà trong đó khía cạnh kinh nghiệm thường được gọi là thức sẽ tách rời khỏi thân thể. Những bản văn Tây Tạng, chẳng hạn như quyển Bardo Thödol - thường được gọi là *"Tử thư Tây Tạng"*, nhưng chính xác hơn phải được dịch là *"Giải thoát qua lắng nghe"* - đã miêu tả kinh nghiệm này cực kỳ chi tiết.

Trên nhiều bình diện, sự chết là một tiến trình ngược lại với sự sinh ra, một sự chấm dứt các mối quan hệ giữa những khía cạnh kinh nghiệm về thể xác, tinh thần và cảm xúc. Trong khi sự sinh ra là một tiến trình mà theo một cách nào đó, chúng ta chui sâu dần vào trong lớp vỏ bọc thể chất, tinh thần và cảm xúc, thì sự chết lại là một tiến trình tước bỏ đi toàn bộ các yếu tố thể chất hay tâm lý mà chúng ta đã trở nên quen thuộc. Vì lý do này mà quyển Bardo Thödol thường được một bậc thầy lão luyện đọc lớn tiếng cho người lâm chung nghe, rất giống với cách thức mà những nghi lễ cuối cùng được một vị linh mục thực hiện trong các truyền thống Thiên chúa giáo, như một sự an ủi nâng đỡ người sắp chết trong sự chuyển tiếp thường là khủng khiếp này.

Khi lớn lên và được đi nhiều nơi hơn, tôi bắt đầu nhận ra rằng những khổ đau "tự nhiên" còn bao hàm thêm rất nhiều khoản mục khác nữa so với những gì đã được lược nói trong Kinh điển. [Chẳng hạn như] động đất, lũ lụt, bão tố, cháy rừng và sóng thần gây ra những thảm họa cho đời sống con người ngày càng thường xuyên hơn. Trong thập niên vừa qua, tôi đã nghe biết về sự gia tăng thảm khốc của những vụ giết người mà thủ phạm là trẻ vị thành niên trong các lớp trung học hay cao đẳng. Và gần đây hơn, người ta bắt đầu thổ lộ công khai hơn với tôi về thảm họa trong cuộc sống của họ bởi sự đột ngột mất việc làm, mất nhà ở, hay đổ vỡ quan hệ tình cảm.

Xét về mức độ nhạy cảm đối với những kinh nghiệm

vượt ngoài tầm kiểm soát của chúng ta [như các khổ đau "tự nhiên" này], chúng ta không có chọn lựa nào khác [ngoài việc chấp nhận]. Nhưng có một phạm trù khổ đau khác mà bạn có thể gọi là bất như ý, *dukkha* hay bất cứ tên gọi nào khác: đó là những trạng thái tâm lý phụ thuộc thiên hình vạn trạng mà tâm thức chúng ta khởi sinh xoay quanh những con người, sự kiện và hoàn cảnh mà chúng ta gặp.

Cha tôi và các bậc thầy khác đã giúp tôi nhận hiểu về những khổ đau thuộc loại này như là "tự tạo": chúng là những kinh nghiệm khởi sinh từ sự diễn giải của ta về các hoàn cảnh và sự kiện, chẳng hạn như một cơn giận dữ bốc đồng hay một sự oán hận dai dẳng đối với những người đã cư xử theo cách mà ta không thích, hay sự ganh tị đối với những người có được nhiều hơn ta, hoặc nỗi lo lắng đến tê liệt nảy sinh khi ta [thật ra] chẳng có lý do gì để phải sợ hãi...

Những khổ đau "tự tạo" có thể mang dạng thức những câu chuyện mà chúng ta tự nói với chính mình, thường đã ăn sâu trong tiềm thức, như là ta là không tài giỏi, không giàu có, không quyến rũ... như mong muốn, hay được củng cố theo những cách khác. Một trong các dạng thức lạ lùng hơn của những khổ đau tự tạo mà tôi đã gặp trong những năm qua khi lưu giảng khắp nơi trên thế giới lại liên quan đến ngoại hình thân thể. Chẳng hạn, nhiều người kể với tôi về việc họ đã không cảm thấy thoải mái như thế nào chỉ vì mũi họ to quá, hay cằm họ nhỏ quá... Họ mang nặng mặc cảm và tin chắc rằng mọi người khác đang chú ý vào cái mũi to hay cái cằm nhỏ của họ. Thậm chí nếu như họ có nhờ đến phẫu thuật để thay đổi phần [ngoại hình] mà họ cho là bất ổn, thì họ vẫn phân vân không biết người phẫu thuật cho họ có làm tốt không, nên họ không ngừng kiểm tra lại kết quả bằng cách nhìn vào gương soi hay qua phản ứng của người khác.

Gần đây tôi có gặp một phụ nữ luôn tin chắc rằng một gò má của bà to hơn gò má kia. Tôi không thể nào thấy được điều này, nhưng bà ta thì chắc chắn rằng sự khác biệt ấy có thật, và điều đó làm cho bà trở nên xấu xí - hay như cách nói của bà ta, theo tôi nhớ, là "dị dạng" - đối với chính bà cũng như dưới mắt người khác.

Mỗi lần soi gương, sự "dị dạng" của bà dường như lại càng rõ rệt hơn, và bà tin chắc rằng mọi người khác đều chú ý đến điều đó. Bà theo dõi cách phản ứng của người khác đối với bà, và tin chắc rằng họ đang nhìn bà như một quái vật vì sự khác biệt giữa hai gò má. Kết quả là bà rất nhút nhát trước mặt người khác và trốn tránh mọi sự gặp gỡ. Hiệu quả làm việc của bà giảm sút vì bà tự thấy mình quá xấu xí và bất an. Chỉ cho đến khi bà thực sự đo hai gò má của mình trong gương và thấy rằng chúng chỉ chênh lệch nhau chưa tới 3 ly, thì bà mới bắt đầu hiểu rằng sự "dị dạng" và những năm dài sống trong tuyệt vọng, sợ sệt, tự ghét mình đều chỉ là sự tạo tác của chính tâm bà.

Vì thế, mặc dầu những khổ đau tự tạo cơ bản đều là do tâm ta tạo ra - như kinh nghiệm bất an của chính tôi đã cho tôi thấy như vậy - nhưng chúng cũng không kém phần mãnh liệt so với những khổ đau tự nhiên. Thật ra, loại khổ đau này thực sự có thể làm ta khổ sở hơn đôi chút. Tôi còn nhớ như in về một vị tăng tôi quen biết ở Ấn Độ. Vị tăng này có một người bạn bị chẩn đoán là có một chân bị ung thư và phải cưa bỏ. Không lâu sau đó, vị tăng cũng cảm thấy đau chân dữ dội đến nỗi không thể cử động nữa. Ông được đưa vào bệnh viện, khám nghiệm bằng máy scan và các kiểm tra khác nữa, nhưng không phát hiện bất kỳ bất ổn nào về mặt thể chất. Thậm chí khi được cho xem các kết quả khám nghiệm, vị tăng vẫn cảm thấy đau đớn mãnh liệt nơi chân. Vì thế, bác sĩ bắt đầu thăm dò sang một hướng khác, và tìm hiểu những biến cố xảy ra trong cuộc đời ông trước khi cảm thấy đau chân. Cuối cùng, hóa ra là sự đau đớn đã bắt đầu gần như tức thời sau vụ phẫu thuật của người bạn ông.

Vị bác sĩ đăm chiêu gật đầu và hỏi xem ông đã phản ứng như thế nào khi thấy người bạn [bị cưa chân]. Dần dần, vị tăng thú nhận là đã cảm thấy vô cùng sợ hãi, đã tưởng tượng đến việc bị cưa một chân thì sẽ đau đớn đến mức nào, sự khó khăn khi phải tập đi với nạng gỗ và khi làm tất cả những việc khác mà từ trước giờ thầy vẫn cho là một sự đương nhiên. Không hề nhắc đến hai chữ "bệnh tưởng", vị bác sĩ chỉ nhẹ nhàng dẫn dắt ông duyệt lại tất cả những tình huống mà ông đã tự tạo ra trong tâm trí, cho đến khi vị tăng nhận ra là nỗi sợ đau - và nỗi sợ cái sợ - đã tác động đến ông sâu xa như thế nào. Ngay lúc đang nói như thế, ông đã cảm thấy những triệu chứng đau đớn trong chân giảm dần. Ngày hôm sau, vị tăng đã có thể đi bộ ra khỏi bệnh viện, không còn đau đớn, và quan trọng nhất là cũng không còn nỗi sợ tiềm tàng bên dưới sự đau đớn nữa.

Không là riêng ai cả

Nuôi dưỡng mà không thống trị.[1]

Lão tử - Đạo Đức Kinh
R. B. Blakney dịch sang Anh ngữ

Phương pháp mà vị bác sĩ đã vận dụng để tìm ra bản chất sự đau đớn của vị tăng, trên nhiều phương diện, là lặp lại sự khéo léo tinh tế mà đức Phật đã sử dụng khi trình bày Diệu đế thứ nhất. Đức Phật đã không nói với những người đến nghe Ngài rằng: *"Ông đang khổ"* hoặc *"con người khổ"*, hay thậm chí là *"tất cả chúng sinh đều khổ"*. Ngài chỉ nói rằng *"khổ đau đang hiện diện"*. Ngài đưa ra điều đó như một nhận thức chung để suy ngẫm hay quán chiếu, chứ không như một kiểu phát ngôn kết luận về cái thực trạng mà con người phải gắn chặt và đồng nhất với nó như một tính cách xác định của riêng cuộc đời họ. Cũng giống như nói rằng *"có gió"*, *"có mây"*, Ngài đã nói về khổ đau như một sự thật đơn giản, không thể phủ nhận, nhưng không nên nhận thấy như là chỉ đúng với riêng mình.

Các nhà tâm lý học mà tôi có dịp trò chuyện đã cho rằng, việc trình bày Diệu đế thứ nhất theo cách không

---

[1] Bản tiếng Anh là: "Be the chief, but never the lord." Câu này trích ở cuối chương 10, sách Đạo Đức Kinh của Lão tử, nguyên văn là "長而不宰" (trưởng nhi bất tể). Chữ trưởng ở đây là nuôi dưỡng cho lớn lên, bản Anh ngữ hiểu theo nghĩa là làm người đứng đầu, làm trưởng, nên dịch là "chief". Chúng tôi dịch lại theo cách hiểu từ nguyên bản Hán văn.

làm cho người ta có cảm giác bị đe dọa là một phương pháp sáng suốt lạ thường để giúp ta làm quen với thực trạng khổ đau căn bản, vì phương pháp này giúp ta nhìn nhận cách thức mà khổ đau hiện khởi trong kinh nghiệm của mình một cách khách quan hơn. Thay vì bị vướng mắc vào những suy nghĩ theo kiểu như *"Tại sao tôi cô đơn thế này? Thật là không công bằng! Tôi không muốn cô đơn! Tôi phải làm sao để thoát khỏi cô đơn?"*... nghĩa là những chuỗi dài niệm tưởng luôn dẫn dắt ta đến sự phê phán chính mình hay phiền trách hoàn cảnh, hoặc cố gắng loại bỏ hay đè nén kinh nghiệm, chúng ta có thể dừng lại một chút và quán chiếu: *"À, sự cô đơn đang hiện diện"*, hoặc *"một nỗi lo đang hiện diện"* hay *"một sự sợ hãi đang hiện diện"*.

Tiếp cận một kinh nghiệm khó chịu với khuynh hướng vô tư như thế thực sự rất giống với phương pháp cha tôi đã dạy tôi là chỉ đơn thuần quán sát những vọng tưởng khởi lên mỗi khi tôi nỗ lực thực hành thiền quán. Ngài thường bảo: *"Đừng phê phán chúng, đừng tìm cách loại bỏ chúng, chỉ đơn thuần quán sát thôi."* Tất nhiên là khi tôi nỗ lực làm theo như thế, bất kỳ vọng tưởng nào cũng gần như lập tức tan biến. Khi tôi trở lại thưa với cha tôi về vấn đề này, Ngài đã mỉm cười nói: *"Thế thì tốt. Bây giờ con đã thấy rồi đó."*

Tôi chả thấy gì cả, ít nhất là vào lúc ấy. Khi đó tôi vẫn còn một số điều cần học về bản chất của khổ đau.

Khổ vì bao nỗi khổ: Khổ khổ

Đớn đau vì bệnh tật, khổ sở vì gièm pha... những điều ấy tự chúng hợp thành khổ khổ.

Jamgon Kontrul
The Torch of Certainty
(Ngọn đuốc liễu nghĩa)
Judith Hanson dịch sang Anh ngữ

Vì khổ đau là một từ ngữ hàm nghĩa quá rộng nên các bậc thầy tổ đi theo dấu chân của đức Phật đã giảng rộng Diệu đế thứ nhất bằng cách phân chia các kinh nghiệm khổ đau ra làm ba loại căn bản.

Loại thứ nhất được gọi là *"khổ khổ"*, có thể được mô tả một cách ngắn gọn như là kinh nghiệm tức thì và trực tiếp của bất kỳ loại đau đớn hay khó chịu nào. Một thí dụ rất đơn giản có thể là sự đau đớn mà bạn cảm nhận khi vô ý cắt phải ngón tay. Cũng trong nhóm khổ này là tất cả các loại đau đớn, nhức nhối đa dạng do bệnh tật với những mức độ khác nhau, từ nhức đầu, nghẹt mũi, đau họng, cho đến những nỗi đau đớn dữ dội hơn mà những người bị bệnh mạn tính hay trí mạng phải trải qua. Những bất ổn khó chịu đi kèm với tuổi già như chứng viêm khớp, thấp khớp, tứ chi suy yếu, đau tim, viêm phế quản v.v... cũng có thể xem là biểu hiện của *khổ khổ*. Cho nên, những đau đớn mà ta phải chịu khi là nạn nhân của một tai nạn hay một tai ách tự nhiên như gãy xương, phỏng nặng, chấn thương nội tạng v.v... cũng thuộc vào loại khổ này.

Hầu hết những ví dụ vừa nói trên đều liên quan đến điều mà trước đây đã được định nghĩa như là những khổ đau *"tự nhiên"*. Nhưng những đau đớn và khó chịu thuộc nhóm *"khổ khổ"* cũng mở rộng cả đến những chiều kích về tâm lý và cảm xúc của loại khổ đau *"tự tạo"*.

Sự khiếp sợ và bất an chồng chất trong tôi suốt quãng đời thơ ấu cũng đã [được cảm nhận] một cách tức thì và trực tiếp, cho dù không nhất thiết có một nguyên nhân vật lý. Những cảm xúc mãnh liệt khác như sự giận dữ, ganh ghét, lúng túng, ngượng nghịu, hay nỗi tổn thương sau khi bị ai đó nói hay làm một điều gì tàn nhẫn, và nỗi sầu khổ sau khi mất một người thân yêu, đều là những kinh nghiệm mãnh liệt thuộc về loại khổ đau này, cũng như những rối loạn tâm lý dai dẳng hơn như sự trầm cảm, sự cô đơn hoặc mặc cảm tự ti.

Những biểu hiện cảm xúc của *khổ khổ* không nhất thiết phải là cực kỳ mãnh liệt hay kéo dài. Chúng có thể rất đơn giản. Chẳng hạn như trường hợp của một phụ nữ mà tôi đã trò chuyện cách đây không lâu. Bà này vào giờ ăn trưa đã phải chạy từ văn phòng làm việc đến ngân hàng, chỉ để phải xếp hàng vào sau một hàng người dài trước ô cửa thu tiền. Bà nói với tôi: *"Con đã muốn thét lên vì biết rằng mình phải quay về tham dự một buổi họp quan trọng nên còn rất ít thời gian. Nhưng dĩ nhiên con đã không quát thét, con không phải loại người như vậy. Thay vì thế, con chỉ lôi bài thuyết trình chuẩn bị cho buổi họp ra và bắt đầu duyệt lại nó, mắt liếc nhìn vào mấy trang giấy rồi lại xem đồng hồ, rồi đến hàng người dài dường như không hề nhúc nhích. Con không thể tin được mức độ oán giận mà con đã cảm thấy đối với những người đứng trước mình và đối với nhân viên thu tiền, phải thừa nhận là đang cố gắng giữ kiên nhẫn trước một vị khách hàng có vẻ khó tính. Bây giờ thì con đã có thể bật cười [khi nhớ lại] tình huống ấy, nhưng lúc đó sự oán giận vẫn theo con cho đến khi về tới văn phòng mà không có thời gian ăn trưa, cũng như tiếp tục tồn tại mãi cho đến khi tan cuộc họp và con phải chạy vội ra mua một miếng bánh mì kẹp đem về ăn ngay tại bàn làm việc."*

Khổ vì sự hư hoại: Hoại khổ

Hãy gạt sang một bên
những quan tâm thế sự.

Ngài Gyalwa Karmapa đời thứ 9
Mahamudra - The Ocean of Definitive Meaning (Đại thủ ấn: Liễu nghĩa hải)
Elizabeth M. Callahan dịch sang Anh ngữ

Theo như tôi đã được giảng giải thì nhóm khổ đau thứ hai tinh tế hơn rất nhiều. Những khổ đau loại này được gọi là *"hoại khổ"*, thường được mô tả trong ý nghĩa là những sự hài lòng thích ý, thoải mái, an toàn hay vui sướng có được từ những đối tượng hay hoàn cảnh mà chắc chắn sẽ phải thay đổi. Giả sử bạn có một chiếc xe hơi mới, một cái ti-vi hay máy vi tính mới tinh sáng loáng với tất cả các phụ kiện tân kỳ nhất. Trong một lúc, bạn sung sướng như lên mây. Bạn thích chiếc xe chạy êm ái làm sao, khi đèn giao thông vừa chuyển sang màu xanh, nó vọt ngay tới thật nhanh biết bao, và trong buổi sáng lạnh lẽo mùa đông, thật dễ dàng làm sao khi chỉ cần ấn nút là ghế ngồi tự động ấm áp lên ngay. Hình ảnh trên màn hình phẳng của cái ti-vi mới rõ ràng, sáng đẹp làm sao! Độ rõ nét đáng kinh ngạc đến nỗi bạn có thể phân biệt những chi tiết mà trước đây bạn chưa từng thấy được. Máy vi tính mới cho phép bạn chạy cùng lúc mười chương trình khác nhau với tốc độ nhanh lạ thường... Nhưng rồi sau một thời gian, sự mới mẻ của tất cả những gì bạn mua sẽ không còn nữa. Xe hơi có thể hỏng máy, một người quen của bạn có cái ti-vi với màn hình lớn hơn, sáng rõ hơn; [hệ điều hành] máy vi tính bị treo - hay vừa có một kiểu máy mới cấu hình mạnh hơn với nhiều tính năng hơn. Hẳn bạn sẽ nghĩ: *"Giá như mình đợi đến bây giờ..."*

Cũng có thể sự vui thích của bạn không đến từ sự vật mà là một tình huống. Tình yêu đến với bạn và cả thế giới bỗng tràn ngập màu hồng. Mỗi lần nghĩ đến *"người ấy"*, bạn không thể không mỉm cười. Hoặc là bạn tìm được công việc mới, hay được thăng chức, và ô kìa, tất cả những ai đang cùng làm việc với bạn giờ bỗng trở nên tuyệt vời làm sao, và thu nhập của bạn nữa - cuối cùng rồi bạn cũng có đủ khả năng trả hết nợ nần, có thể mua một căn nhà mới, hay thực sự bắt đầu có tiền để dành dụm. Nhưng rồi qua một thời gian, những thành tựu huy hoàng đó cũng mờ nhạt đi, phải không? Bạn bắt đầu nhận ra những thiếu sót lầm lỗi nơi người mà chỉ cách đây vài tháng có vẻ như hoàn hảo. Công việc mới của bạn đòi hỏi nhiều thì giờ và sức lực hơn là bạn tưởng và mức lương cũng không quá lớn như bạn đã hình dung. Sau khi nộp thuế và bắt đầu chi trả nợ thì thực sự chẳng còn được bao nhiêu để dành dụm...

Giảng giải như trên về hoại khổ là sát nghĩa, nhưng không nêu ra được ý nghĩa chính yếu. Nỗi thất vọng hoàn toàn hay vỡ mộng khi sự mới mẻ [mà bạn ưa thích] trở nên cũ kỹ theo thời gian, hay khi tình huống [tốt đẹp] bắt đầu tan rã thật ra chính là *khổ khổ*. Nói chính xác hơn là *hoại khổ* đã khởi sinh từ sự tham luyến đối với niềm vui thích phát sinh khi có được những gì mình muốn, cho dù đó là một quan hệ [tình cảm], một công việc làm, một điểm số cao trong thi cử hay một chiếc xe hơi mới tinh bóng loáng...

Thật không may, về bản chất thì niềm vui thích phát sinh từ ngoại duyên chỉ là giả tạm. Một khi niềm vui này tan biến đi, sự trở về với trạng thái *"bình thường"* dường như thật khó chịu đựng do có sự tương quan so sánh. Vì thế, chúng ta lại cố truy tìm niềm vui ấy một lần nữa, có thể là trong một quan hệ tình cảm khác, một công việc khác hay một đối tượng khác. Lần này sang lần khác, ta cứ mãi truy tìm sự vui thích, thoải mái hay khuây khỏa trong những đối tượng hay tình huống vốn không thể nào thỏa mãn những hy vọng hay mong đợi quá cao của chúng ta.

Thế thì, *hoại khổ* có thể được hiểu như một kiểu nghiện ngập, một sự truy tìm không ngừng cái trạng thái *"đê mê"* kéo dài, vốn hoàn toàn vượt ngoài tầm tay của ta. Trong thực tế, theo các nhà khoa học thần kinh mà tôi được tiếp chuyện thì trạng thái *"đê mê"* mà ta cảm nhận đơn thuần từ sự kỳ vọng sẽ đạt được những gì mình muốn là có liên kết với sự sản sinh chất *dopamine*, một hóa chất trong não bộ có chức năng tạo ra một số cảm giác, trong đó có sự khoái lạc, đê mê. Trải qua thời gian, não bộ và thân thể chúng ta bị thôi thúc phải lặp lại những hoạt động kích thích sự sản sinh chất *dopamine*. Thật ra là chúng ta trở nên nghiện ngập sự kỳ vọng.

Các bản văn Phật giáo Tây Tạng so sánh thái độ nghiện ngập này như là *"liếm mật trên lưỡi dao sắc"*. Cảm giác đầu tiên có thể là ngọt ngào nhưng hệ quả tiềm tàng rất nguy hại. Tìm kiếm sự thỏa mãn nơi người khác hay những đối tượng, sự vật bên ngoài chỉ làm kiên cố thêm một niềm tin sâu sắc và thường không được thừa nhận, rằng trong trạng thái tự nhiên của mình ta không hoàn toàn trọn vẹn; rằng ta cần một điều gì đó bên ngoài bản thân mình để có thể được trải nghiệm một cảm giác toàn vẹn, an toàn hay ổn định. Có lẽ nói tóm gọn một cách hay nhất thì *hoại khổ* là một quan điểm phụ thuộc của bản thân chúng ta. *"Mọi thứ sẽ tốt đẹp với tôi, miễn là có được điều này hay điều kia thuận lợi. Công việc của tôi cực nhọc thật, nhưng ít ra tôi cũng có được một quan hệ tình cảm rất tuyệt (hoặc là sức khỏe, hay ngoại hình, hay gia đình của tôi rất tuyệt...)."*

Khổ vì sự liên tục vận hành: Hành khổ

Chỉ một sợi lông trong lòng bàn tay thôi,
có thể gây khó chịu và đau đớn biết bao
nếu nó rơi vào mắt!

Rajaputra Yashomitra
(Câu Xá Luận thích)
Elizabeth M. Callahan dịch sang Anh ngữ.

Nền tảng của hai loại khổ đau vừa kể trên - cũng như những loại khổ nào có thể được miêu tả là *"tự nhiên"* hay *"tự tạo"* - được gọi là *hành khổ*. Loại khổ này tự thân nó không là những đau đớn rõ rệt [như *khổ khổ*], cũng không liên quan gì đến kiểu *"nghiện"* truy tìm sự vui thích vốn thuộc về *hoại khổ*. *Hành khổ* có thể được mô tả đúng nhất như một sự bất an nền tảng, một kiểu ngứa ngáy dai dẳng ở ngay dưới cấp độ nhận biết được của ý thức.

Hãy nghĩ về *hành khổ* như thế này: Bạn đang ngồi trên một cái ghế rất thoải mái, trong một buổi họp hay nghe diễn thuyết, hay chỉ là đang xem ti-vi. Nhưng bất luận cái ghế ấy có thoải mái đến đâu, thì đến một lúc nào đó bạn cũng sẽ cảm thấy bị thôi thúc muốn cử động, chuyển đổi thế ngồi hay duỗi chân ra. Đó là *hành khổ*. Bạn có thể đang ở trong những hoàn cảnh tuyệt vời nhất, nhưng rốt cuộc rồi bạn cũng bị một cảm giác day dứt của sự không thoải mái thôi thúc và thầm thì với bạn rằng: *"Hừm... chưa hoàn hảo lắm. Mọi thứ có thể tốt đẹp hơn nữa nếu như..."*

Cái cảm giác khó chịu, sự day dứt thật tinh tế vì không thấy hài lòng đó, là từ đâu mà ra?

Nói một cách rất đơn giản, trong kinh nghiệm của chúng ta thì mọi thứ đều luôn thay đổi. Thế giới quanh ta, thân thể, tư tưởng và cảm giác của ta - ngay cả những ý nghĩ về tư tưởng và cảm giác - cũng đều nằm trong một dòng tuôn chảy không ngừng, một sự tương tác triển chuyển liên tục của những nhân và duyên làm khởi sinh một vài hệ quả, và chính những hệ quả này cũng lại trở thành nhân duyên làm khởi sinh những hệ quả tiếp nối khác nữa. Trong thuật ngữ Phật giáo, sự biến chuyển liên tục ấy được gọi là *vô thường*. Trong nhiều bài thuyết pháp, đức Phật đã ví sự biến chuyển này với những thay đổi rất nhỏ trong dòng chảy của một con sông. Khi nhìn từ xa, những thay đổi liên tục như thế rất khó nhận ra. Nhưng chỉ khi bước đến bên bờ sông và thực sự quan sát thật kỹ, ta mới thấy được những thay đổi rất nhỏ trong các mô thức của sóng - những di chuyển của cát, phù sa, những viên sỏi, cũng như sự di chuyển của cá và các sinh vật dưới nước khác - và bắt đầu nhận biết rõ được sự đa dạng không ngờ của những thay đổi đang liên tục diễn ra trong từng giây phút.

Vô thường diễn ra ở nhiều cấp độ, trong đó có một số dễ dàng thấy rõ. Chẳng hạn như một sáng thức dậy ta phát hiện khoảng đất trống ở cuối đường đã biến thành một công trường xây dựng náo nhiệt, rầm rộ tiếng đào đất làm móng, trộn đổ bê-tông, dựng khung sắt cho công trình v.v... Chẳng bao lâu, bộ khung của tòa nhà đã được dựng xong, và một toán công nhân khác sẽ bận rộn lắp đặt các ống nước, ống khí đốt cũng như dây điện khắp trong nhà.

Sau đó nữa là một toán khác đến lắp tường, cửa sổ và có thể thiết kế phong cảnh, trồng cây cỏ và tạo các khu vườn. Cuối cùng, thay vì là một bãi đất trống, nay đã có nguyên một tòa nhà với người ra kẻ vào đông đúc.

Cấp độ thay đổi rõ rệt như thế trong Phật pháp gọi là *tương tục vô thường thô*. Chúng ta có thể thấy được sự chuyển biến thay đổi của khu đất trống, và cho dù ta có thể không thích tòa nhà mới vì nó cản trở tầm nhìn của ta, hay nếu đó là một thương xá lớn, ta có thể bị quấy nhiễu bởi sự gia tăng số lượng xe cộ qua lại phía trước tòa nhà - nhưng sự thay đổi như thế không làm ta ngạc nhiên.

Tương tục vô thường thô cũng có thể thấy được trong sự thay đổi của mùa màng, ít ra là ở một số vùng nhất định trên trái đất. Chúng ta thấy trời rất lạnh và tuyết phủ đầy mặt đất trong vài ba tháng. Vài tháng sau đó, chồi non xuất hiện trên cây và những bông hoa đầu mùa bắt đầu vươn lên từ mặt đất. Sau một thời gian, các chồi non biến thành lá, rồi trên những cánh đồng và vườn tược tràn ngập nhiều loại cây trồng, hoa trái khác nhau. Rồi khi mùa thu đến, những đóa hoa sẽ héo tàn và lá trên cây dần dần ửng đỏ, úa vàng hay ngả sang màu cam. Rồi mùa đông trở lại, lá hoa thi nhau lìa cành và trời trở lạnh. Đôi khi có tuyết rơi và cũng có lúc băng giá phủ đầy trên cây cối như một lớp áo thủy tinh trong suốt...

Trong khi các tác động của *tương tục vô thường thô* dễ dàng thấy rõ, thì thật ra chúng lại khởi sinh từ một loại tương tục vô thường khác mà đức Phật mô tả là *vô thường vi tế*, một sự chuyển đổi của các điều kiện nhân duyên có thể nói là đang âm thầm diễn ra phía sau những gì được nhìn thấy, ở một cấp độ sâu lắng đến nỗi rất hiếm khi - nếu như có - được nhận biết bởi ý thức của chúng ta.

Có một cách để nhận hiểu sự vận hành của *vô thường vi tế* là suy ngẫm về cách thức ta vẫn nghĩ về thời gian.

Nói chung, ta có khuynh hướng nhận thức về thời gian liên quan đến ba phạm trù: quá khứ, hiện tại và vị lai. Nếu nhìn ba phạm trù này theo khái niệm năm, thì ta có thể nói có *năm ngoái, năm nay* và *năm sau*. Nhưng *năm ngoái* đã qua đi và *năm sau* chưa đến: về bản chất, chúng chỉ còn là những khái niệm, những tư tưởng của chúng ta về thời gian.

Vậy ta chỉ còn lại *năm nay* thôi.

Nhưng một năm là do nhiều tháng hợp thành, phải không? Điều này hơi rối rắm đối với tôi, vì hầu hết các lịch ở phương Tây đều có 12 tháng trong một năm, trong khi lịch Tây Tạng đôi khi có thêm một tháng nhuận, thành 13 tháng. Nhưng chúng ta hãy dùng Tây lịch trong ví dụ này và đồng ý với nhau là hiện thời ta ở vào giữa tháng sáu. Gần 6 tháng của một năm đã qua đi, và 6 tháng chưa đến. Vậy thì bây giờ, cái mà ta gọi là *hiện tại* đã rút lại từ *năm nay* thành *tháng này*. Nhưng tháng lại được hợp thành bởi một số ngày nhất định - trong Tây lịch thông thường là 30 hay là 31 ngày. Vậy nếu hôm nay là ngày 15 tháng sáu, thì một nửa tháng sáu đã trôi qua và nửa còn lại là chưa đến. Bây giờ, [khái niệm] hiện tại chỉ còn là *"hôm nay"* thôi. Nhưng ngày hôm nay là do 24 giờ hợp thành, và nếu bây giờ là giữa trưa thì nửa ngày đã trôi qua, và nửa ngày còn lại là chưa đến.

Ta có thể tiếp tục phân chia sự trôi qua của thời gian càng lúc càng nhỏ hơn, tới 60 phút hợp thành 1 giờ, 60 giây hợp thành 1 phút - rồi số phần ngàn giây để hợp lại thành 1 giây, số phần triệu giây để hợp lại thành một phần ngàn giây... cứ thế mà tiếp tục cho đến mức nào mà khoa học còn có thể đo lường được. Những phân khúc li ti ấy của thời gian luôn luôn chuyển dịch, xa dần chúng ta. Tương lai trở thành hiện tại và hiện tại trở thành quá khứ, thậm chí còn trước cả khi ta kịp ý thức được điều gì đang xảy ra. Các nhà khoa học thần kinh mà tôi được tiếp chuyện đã đo lường được một khoảng trống nửa giây - gọi là *"khoảng mù nhận thức"*[1] - giữa thời điểm mà các [tế bào] cảm thụ thị giác của chúng ta ghi nhận một kích thích hình ảnh rồi chuyển tín hiệu đó lên não và lúc chúng ta xác định những tín hiệu ấy một cách có chủ ý rồi cố định chúng vào một ký ức ngắn hạn.[2] Thậm chí ngay lúc chúng ta vừa khởi lên cái niệm tưởng *"bây giờ"* thì nó đã trở thành quá khứ mất rồi.

---

[1] Khoảng mù nhận thức (attentional blink): thuật ngữ được dùng để chỉ khoảng thời gian mà não bộ không có khả năng nhận biết được tín hiệu đưa vào từ mắt khi những tín hiệu đó được gửi đi liên tục với tốc độ quá nhanh. Trong thí nghiệm đo lường chính xác thì khi các tín hiệu nhận được từ mắt liên tục gửi đến não bộ thì khoảng thời gian không nhận biết này là từ 150 - 450 ms. Điều này có nghĩa là, sau khi não bộ nhận biết một tín hiệu từ mắt rồi thì tín hiệu tiếp theo được tiếp tục nhận biết phải có khoảng cách với tín hiệu trước đó là từ 150 - 450 ms. Bất kỳ tín hiệu nào được gửi nằm trong khoảng thời gian chờ đợi này đều sẽ không được nhận biết, nên gọi nó khoảng mù nhận thức. Như trên nói nửa giây là nói khái quát thôi, vì thời gian này có sự dao động ở các đối tượng thí nghiệm khác nhau, từ 150 ms đến 450 ms.

[2] Xem trong sách "Mental Training Affects Distribution of Limited Brain Resources," của H. A. Slagter, PLoS Biology, June 2007, vol. 5, no. 6, e 138. Nguyên bản tiếng Anh ghi tên tác giả này là H. A. Sleeger, có lẽ bị nhầm.

Dầu có mong muốn đến đâu ta cũng không thể dừng thời gian hay ngăn trở những thay đổi do nó mang lại. Chúng ta không thể *"quay ngược"* đời ta về một thời điểm trước kia hay *"tiến nhanh tới"* một thời điểm nào đó trong tương lai. Nhưng ta có thể học cách chấp nhận vô thường, kết bạn với nó, và thậm chí bắt đầu xem khả năng thay đổi [của mọi thứ] như một loại *"phòng vệ quân"* tinh thần và cảm xúc.

Hơi thở của sự thay đổi

Hơi thở là sự sống.

The Tibetan Book of Living and Dying
(Tạng thư sống chết)
Sogyal Rinpoche
Patrick Gaffney và Andrew Harvey hiệu đính

Một số người có thể hiểu được ý nghĩa vô thường chỉ thông qua quán chiếu giáo lý về Diệu đế thứ nhất. Với một số người khác thì sự thấu hiểu không đạt được dễ dàng như thế, hoặc chỉ dừng lại ở phạm trù khái niệm, có phần bí ẩn và trừu tượng. May thay, đức Phật và những bậc thầy vĩ đại tiếp bước về sau đã đưa ra một số thực hành đơn giản có thể giúp chúng ta tiếp cận được với cấp độ vô thường vi tế một cách trực tiếp và an toàn. Thực hành đơn giản nhất trong số đó có thể được áp dụng bất kỳ lúc nào và bất cứ nơi đâu, là chú tâm đến những thay đổi xảy ra trong cơ thể khi ta thở.

Hãy bắt đầu bằng cách ngồi thẳng lưng và thư giãn toàn thân. Nếu thấy thoải mái hơn, bạn cũng có thể nằm xuống. Bạn có thể mở hoặc nhắm mắt (nhưng tôi sẽ không đề nghị nhắm mắt nếu bạn đang lái xe hay đang đi trên đường phố). Chỉ cần đưa hơi thở vào ra thật tự nhiên qua mũi. Và khi làm như thế, hãy nhẹ nhàng hướng sự chú tâm đến những thay đổi trong cơ thể khi bạn thở, đặc biệt là sự phồng lên xẹp xuống của hai lá phổi và sự lên xuống của những cơ vùng bụng. Đừng lo lắng tập trung quá căng thẳng với ý nghĩ: *"Tôi phải theo dõi hơi thở... Tôi phải theo dõi hơi thở..."* Chỉ cần buông thư tâm ý trong một sự nhận biết đơn thuần về những thay đổi xuất hiện khi hơi thở vào ra. Cũng đừng lo lắng nếu thấy tâm ý tản mạn khi bạn tiếp tục bài thực hành - điều này cũng đơn giản là một bài học khác về vô thường. Nếu bạn tự thấy mình đang nhớ đến điều gì đó xảy ra hôm qua, hay mơ mộng về ngày mai, hãy nhẹ nhàng hướng sự chú tâm trở về với những thay đổi trong cơ thể khi bạn thở. Tiếp tục thực hành trong khoảng một phút.

Sau một phút thực hành, hãy nhớ lại xem bạn đã nhận thấy gì về sự thay đổi trong cơ thể? Đừng phê phán kinh nghiệm này, cũng đừng tìm cách giải thích nó. Chỉ nhớ lại những gì bạn đã nhận biết. Có thể bạn đã cảm nhận được những điều khác ngoài sự phập phồng lên xuống của bụng hay sự co giãn của buồng phổi. Có thể bạn đã nhận biết rõ ràng hơn về hơi thở ra vào qua mũi. Như vậy là tốt. Hoặc có thể bạn đã nhận biết được hàng trăm niệm tưởng, tình cảm và cảm giác khác nhau, hay về việc bị cuốn trôi theo những vọng niệm. Như thế là rất tốt. Vì sao? Vì bạn đang dùng thời gian để quan sát những thay đổi liên tục xảy ra ở cấp độ vi tế mà không cưỡng lại.

Nếu tiếp tục thực hành như thế mỗi ngày một lần hay vài ba lần, bạn sẽ thấy mình ngày càng nhận biết nhiều sự thay đổi hơn, ở những mức độ ngày càng vi tế hơn. Dần dần, sự vô thường sẽ trở thành một người bạn thân, không có gì phải hoảng loạn, không có gì phải cưỡng lại. Trải qua thời gian, có thể bạn sẽ nhận ra là mình có thể duy trì sự tỉnh thức này cả trong những tình huống khác - có thể là trong khi làm việc, hoặc khi xếp hàng chờ đến lượt mua hàng hay giao dịch ngân hàng, hoặc thậm chí trong các bữa ăn. Chỉ riêng việc hướng tâm trở về với hơi thở cũng đủ là một phương pháp rất hữu hiệu để "tinh chỉnh" [ý thức] giúp nhận ra sự trọn vẹn của giây phút hiện tại, hướng tâm bạn đến những thay đổi vi tế đang diễn ra trong bạn và xung quanh bạn. Nhờ thế, bạn sẽ có cơ hội nhận thức về sự vật một cách sáng suốt hơn và hành xử với một trạng thái tâm lý cởi mở hơn, quân bình hơn. Bất kỳ lúc nào có những tư tưởng hay cảm giác phiền não khởi sinh - hay nếu bạn bất chợt giật mình thất kinh trước một pho tượng sáp đột nhiên sống dậy - thì tình huống ấy sẽ có tác dụng như một lời cảnh tỉnh về thực tiễn cơ bản là vô thường vẫn luôn tồn tại, thế thôi.

Vậy thì tại sao vô thường lại có vẻ như quá gắn kết với riêng mỗi người?

Để trả lời câu hỏi này, chúng ta cần xem xét đến Diệu đế thứ hai trong Tứ diệu đế.

3. SỨC MẠNH CỦA ĐỊNH KIẾN

Buông thả tâm ý thì không thể phòng hộ sự tu tập.

Bồ tát Tịch Thiên
The Bodhicaryavatara
(Nhập Bồ Tát hạnh)
Kate Crosby - André Skilton dịch sang Anh ngữ

Cách đây nhiều năm, có lần tôi đi bộ trên một đường phố ở Ấn Độ, nơi có nhiều con đường đến nay vẫn còn lát bằng đá. Tôi vội đi quá nên chẳng mang giày dép gì, và chẳng mấy chốc đã phải hối tiếc về điều đó, vì cảm giác đi chân trần trên một con đường lát đá dẫu có nói gì đi nữa thì cũng không mấy dễ chịu. Không lâu sau, tôi tình cờ nhắc đến trải nghiệm này với một bác sĩ Ấn Độ. Ông ta nói: *"Ồ, thế thì tốt quá."*

Tôi không hiểu ý ông ta nên hỏi lại, và ông giải thích rằng, theo nhiều hệ thống y học cổ truyền thì việc ấn vào nhiều điểm khác nhau dưới lòng bàn chân sẽ kích thích hoạt động của nhiều cơ quan và hệ thống trong cơ thể, và do đó giúp cải thiện sức khỏe toàn diện. Những ai quen thuộc với phương pháp bấm huyệt ở lòng bàn chân đều biết được những lợi ích tiềm tàng của việc đi chân trần, nhưng với tôi thì ý niệm này hoàn toàn mới lạ. Kể từ sau khi nghe vị bác sĩ giải thích, tôi bắt đầu đi chân trần thường xuyên hơn. Tôi đã ngạc nhiên bởi thay vì khó chịu, tôi lại cảm thấy thích thú với cảm giác có những viên đá dưới chân.

Tại sao? Những viên đá không thay đổi. Bàn chân tôi không thay đổi. Việc đi bộ cũng không thay đổi.

Khi suy ngẫm việc này, tôi nhận ra rằng khía cạnh duy nhất đã thay đổi trong kinh nghiệm này là định kiến của tôi. Trước kia tôi mặc nhiên cho rằng đi bộ trên đá hẳn là phải đau chân. Khi vị bác sĩ giúp tôi có một cách nhìn khác về tình huống, thì sự thay đổi này đã mở ra một phương thức để chuyển hóa kinh nghiệm.

Một cái nhìn sâu sắc hơn

Chúng ta kinh nghiệm về sự vật như thế nào, đó hoàn toàn chỉ là sự phô diễn của tâm thức ta.

Khenpo Karthar Rinpoche
The Instructions of Gampopa
(Giáo huấn của Gampopa)
Lama Yeshe Gyamtso dịch sang Anh ngữ

Mặc dù tôi đã vận dụng cùng một nguyên lý cơ bản về thay đổi định kiến trong việc đối phó với những tư tưởng và cảm xúc đã gây bất ổn cho tôi từ thuở bé, nhưng tôi chưa từng thực sự ứng dụng nguyên lý này trong rất nhiều tình huống liên quan đến những đau đớn, khó chịu của thân thể. Tôi sửng sốt khi nhận ra rằng mình đã liên kết thân thể này với ý niệm về *"cái tôi"* một cách sâu đậm biết bao!

Nhưng sự kiện [đi chân trần] này đã mang lại cho tôi một bài học thậm chí còn quan trọng hơn nữa, ảnh hưởng đến cách thức tôi nhìn nhận bất kỳ tình huống bất ổn hay khó chịu nào. Nếu ngay từ đầu tôi đã không thấy khó chịu, hoặc [chấp nhận] đầu hàng hay tìm cách giải quyết tình huống ấy theo cách thông thường - chẳng hạn như nỗ lực để luôn nhớ mang dép vào mỗi khi rời phòng - thì hẳn là tôi sẽ không thấy được mức độ vi tế của sự phụ thuộc [vào định kiến] như thế.

Từ đó, tôi bắt đầu nhận biết rõ hơn giá trị của những lúc trải nghiệm đau đớn hay khó chịu. Mỗi lần như thế là một hạt mầm của sự thấu hiểu sâu sắc hơn, một cơ hội giúp tôi nhận biết tâm thức mình rõ rệt hơn một chút, giúp tôi quán chiếu những ý niệm về bản thân và thế giới xung quanh mà trước đó tôi thậm chí còn không biết rằng chúng đang hiện hữu trong tâm tôi.

Tôi không có ý nói rằng cứ mỗi khi gặp bất ổn hay cảm thấy bực bội, khó chịu là tôi lại chụp cái mũ *"trinh thám Phật giáo"* vào và bắt đầu sục sạo truy vấn trong tâm trí mình: *"Hừm, có định kiến gì ở đây... Có điều gì tôi không nhận thấy? A, nó đây rồi! Bây giờ ta hãy thay thế với một định kiến mới."* Đó chỉ là mánh khóe cố trốn tránh một tình huống không thoải mái, nhưng rồi kết quả cuối cùng lại củng cố hơn nữa thói quen xem những [tình huống] thách thức như *"kẻ thù"* cần chế ngự hay như những *"ông chủ"* cần đấu dịu.

Tiến trình thực sự [của tôi] là chỉ đơn giản chấp nhận tình huống và nhìn thẳng vào nó. Tiếp cận kinh nghiệm theo cách này sẽ giúp tạo ra một khoảng trống tự nhiên xung quanh kinh nghiệm ấy, giúp ta nhìn được nó trong một bối cảnh rộng lớn hơn. Nếu có một tâm thức có thể quan sát kinh nghiệm, thì lập luận chính xác tiếp theo là tâm thức này phải rộng lớn hơn tự thân kinh nghiệm ấy.

Ngay trong khoảng thời gian nhận biết chớp nhoáng ấy, ta có thể thoáng thấy được sự rộng lớn vô hạn của tâm thức: thấy được tâm như một đại dương vô tận - theo như cha tôi và các bậc thầy khác đã mô tả, trong đó mỗi thời điểm kinh nghiệm chỉ là một trong những đợt sóng nước thăng trầm bất chợt không bao giờ tách lìa ra khỏi một khoảng mênh mông vô hạn.

Cái thấy chớp nhoáng này cũng cho ta một nền tảng tư duy để thấu hiểu Diệu đế thứ hai, thường được phiên dịch như là "nguồn gốc" hay "nguyên nhân" của khổ đau. Khuynh hướng thông thường của chúng ta là quy trách nguyên nhân khổ đau cho các hoàn cảnh hay điều kiện bên ngoài. Tuy nhiên, theo Diệu đế thứ hai thì nguyên nhân của khổ đau không nằm trong các sự kiện hay hoàn cảnh, mà chính là cách thức chúng ta nhận hiểu và diễn giải kinh nghiệm của mình khi nó bộc lộ ra.

Một thí dụ rất rõ ràng về ảnh hưởng của cách thức nhận hiểu đối với kinh nghiệm của chúng ta có thể thấy được qua cách tu tập của những người sùng đạo trong một số tôn giáo nhất định ở phương Đông. Họ đốt các đầu ngón tay của mình trên lửa như một phương thức để xoa dịu khổ đau cho những chúng sinh đang ngập sâu trong đau đớn tối tăm ngoài sức tưởng tượng của hầu hết chúng ta. Khi hy sinh chính thân thể mình [vì người khác] như vậy, họ kể lại là đã cảm nhận được niềm vui còn vượt xa hơn cả sự đền bù cho bất kỳ nỗi đau đớn nào mà họ đã chịu.

Trong một mức độ có phần ít cực đoan hơn, có thể nói rằng mọi người thường không ai thích thân thể mình bị đấm bóp, nhấn ép, nhất là ở những vùng mà cơ bắp đặc biệt căng thẳng. Ấy thế mà họ sẵn sàng trả tiền để được đấm bóp và day nhấn vì mong rằng sự đấm bóp, day nhấn đó cuối cùng sẽ xoa dịu những nhức nhối đau đớn khác và giúp họ cảm thấy khỏe khoắn hơn về lâu dài. Họ sẵn sàng đặt chỗ trước để được đau đớn [theo cách đó]!

Gần đây tôi được nghe chuyện về một người phụ nữ ở Đài Loan đang đi trên đường với vài người bạn, bỗng cảm thấy chiếc vớ dưới chân bị đùn lại trong giày làm bà hơi đau và khó chịu. Bà la lên: *"Ngừng lại! Tôi phải kéo chiếc vớ lên cái đã. Đau quá chịu không nổi."*

Thật buồn cười là bà đang trên đường đi đến chỗ hẹn với một chuyên gia bấm huyệt chân, và khi được người này bấm huyệt [vào chân], bà bảo: *"Bấm mạnh vào! Tôi trả tiền rất đắt cho việc này và tôi muốn được phục vụ cho xứng đồng tiền bát gạo!"*

Tôi đã phải bật cười! Trong một lúc trước đó, bà cảm thấy bị dồn ép đôi chút dưới chân và dường như không sao chịu nổi, rồi nửa giờ sau, bà lại đòi hỏi phải được [dồn ép] mạnh hơn! Phản ứng của bà trước cùng một tình huống cơ bản đã thay đổi đảo ngược tùy thuộc vào sự diễn giải và mong đợi của bà.

Nhưng những diễn giải này từ đâu đến và tại sao lại ảnh hưởng đến ta sâu sắc như thế?

Sự tương đối của định kiến

Chúng ta thường có khuynh hướng đánh giá những hình sắc thấy được qua mắt thường theo những cách khác nhau.

Khenchen Thrangu Rinpoche
Liễu nghĩa hải của đức Karmapa đời thứ 9
Lama Yeshe Gyamtso dịch sang Anh ngữ

Trong đời sống, chúng ta phụ thuộc phần lớn vào khả năng phân biệt. Một số các phân biệt này dường như rất trực tiếp và đơn giản: bên phải hay bên trái, cao hay thấp, ồn ào hay yên lặng, chân với tay, ngày với đêm... Một số phân biệt khác đòi hỏi đôi chút nhận biết sáng suốt hơn. Trái cây này chín quá độ hay chưa chín tới? Món này có giá vừa phải chưa hay ta có thể mua ở một chỗ khác rẻ hơn?... Một số khác nữa đòi hỏi sự nhận biết thậm chí còn sâu sắc hơn - [chẳng hạn như] một trải nghiệm tôi thấy đặc biệt thường gặp nơi các bậc làm cha mẹ là luôn tự hỏi liệu mình có khắt khe quá hay dễ dãi quá trong việc dạy dỗ con cái hay không, hoặc nơi những người lo lắng về những xung đột hay bất đồng ý kiến trong những mối quan hệ vợ chồng hoặc với người đồng sự: *"Liệu có phải mình đã nói hay làm như thế vì [bực dọc] sau một ngày tồi tệ hay vì sự bất đồng ở một mức độ sâu xa hơn?"* Tôi cũng từng được nghe những nghi vấn tương tự từ những người đến xin lời khuyên về [các vấn đề liên quan đến] đồng nghiệp hay các biến cố ở nơi làm việc: *Liệu tôi có thiếu sự cảm thông trong việc xét đoán người này? Liệu tôi có làm việc quá căng thẳng và không dành đủ thời gian cho bản thân và gia đình?*

Điều quan trọng phải ghi nhớ là, về cơ bản, hết thảy mọi sự phân biệt đều tương đối - các ý tưởng, phán xét và cảm nhận đều là dựa trên sự so sánh.

Hãy lấy một thí dụ rất đơn giản, nếu bạn đặt một cái ly cao 10 phân bên cạnh cái ly cao 15 phân, thì cái ly 10 phân là thấp hơn. Nhưng nếu bạn đặt cái ly 15 phân ấy bên cạnh cái khác cao 20 phân, thì cái ly 15 phân - trước đây được xem là "cao" - nay sẽ được xem là "thấp". Tương tự, "bên trái" chỉ có nghĩa trong tương quan với "bên phải", và "ban đêm" chỉ có nghĩa khi so sánh với "ban ngày", hoặc "ấm" chỉ có nghĩa khi so sánh với "lạnh". Đó là một bài học ngắn gọn về những gì trong Phật học thường gọi là thực tại tương đối: một mức độ kinh nghiệm được xác định bằng sự phân biệt.

Theo những gì tôi hiểu được qua sự trao đổi với nhiều nhà khoa học thuộc các lãnh vực khác nhau thì khả năng phân biệt đã được phát triển như một công cụ sinh tồn. Sự phân biệt là một lợi thế không thể phủ nhận, chẳng hạn như [khả năng phân biệt] giữa những cây trái độc hại với nguồn thực phẩm bổ dưỡng. Tương tự, sự phân biệt giữa những loài ta ăn được với những loài có thể ăn thịt ta hẳn phải là rất hữu ích!

Con người đáp ứng với tiến trình hình thành sự phân biệt theo những phương cách rất phức tạp, có thể nhận hiểu qua cả hai bình diện sinh lý và tâm lý.

Từ quan điểm thuần túy sinh học, bất kỳ hành vi nhận thức nào cũng phải có đủ ba yếu tố chính yếu: (1) *cơ quan thụ cảm*, hay giác quan (như mắt, tai, mũi, lưỡi và da); (2) *đối tượng thụ cảm*, chẳng hạn như một bông hoa; (3) *khả năng xử lý và đáp ứng* với những tín hiệu nhận được từ cơ quan thụ cảm, hay giác quan.

Các giác quan cùng với những vùng não [liên quan] và các [đường truyền dẫn tín hiệu] liên kết chúng được tạo thành chủ yếu bằng những tế bào gọi là nơ-ron. Bộ não con người được tạo thành bởi hàng tỷ nơ-ron và rất nhiều trong số đó được tổ chức thành những cấu trúc có [chức năng] liên quan đến sự học tập, ký ức và cảm xúc. Sự tương tác giữa các cấu trúc này có thể hết sức phức tạp.

Giả sử bạn nhìn vào một bông hoa, cụ thể là một đóa hồng. Đó là đối tượng - hay trong thuật ngữ khoa học được gọi là tác nhân kích thích (stimulus). Trong khi bạn nhìn ngắm đóa hồng, các tế bào trong mắt bạn nhận biết trước nhất là một chùm vật thể màu đỏ, phần hơi tròn ở phía trên và phần hơi nhọn ở dưới, nối liền xuống là một cọng dài màu xanh, và cũng có thể có thêm những vật tròn tròn màu xanh từ đó chĩa ra phía ngoài cùng với những vật thể hình mũi nhọn có màu sậm hơn. Hình ảnh này được truyền qua một nhóm tế bào hợp thành một loại sợi hay dây, đó là thần kinh thị giác, có chức năng gửi những tín hiệu hình ảnh từ mắt lên miền vỏ não thị giác (visual cortex), là một vùng não chuyên biệt có chức năng xử lý tác nhân kích thích nhận được từ cơ quan thị giác.

Ngay khi nhận được các tác nhân kích thích thị giác (visual stimulus) này, miền vỏ não thị giác liền gửi một "tín hiệu tức thời" đến vùng não gọi là khâu não, hay đồi thị (thalamus), là một nhóm tế bào có vị trí rất gần trung tâm não. Ở đây, rất nhiều tín hiệu từ các giác quan được "giải mã" trước khi chuyển đến các vùng não khác. Điều thú vị là chữ *thalamus* trong tiếng Hy Lạp cổ có nghĩa là "phòng ngủ" - nơi vẫn thường diễn ra những câu chuyện trao đổi riêng tư.

Một khi các tín hiệu từ miền vỏ não thị giác được chuyển đến đồi thị, chúng sẽ được gửi đi nhiều hướng, trong đó một loạt được gửi đến vùng hệ viền (limbic system), là một lớp của não bộ chủ yếu giữ chức năng phân biệt giữa [các cảm giác] đau đớn và khoái lạc, quyết định các cảm xúc đáp ứng và cung cấp nền tảng cho việc học hỏi cũng như hình thành ký ức.

Có hai cấu trúc quan trọng của vùng não này giữ những vai trò đặc biệt nổi bật trong việc giải mã các tín hiệu [cảm xúc] cùng với những ký ức được ta tạo thành từ chúng.

Cấu trúc thứ nhất là *hạch hạnh nhân* (amygdala), một nhóm nơ-ron nhỏ có hình dạng như hạt hạnh nhân, có chức năng xác định nội dung cảm xúc của trải nghiệm. Nếu bạn bị đâm phải bởi một trong những "vật thể hình mũi nhọn có màu sậm" [vừa được mô tả ở trên] chẳng hạn, bạn rất có thể sẽ phản ứng với "cả chùm vật thể màu đỏ" đó như là "xấu" và "khó chịu".

Cấu trúc thứ hai là *hồi hải mã* (hippocampus), một loại kho chứa những yếu tố không gian và thời gian của ký ức. Nó cung cấp bối cảnh hay ý nghĩa cho trải nghiệm, chẳng hạn như giúp ta nhớ lại đã nhìn thấy hoa hồng lần đầu tiên ở đâu và khi nào.

Cùng lúc [với tiến trình trên], "câu chuyện riêng tư"

thâu thập được trong "phòng ngủ hồi thị" cũng được chuyển đến vùng vỏ não mới, lớp ngoài cùng của não, được hầu hết các nhà khoa học thần kinh nhận hiểu là vùng chuyên biệt cho các chức năng phân tích. Đây là vùng não giúp chúng ta bắt đầu học biết tên gọi của sự vật, nhận biết các mô thức và hình thành các khái niệm, chính là vùng não giúp chúng ta xác định "chùm vật thể màu đỏ" [được nhìn thấy đó] là một đóa hoa hồng. Đó cũng là nơi mà các ký ức và đáp ứng cảm xúc tạo ra trong vùng hệ viền được điều chỉnh, một số được kìm nén xuống và một số khác được khuyếch đại lên.

Mặc dầu mô tả dông dài như thế, nhưng toàn bộ tiến trình truyền tin giữa hàng ngàn tế bào đã tạo thành các giác quan của chúng ta với hàng loạt các cấu trúc thần kinh khác nhau trong não chỉ xảy ra trong một phần nhỏ của giây, còn nhanh hơn cả một cái búng tay. Và não bộ sẽ đáp ứng gần như tức thì bằng cách kích hoạt sự phóng thích các hóa chất như *cortisol, adrenaline, dopamine* và *endorphine* vào một chu trình lưu chuyển trong toàn thân để làm cho nhịp tim chậm lại hoặc tăng nhanh và làm thay đổi tâm trạng của chúng ta. Đồng thời, một loạt các liên kết cũng được thiết lập giữa các giác quan, các cấu trúc của não, các cơ quan sinh tồn và các tuyến - một kiểu mạng lưới thông tin tức thời mà nói thật đơn giản là tạo ra một "bản vẽ" của đóa hoa hồng [được nhìn thấy] trong tâm trí.

Nói cách khác, chúng ta không thực sự nhìn thấy tự thân đóa hồng, mà đúng hơn là ta chỉ [hình thành] một khái niệm về nó. Khái niệm này thường được quy định bởi nhiều yếu tố trải rộng bao hàm những tình huống xoay quanh kinh nghiệm ban đầu của ta, những ký ức và kỳ vọng được lưu trữ trong các phần khác nhau của não bộ, những điều chỉnh có thể xảy ra trong các trải nghiệm sau đó, và có lẽ quan trọng nhất là sự phân biệt giữa chủ thể trải nghiệm (cái tôi) và đối tượng được trải nghiệm (đóa hoa hồng).

Chính sự phân biệt giữa "cái tôi" như một thực thể vốn đã tách rời với [đối tượng], chẳng hạn như một đóa hồng, tự nó đã là một hình ảnh bên trong tâm trí, khởi sinh từ những tương tác giữa các cấu trúc nơ-ron khác nhau và các hệ thống khác của cơ thể. Trong giai đoạn đầu đời, hình ảnh [phân biệt tự ngã] này có thể là rất mờ nhạt. Tuy nhiên, khi chúng ta trưởng thành thì sự cảm nhận trong tâm trí về "cái tôi" như một điều gì đó tách biệt với những gì "không phải tôi" trở nên rõ rệt hơn, và những phân biệt giữa "dễ chịu" và "khó chịu", "ưa thích" và "không ưa thích" cũng phát triển theo cách giống như vậy... Chúng ta cũng phân biệt một loại vùng "trung tính", trong đó ta chưa xác định được tương quan giữa mình với kinh nghiệm [nào đó] là thế nào. Cũng giống như một số người sắp xếp các hồ sơ, giấy tờ, hình ảnh và các thứ khác bằng cách đặt chúng vào những hộp chứa khác nhau, chúng ta cũng sắp xếp kinh nghiệm của mình vào những "hộp" khái niệm.

Những cuộc thảo luận giữa tôi với những người được đào tạo từ nhiều ngành khoa học khác nhau cho thấy rõ ràng là còn có một số ý kiến khác nhau về cách thức, thời gian và nguyên nhân hình thành những "hộp" khái niệm này. Tuy nhiên, dường như đã có phần nào đồng thuận giữa các trường phái tư tưởng hiện đại là "hộp" khái niệm về "cái tôi" đã bắt đầu phát triển ngay từ lúc sinh ra, khi hài nhi vừa ra khỏi lòng mẹ và bắt đầu kinh nghiệm về đời sống như một cá thể tách biệt, đối mặt với môi trường nội tâm và ngoại giới vốn luôn đầy bất trắc.

Lúc sơ sinh, chúng ta bị thôi thúc bởi nhu cầu được dễ chịu - cụ thể là dưới hình thức được bú mớm và giữ ấm - cũng như cưỡng lại những kinh nghiệm khó chịu như đói, lạnh hay ẩm ướt. Đôi khi chúng ta được thỏa mãn, đôi khi không được. Cái "hộp" khái niệm về "cái tôi" có thể chưa thật kiên cố, đồng nhất, hoặc thậm chí chưa thể diễn đạt bày tỏ, trừ ra những việc như khóc, ợ, nói bi bô hay cười, nhưng trong các kinh nghiệm dễ chịu hay khó chịu đã sẵn có cái khả năng phân định một "hộp" khái niệm "không phải tôi", cùng với những "hộp" khái niệm tốt, xấu và những khái niệm khác nữa.

Sau đó, trong suốt thời kỳ mà nhiều bậc cha mẹ mô tả là "giai đoạn khủng khiếp",[1] khi đứa trẻ bắt đầu thường xuyên khẳng định cá tính độc lập của mình bằng cách phủ nhận, phản đối mọi thứ, thì những "hộp" khái niệm khác nhau có vẻ như đã kiên cố hơn, rõ rệt hơn. Vào lúc này thì khả năng hình thành những "hộp" khái niệm khác nữa cũng đã sẵn sàng.

[1] Nguyên bản dùng "terrible twos", là một thuật ngữ bắt đầu được sử dụng từ khoảng thập niên 1950 để chỉ giai đoạn phát triển mà đứa trẻ cố tìm mọi cách để "khẳng định mình" cũng như cố gắng thăm dò mọi giới hạn của môi trường chung quanh, vào lúc đó được cho là bắt đầu từ khoảng năm 2 tuổi. Tuy nhiên, theo Tiến sĩ Alan Kazdin, Giám đốc Parenting Center của trường Đại học Yale thì thuật ngữ này đã lạc hậu, không còn chính xác nữa, vì các nghiên cứu hiện nay đã cho thấy rõ giai đoạn này được bộc lộ khác nhau ở từng đứa trẻ, có thể từ khoảng 9 tháng tuổi hay thậm chí sớm hơn. Một số nhà nghiên cứu còn cho rằng thật ra nó bắt đầu ngay từ lúc sơ sinh nhưng chưa thể bộc lộ rõ rệt mà thôi.

Giết bướm

Chúng sinh khởi niệm về "cái tôi" và bắt đầu chấp ngã; sau đó khởi niệm về những gì "của tôi" và rơi vào chấp pháp.

Ngài Nguyệt Xứng (Chandrakirti)
Introduction to the Middle Way
(Nhập Trung quán luận)
Nhóm phiên dịch Padmakara
dịch sang Anh ngữ

Nhiều thế kỷ trước khi khoa học phát triển ở phương Tây, đức Phật đã hiểu rằng khổ đau phát xuất từ tâm thức - cũng có thể nói là "từ con mắt người nhìn". Cho dầu ngôn từ Ngài dùng có thể khác với những từ ngữ của các nhà sinh lý học, khoa học thần kinh và tâm lý học hiện đại, nhưng tuệ giác mà Ngài chỉ bày lại hết sức tương đồng với họ.

Theo các văn bản đầu tiên trình bày những lời dạy của đức Phật về Diệu đế thứ hai (Tập đế) thì *dukkha* (hay khổ đau) sinh khởi từ một trạng thái tâm thức cơ bản mà tiếng Pali gọi là *tanha*, tức là "tham muốn". Các nhà Phật học đã phiên dịch những văn bản Pali đầu tiên sang tiếng Sanskrit định nghĩa nguyên nhân [của khổ đau] là *trisna* hay là "khát ái". Khi giáo pháp này được truyền đến Tây Tạng, [từ ngữ chỉ] nguyên nhân này được dịch là *dzinpa* hay chấp thủ, nắm bắt.

Trong ba từ ngữ trên, mỗi từ theo một cách riêng nhưng đều phản ánh một sự khao khát nền tảng, đó là khao khát được thường tồn hay ổn định, hoặc nhìn từ một góc độ khác thì đó là nỗ lực muốn phủ nhận hay phớt lờ đi tính chất vô thường. Trong những khao khát ấy thì điều cơ bản nhất, thường được mô tả trong kinh điển là "vô minh", chính là khuynh hướng sai lầm cho rằng "tự ngã" và "người khác", "chủ thể" và "khách thể", "tốt" và "xấu"... cùng với những cặp đối đãi tương đối khác, là những thực thể có tự tính, tồn tại một cách không phụ thuộc. Trên một mức độ rất đơn giản, vô minh có thể được mô tả như [ý niệm] cho rằng cái nhãn hiệu trên chai tương ớt chính là tương ớt.

Xuất phát từ ý niệm cho rằng con người, nơi chốn và sự vật là kiên cố và sẵn có tự tính thật hữu, sẽ phát sinh hai sự thôi thúc mãnh liệt như nhau. Thôi thúc thứ nhất, thường được gọi là tham ái, là sự khao khát muốn sở hữu hay bám giữ bất kỳ điều gì mà ta xác định như là thích ý. Thôi thúc thứ hai, gọi là sân hận, là một sự thúc đẩy về hướng ngược lại: muốn tránh né hay triệt tiêu những gì mà ta xác định là khó chịu.

Trong Kinh điển đề cập chung đến *tham ái, sân hận* và *vô minh* như là "ba độc", [tức *tham, sân, si*], là những tập khí do kinh nghiệm tạo ra, đã ăn sâu vào tâm thức đến nỗi che mờ hay làm "nhiễm độc" tâm thức. Ba độc này tác động riêng rẽ hoặc kết hợp, làm sinh khởi vô số khuynh hướng hay cảm xúc khác, chẳng hạn như sự kiêu mạn, chủ ý cầu toàn, mặc cảm tự ti hay sự tự ghét bỏ mình, cảm giác ganh tị khi một người bạn đồng nghiệp được thăng tiến và tự thấy mình xứng đáng hơn, hay nỗi uất nghẹn, buồn khổ và tuyệt vọng ngập tràn trong ta khi thấy cha mẹ bệnh hoạn, già yếu... Do đó, một số giáo pháp trong đạo Phật gọi những khuynh hướng và cảm xúc như thế là "phiền não" hay "tâm chướng", vì chúng hạn chế cách thức ta nhận hiểu đúng các trải nghiệm của mình, và sự hạn chế này lại tiếp tục làm giới hạn khả năng tư duy, cảm nhận và hành động vốn sẵn có nơi ta.

Một khi đã phát triển cảm nhận [phân biệt giữa] "cái tôi" và "không phải tôi", chúng ta sẽ bắt đầu nhận hiểu về những kinh nghiệm của mình theo các phạm trù [phân biệt thành] "của tôi" và "không phải của tôi", "những gì tôi có" và "những gì tôi không có", cũng như "những gì tôi muốn" và "những gì tôi không muốn"...

Lấy ví dụ, hãy thử hình dung bạn đang lái chiếc xe cũ kỹ của mình trên đường và đi ngang một chiếc xe mới toanh lộng lẫy - một chiếc Mercedes (hay Rolls Royce) chẳng hạn - vừa mới bị móp méo trong một tai nạn. Bạn có thể cảm thấy hơi tội nghiệp cho người chủ xe nhưng không nhất thiết có bất kỳ chút ham muốn dính mắc gì với chiếc xe ấy. Vài tháng sau, vì cần phải thay chiếc xe cũ nên bạn đến thăm một bãi xe đã qua sử dụng, và ô kìa, một chiếc Mercedes (hay Rolls Royce) đang được bán với giá rẻ mạt! Thật ra đó chính là chiếc xe bị móp méo trong tai nạn mà bạn đã nhìn thấy mấy tháng trước, nhưng ngay khi bạn ký hợp đồng mua xong thì điều đó không hề quan trọng! Chiếc xe bây giờ là của bạn - và khi bạn đang lái về, một hòn sỏi văng lên làm bể kính chắn gió. Thật là một thảm kịch! Xe *của tôi* hỏng rồi! Tôi sẽ phải trả tiền để sửa xe!

Cùng một chiếc xe, cách đây mấy tháng nó bị móp méo trong một tai nạn và khi đi ngang qua bạn đã không có chút cảm giác gì với nó, dù buồn hay vui. Nhưng giờ đây nó là xe *của bạn*, và khi kính chắn gió bị bể thì bạn cảm thấy bực tức, chán nản và cũng có thể hơi sợ sệt.

Vậy thì tại sao không đơn giản là ngừng lại ở đây? Tại sao không đơn giản là buông bỏ "ba độc" và những gì do chúng tạo ra?

Nếu sự việc dễ dàng đến thế, hẳn nhiên là tất cả chúng ta đều đã thành Phật trước khi đọc hết câu này!

Theo lời Phật dạy và các luận giải về sau của chư Tổ thì "ba độc" cùng hết thảy các tập khí tinh thần và cảm xúc khởi sinh từ ba độc ấy vốn tự chúng không phải là nguyên nhân gây khổ đau. Chính xác hơn là, khổ đau khởi sinh từ sự tham luyến vào chúng. Đó là điều chính xác nhất mà bạn có thể nhận hiểu được từ ý nghĩa cốt yếu của chữ *dzinpa* trong tiếng Tây Tạng. Như đã nói, chữ này thường được dịch [sang tiếng Anh] là *"grasping"*, nghĩa là *nắm bắt*, nhưng tôi cũng từng nghe dịch là *"fixation"*, nghĩa là *chấp thủ*, và tôi nghĩ chữ sau này thâu tóm được nhiều hơn ý nghĩa sâu sắc của chữ *dzinpa*. *Dzinpa* là một nỗ lực giữ chặt trong thời gian và không gian một cái gì đó vốn biến chuyển và thay đổi liên tục.

Gần đây, một cô học trò của tôi [khi nghe về ý nghĩa này] đã kêu lên: *"Giống như trò giết bươm bướm vậy."*

Tôi hỏi ý cô muốn nói gì, và cô mô tả cách thức mà một số người tiêu khiển bằng việc bắt bươm bướm, giết chết rồi ghim xác chúng trong một hộp nhựa hay hộp kính trưng bày chỉ để được vui thích khi ngắm nhìn bộ sưu tập [xác bướm] của mình hay khoe khoang với bạn bè. Cô buồn bã nói tiếp:

- Những con vật xinh đẹp, mong manh là thế! Chúng vốn sinh ra để bay lượn cơ mà! Nếu không bay lượn, chúng thực sự đâu còn là bươm bướm nữa, phải không?

Về một phương diện nào đó, cô đã nói đúng.

Khi chúng ta bám chặt vào những nhận thức của mình, chúng ta mất khả năng bay lượn.

Gương kia ngự ở trên tường...

Tất cả sinh linh, hàm chứa trong thế giới này, thảy đều vô thường.

Jamgon Kongtrul
The Torch of Certainty
(Liễu nghĩa cự)
Judith Hanson dịch sang Anh ngữ

Tôi đã gặp một trường hợp minh họa rất rõ ràng cho những khổ đau mãnh liệt gây ra bởi sự bám chấp mạnh mẽ vào một số những niềm tin hay nhận thức, thông qua sự gặp gỡ với một người phụ nữ lớn tuổi khi bà đến gặp tôi ở Hoa Kỳ cách đây vài năm. Ngay khi vừa ngồi xuống, bà đã bật khóc. Tôi bảo bà: *"Không hề gì đâu. Khi nào bình tĩnh lại, bà có thể cho tôi biết điều gì bất ổn."*

Chúng tôi chờ đợi một lúc để bà tự trấn tĩnh. Cuối cùng bà nói: *"Tôi không muốn mình già đi. Khi nhìn vào gương soi, tôi thấy tất cả những nếp nhăn như thế này [trên mặt] và tôi căm ghét chúng. Tôi quá ghét chúng đến nỗi có một hôm tôi đã đập vỡ cái gương soi. Tất nhiên là rồi tôi phải đi mua lại một cái khác. Nhưng khi nhìn vào gương, tôi vẫn không thấy gì khác ngoài những nếp nhăn và điều này làm tôi phát điên lên. Tôi bực tức và suy sụp quá đến nỗi không biết mình phải làm gì!"*

Tôi phải thú nhận đã hơi ngạc nhiên trước sự bộc phát của bà. Ngày xưa, khuôn mặt của bà nội tôi rất nhăn nheo, nhưng tôi cho rằng những nếp nhăn ấy tăng thêm vẻ đẹp và làm cho khuôn mặt bà mềm mại và hiền dịu biết bao, một khuôn mặt thông tuệ và luôn tươi cười. Tất nhiên là tôi đã không nói thẳng ra như thế. Khi một người đang đau khổ, có lẽ không gì tệ hại hơn là nói ra một câu đại loại như: *"Ồ, đó chỉ là do cách nhận thức của bà. Hãy thay đổi nhận thức và trải nghiệm của bà sẽ thay đổi."* Nếu một trong các vị thầy của tôi nói ra một câu như thế khi tôi còn bị trói chặt trong sự bất an và sợ hãi của mình, tôi không nghĩ là câu ấy hẳn sẽ có chút ý nghĩa gì đối với tôi, và có thể rốt cuộc tôi càng cảm thấy cô đơn hơn, hoang mang hơn trước nữa. Điều tôi cần trong cuộc vật lộn với chính mình là hiểu ra được rằng tôi đang đối mặt với một nan đề mà tất cả mọi người - hay tất cả chúng sinh hữu tình, bằng cách này hay cách khác - đều phải trải qua: một khát vọng sâu xa và xuyên suốt, muốn được sống và phát triển tốt đẹp, có lẽ cũng là được tận hưởng đôi chút an bình.

Tôi rất biết ơn cha tôi và những bậc thầy khác đã dẫn dắt tôi trong suốt tiến trình khó khăn ấy. Các ngài đã thúc giục tôi chỉ cần quay nhìn lại những gì chính mình đang trải nghiệm và thấu hiểu thông qua việc đơn thuần nhận biết sự khởi sinh và diệt mất của những tư tưởng, cảm xúc, sự phê phán và cảm giác. Bằng cách ấy, các ngài đã diễn bày một cách hết sức thực tiễn sự sáng ngời của những lời Phật dạy về giáo pháp Tứ diệu đế. Lẽ ra đức Phật đã có thể lược bỏ hoàn toàn Diệu đế thứ nhì để đi thẳng từ Diệu đế thứ nhất (sự thật về khổ đau) đến Diệu đế thứ ba (sự thật về chấm dứt khổ đau). Nhưng thay vì làm như vậy, Ngài đã đưa ra một sự giảng giải để có thể giúp chúng ta nhìn thẳng vào và giải quyết [ngay từ] các nguyên nhân, điều kiện đã tạo ra bất kỳ khó khăn, khổ sở nào mà chúng ta phải gánh chịu trong đời sống này. Đồng thời, Diệu đế thứ nhì cũng nhấn mạnh rằng chúng ta không hề cô độc trong sự đối mặt với những thách thức. Theo một cách nào đó, hết thảy chúng sinh đều có sự bám chấp vào những nhận thức như: ta là ai hay ta là gì, ta muốn hay cần những gì, ta không muốn hay không cần những gì...

Theo gương các bậc thầy như thế, tôi bắt đầu nói về lẽ vô thường với người phụ nữ đã quá đau khổ vì những nếp nhăn trên mặt, và giải thích cho bà hiểu rằng đó là điều kiện cơ bản [của đời sống] mà tất cả chúng ta đều phải đối mặt. Nếu có thể chấp nhận điều đó, ta sẽ thực sự thấy ra được một số những lợi điểm của sự thay đổi - cả ở mức độ rõ rệt dễ thấy cũng như rất tinh tế khó thấy - mà ta luôn nhận được trong suốt cuộc đời mình. Tôi nói với bà:

- Khi quá chú trọng vào vẻ ngoài và những khả năng của mình khi còn trẻ, bà sẽ không thể thấy được một số lợi thế của tuổi già. Hãy nghĩ đến những điều mà bây giờ bà có thể làm được nhưng lúc còn trẻ thì không. Hãy nghĩ đến tầm nhìn rộng mở mà kinh nghiệm đã mang đến cho bà.

Rồi tôi nói thêm:

- Bà cũng có thể nhớ lại có những lúc khi còn trẻ, bà đã háo hức mong đợi được lớn lên để có được những cơ hội dành cho người thông tuệ hơn, nhiều kinh nghiệm hơn và được tôn trọng hơn. Nếu quá chú trọng đến những biểu hiện ở mức độ rõ rệt của sự thay đổi, bà sẽ không thấy được lợi điểm của những thay đổi tinh tế. Khi còn trẻ, tôi đã háo hức mong đợi được lớn lên, vì hẳn là tôi sẽ được tự do làm những gì tôi muốn và được chủ định hơn. Sẽ không ai có thể bắt tôi phải làm điều gì.

Một năm sau, khi tôi trở lại Hoa Kỳ bà lại đến gặp tôi. Lần này bà thanh thản và tươi cười. Sau khi ngồi xuống, bà báo cho tôi biết là từ sau hôm gặp tôi, bà đã không đập vỡ cái gương nào nữa. Bà giải thích: *"Sau khi được trò chuyện với thầy, con đã nhận hiểu rằng thời gian không phải là kẻ thù của con, tuổi già cũng không phải kẻ thù của con. Chính sự bám chấp của riêng con mới là kẻ thù. Khi soi gương, con chỉ nhìn thấy những gì mà con nghĩ là người khác nhìn thấy: một bà già xấu xí và vô dụng. Và con bắt đầu hành xử tương ứng theo những gì con nghĩ, nên tất nhiên là người ta bắt đầu đối xử với con đúng như một người già nua và vô dụng. Điều đó trở thành một vòng luẩn quẩn.*

"Nhưng khi bắt đầu nghĩ đến những kinh nghiệm đã đạt được qua năm tháng, con thực sự bắt đầu cảm thấy đôi chút tự hào với những nếp nhăn của mình. Mỗi nếp nhăn như là một huy chương danh dự, [ghi nhận] một sự sống còn sau khủng hoảng, một sự vượt qua thử thách. Con bắt đầu nhìn những người cùng lứa tuổi với mình và nghĩ: 'Phải rồi, chúng ta đã trải qua nhiều điều lắm, và sẽ còn nhiều điều nữa sắp đến, những thay đổi lớn nhỏ trong cuộc sống.' Ý con không phải là mỗi sáng con đều nhảy tung ra khỏi giường và mong đợi những thay đổi trong ngày."

Bà bật cười rồi nói tiếp: *"Con đã hơi quá độ tuổi nhảy nhót rồi! Nhưng tự thấy mình ngày càng chú ý nhiều hơn đến cuộc sống của mình, đến khoảnh khắc hiện tại, như thầy thường nói. Bởi vì đó là tất cả những gì con có, phải không? Khoảnh khắc hiện tại. Và có quá nhiều điều đang diễn ra trong khoảnh khắc hiện tại này hơn là con tưởng!"*

Tôi rất thán phục. Chỉ với rất ít chỉ dẫn, người phụ nữ này đã chấp nhận và giải quyết được sự bám chấp vào một ý niệm về chính mình, vốn là nguyên nhân chính gây ra bất ổn tiềm ẩn trong quá nhiều kinh nghiệm của con người. Bà đã đối mặt với nó rồi rút ra bài học từ đó, và thông qua đó đã nhận hiểu được giá trị cuộc đời mình một cách sâu sắc hơn.

Đó là bài học cốt yếu trong Diệu đế thứ nhì. Với sự chấp nhận rằng mọi điều kiện đều tất yếu phải thay đổi, chúng ta sẽ có thể tiếp xúc với mỗi khoảnh khắc với một chút sáng suốt, tự tin hơn, và thanh thản trải nghiệm nó thay vì cố cưỡng lại hoặc bị nó nhấn chìm. Ta không bắt buộc phải để cho những trải nghiệm của mình sai sử, nhưng cũng không cần phải chống trả hay chạy trốn như thể chúng là những "kẻ thù". Chúng ta có quyền chọn cách nhìn vào những trải nghiệm của mình và nhận biết: *"Đây là những gì hiện đang xảy ra, trong khoảnh khắc này. Khoảnh khắc tiếp theo sẽ mang đến một kinh nghiệm khác, và khoảnh khắc sau đó lại sẽ là một kinh nghiệm khác nữa..."*

Theo như tôi biết thì một trong những phương cách giảng giải hay nhất theo ngôn từ hiện đại về sự chấp thủ - vốn đã được đức Phật và các bậc thầy sau này mô tả như là nguyên nhân của một phạm trù rộng lớn những khổ đau và không thỏa ý được bao hàm trong chữ *dukkha* - là nhận hiểu nó như sự cưỡng lại những thay đổi không ngừng diễn ra trong từng giây phút.

Nhân duyên

Dù một đốm lửa nhỏ cũng có thể làm bùng cháy cả núi rơm.

Patrul Rinpoche
The Words of My Perfect Teacher
(Lời vàng của thầy tôi)
Nhóm phiên dịch Padmakara
dịch sang Anh ngữ

Sự bám chấp vào ba độc (tham, sân, si) có thể xem là nguyên nhân tức thời gây ra khổ đau, nhưng cũng giống như một hạt giống thông thường cần có sự phối hợp nhất định với các yếu tố như đất, nước và ánh nắng để có thể chín muồi, các loại phiền não đa dạng cũng sẽ phát triển theo những cách khác nhau, tùy theo sự tương tác phức tạp giữa các duyên vốn khác biệt ở từng cá nhân. Một số lớn các duyên này sinh khởi từ những kinh nghiệm cá nhân cụ thể, như môi trường gia đình đã giáo dục ta, ảnh hưởng văn hóa nơi ta lớn lên, cũng như các yếu tố di truyền vốn chỉ mới bắt đầu được các chuyên gia trong các ngành sinh học và thần kinh học [gần đây] nhận hiểu được. Những yếu tố ấy có thể được ví với đất, nước và ánh nắng trong cuộc sống của mỗi cá nhân chúng ta.

Chẳng hạn như trong nhiều nền văn hóa Á Đông, biểu hiện tuổi tác được xem như những chứng nhận của sự đáng kính: một sự thừa nhận rộng rãi trong văn hóa rằng tuổi đời mang đến một kiểu thông tuệ nào đó rút ra từ kinh nghiệm. Ở nhiều quốc gia phương Tây mà tôi đã thăm viếng, dấu hiệu của tuổi tác có vẻ như biểu hiện cho sự mất mát, yếu đuối hay trở nên "lạc hậu". Ở Ấn Độ, nơi mà tôi đã sống một phần lớn của cuộc đời, một người mang bụng phệ với khuôn mặt tròn trịa, cằm đôi hay thậm chí cằm ba thường được nhiều người xem là những dấu hiệu của sức khỏe tốt, thành công và sung túc. Thế nhưng với rất nhiều trong số những người tôi gặp trong các nền văn hóa phương Tây thì cùng những tướng trạng đó lại thường bị xem là dấu hiệu của sức khỏe kém, bệnh hoạn.

Trong nhiều nền văn hóa, phương Đông cũng như phương Tây, địa vị xã hội của gia đình mà bạn sinh ra có thể được xem là dấu hiệu của sự mạnh mẽ hay yếu đuối, và có thể ảnh hưởng đến cách nhìn nhận của một người về chính mình cũng như của người khác về người ấy. Chẳng hạn, đức Phật sinh ra trong giai cấp *Sát-đế-lỵ* hay *"chiến binh"* và lớn lên với rất nhiều đặc quyền mà nhiều người khác trong xã hội Ấn Độ thời ấy không được hưởng. Khi từ bỏ địa vị và các đặc quyền của mình, Ngài đã tiến một bước quan trọng trong việc nhận biết ảnh hưởng của các điều kiện gia đình và văn hóa đối với nhận thức của chúng ta về chính bản thân mình.

[Điều đó diễn ra] như thế nào?

Ngài chỉ đơn giản lên ngựa ra đi. Tôi không thể nói chắc Ngài đã nghĩ gì khi bỏ lại những đặc quyền ấy sau lưng, nhưng tôi nghĩ có lẽ Ngài đã có một cảm giác được giải thoát: giải thoát khỏi những kỳ vọng [của người khác] đã ràng buộc Ngài.

Những đứa trẻ trong cùng một gia đình đôi khi bị đem ra so sánh với nhau một cách tế nhị và cũng có khi công khai. Trong một chuyến đi Canada hồi gần đây, tôi đã gặp một người mô tả tình huống ấy như sau: *"Anh tôi, con trai trưởng trong nhà, luôn được xem như một thiên tài. Đối với cha tôi, anh ấy không bao giờ lầm lỗi. Cha tôi dành rất nhiều thì giờ với anh ấy, dạy anh cách ném một quả banh vào rổ, sửa máy xe hơi, và lái tàu [trên biển]. Khi đến phiên tôi học những thứ ấy, cha tôi thường càu nhàu: 'Sao mày không thông minh được như anh mày? Mày sẽ chẳng bao giờ làm tốt được chuyện này!'"*

Anh nói tiếp: *"Tuy nhiên tôi vẫn có phần nào may mắn vì mẹ tôi luôn hỗ trợ tôi, và nói với tôi rằng tôi cũng thông minh trong những lãnh vực khác. Bà thường nói: 'Con rất giỏi toán!'*

"Rốt cuộc tôi trở thành một kế toán viên và anh tôi làm thợ máy. Nhìn vẻ ngoài thì tôi có một cuộc sống thoải mái hơn anh ấy nhiều: công việc với thu nhập cao, một ngôi nhà lớn, hai chiếc xe hơi và đủ khả năng cho mấy đứa con gái đi học đàn dương cầm, học khiêu vũ. Nhưng tôi chưa bao giờ thoát được cái cảm giác rằng mình thật 'kém cỏi' theo một cách nào đó, rằng tất cả những gì tôi làm trong công việc hay cho gia đình chỉ là một nỗ lực để trở thành một 'thiên tài', điều mà thuở bé tôi không bao giờ làm được.

"Tôi thương anh tôi và chúng tôi rất hòa thuận với nhau. Nhưng tôi vẫn cảm thấy có chút ganh tị với anh ấy, và sự ganh tị ấy lan ra đến những người cùng làm việc với tôi. Tôi luôn lo lắng tìm cách làm hài lòng cấp trên và sợ

rằng những người khác trong văn phòng có thể hoàn tất phần việc của họ nhanh chóng và hiệu quả hơn tôi. Vì thế tôi thường làm việc trễ giờ hơn so với thông thường, và như vậy có nghĩa là tôi dành ít thời gian hơn cho gia đình. Tôi chu cấp cho gia đình đầy đủ về tài chánh, nhưng tôi thường tự hỏi liệu mình có thiếu sót trên phương diện tình cảm chăng? Anh tôi chỉ tan sở khoảng 5 giờ chiều, đôi khi mang một hộp pizza về nhà và ngồi xem những chương trình ti-vi mà các con anh ấy thích, tuy anh không thích. Anh làm như thế vì anh thích được nhìn các con cười. Bất luận tôi làm gì, dường như tôi vẫn không thể vượt qua được cái cảm giác là sẽ không bao giờ thành công, hạnh phúc hay toại nguyện như anh tôi. Bất luận tôi cố gắng đến mức nào, tôi cũng sẽ không bao giờ giỏi bằng anh tôi."

Người này thật can đảm biết bao khi nhận thức được sự ganh tị của mình và thú nhận rằng mình mang mặc cảm không đủ giỏi bằng người anh! Nhìn trực tiếp như thế vào các nhân duyên của khổ đau là một bước chủ yếu trong việc nhận biết khả năng vượt qua những giới hạn mà ta vẫn thường nghĩ là tất yếu phải vậy hoặc không thể thay đổi.

Cùng với các hoàn cảnh xã hội và gia đình, những thể nghiệm hoàn toàn cá nhân cũng có thể ảnh hưởng chi phối cách nhìn của một người về bản thân và những kinh nghiệm của họ. Tôi đã gặp và trò chuyện với một số người, được nghe họ nói về [những biến cố như] một đêm không ngủ, một cuộc tranh cãi với vợ (hay chồng), con cái, đồng nghiệp, hay sự chấm dứt một quan hệ tình cảm... có thể gây ảnh hưởng tai hại đến cách nhìn của họ về chính mình và thế giới chung quanh như thế nào.

Trong khi đó, có những người khác bước vào phòng tham vấn ở bất kỳ nơi nào tôi đến thuyết pháp, rạng rỡ hạnh phúc vì vừa mới tìm được một tri kỷ "tâm đầu ý hợp", hoặc tìm được một việc làm mà họ hằng mơ ước, hoặc thỏa thuận xong việc tậu một "ngôi nhà trong mộng"...

Bằng nhiều cách, những cuộc trò chuyện này đã giúp tôi hiểu được sâu sắc hơn về Diệu đế thứ nhì. Sự bám víu, chấp thủ hay khát ái - bất luận bạn muốn gọi tên nó là gì - trong nhiều trường hợp, là một phản ứng tức thời và thường không có ý thức đối với vô thường, một điều kiện cơ bản [của hiện thực]: đó là điều mà một vài người bạn của tôi làm việc trong ngành tâm lý học gọi là "cơ chế tự vệ".

Những từ ngữ như "tham luyến", "bám chấp"... không thực sự diễn tả được hết sự phức tạp của bản chất tiềm ẩn trong cơ chế này, có thể được mô tả chính xác nhất như là một kiểu nỗ lực giữ thăng bằng giữa niềm hy vọng và nỗi lo sợ, hy vọng rằng mọi sự sẽ thay đổi hoặc giữ nguyên như cũ, và lo sợ cũng chính những điều ấy. Đôi khi chúng ta bị xô đẩy về phía này hay phía khác [giữa hy vọng và lo sợ], đôi khi ta lại bị kẹt giữa hai đối cực ấy và không biết mình phải nghĩ gì.

Một trong những câu hỏi tôi thường gặp nhất trong những cuộc thuyết giảng cho công chúng cũng như tham vấn riêng là: *"Làm thế nào để trừ bỏ tham ái? Làm thế nào để trừ bỏ hy vọng và lo sợ?"*

Câu trả lời đơn giản là: *"Đừng cố gắng trừ bỏ chúng."*

Tại sao vậy? Bởi vì khi ta nỗ lực trừ bỏ điều gì, thực ra là ta chỉ đang củng cố thêm sự hy vọng và lo sợ mà thôi.

Nếu chúng ta xem một điều kiện, một cảm giác, cảm thọ hay bất kỳ loại kinh nghiệm nào đó như kẻ thù, ta chỉ càng làm cho nó mạnh mẽ hơn mà thôi: ta cưỡng lại [kinh nghiệm ấy] và đồng thời cũng đầu hàng nó. Phương pháp trung dung mà đức Phật đề xuất bắt đầu từ việc chỉ đơn thuần quan sát bất kỳ điều gì chúng ta đang suy nghĩ hay cảm nhận: *Tôi đang tức giận. Tôi đang ganh tị. Tôi đang mệt mỏi. Tôi đang lo sợ...*

Khi quan sát như vậy, dần dần ta sẽ nhận ra rằng những tư tưởng và cảm xúc không cố định và chắc thật như lúc chúng vừa xuất hiện ban đầu. Vô thường có lợi điểm của nó. Mọi thứ đều thay đổi - ngay cả những hy vọng và lo sợ của chúng ta.

Một bài thực tập

Cuộc sống không đứng yên,
dầu chỉ trong khoảnh khắc.

Đại sư Gampopa
The Jewel Ornament of Liberation
(Giải thoát Bảo trang nghiêm luận)
Khenpo Konchog Gyaltsen Rinpoche
dịch sang Anh ngữ

Việc theo dõi những thay đổi vi tế trong kinh nghiệm bản thân đòi hỏi đôi chút thực tập. Lần tới đây, khi bạn đi ngang một tấm gương trong phòng tắm, hãy đứng thế nào để không nhìn thấy khuôn mặt mình [trong gương]. Hãy nhìn những vật thể khác được phản chiếu trong ấy, chẳng hạn như gạch dán tường hay chồng khăn tắm được xếp ngay ngắn... Rồi sau đó hãy nhìn khuôn mặt mình [trong gương]. Dành một chút thời gian để nhận biết bất kỳ khác biệt nào trong những phản ứng tâm lý và cảm xúc mà bạn có thể cảm thấy khi nhìn những gì hiện ra trong gương. Bạn có nhận ra được bất kỳ sự khác biệt nào trong cách bạn phản ứng với "bối cảnh" chung quanh và phản ứng với [hình ảnh] khuôn mặt của chính mình?

Nếu có thể, hãy lặp lại bài tập này trước cùng một tấm gương ấy trong cùng ngày, hoặc cũng có thể là hôm sau. Bạn có nhận ra được bất kỳ sự thay đổi nào trong bối cảnh hay không? Bạn có nhận ra được bất kỳ sự thay đổi nào trên khuôn mặt của chính mình? Rất có khả năng là bạn sẽ nhận ra được một vài thay đổi. Gạch dán tường có thể vừa được lau chùi hay đã bẩn hơn một chút. Những chiếc khăn tắm hay các đồ vật khác trong phòng có thể đã được sắp xếp lại. Rồi cuối cùng khi nhìn vào khuôn mặt mình [trong gương], bạn cũng có thể nhận ra được một vài thay đổi nhỏ.

Đừng tiếp tục bài tập này quá lâu - khoảng chừng 30 giây thôi. Chỉ cần nhận biết được bất kỳ loại phản ứng tâm lý hay cảm xúc nào đối với những thay đổi ấy: *"Hôm nay căn phòng có vẻ gọn gàng hơn"*, hay *"tôi có vẻ mệt mỏi"*, hoặc *"tôi trông già đi"* hay *"trông tôi mập ra"*... Bất kỳ tư tưởng hay cảm xúc nào sinh khởi cũng đều sẽ đem lại hiểu biết sâu sắc về bản chất cụ thể của những thành kiến và tham luyến của chính bạn. Đừng phán xét hay nỗ lực phân tích chúng. Chỉ đơn thuần quan sát chúng thôi. Điểm chính yếu của bài tập này là để bắt đầu nhận biết rằng ngay cả một hành vi nhận thức giác quan đơn giản nhất cũng luôn bị diễn dịch xuyên qua một bức màn che của những tư tưởng và cảm xúc đi kèm theo nó.

Nếu tiếp tục quan sát, chúng ta sẽ dần dần thấy dễ dàng hơn trong việc phân biệt giữa các nhận thức đơn thuần với những yếu tố tinh thần và cảm xúc đi kèm. Tuy nhiên, nhận biết các yếu tố này không có nghĩa là ta phải chối bỏ hay loại trừ chúng. Khi chỉ rõ vai trò của tâm thức trong việc hình thành kinh nghiệm của chúng ta, Diệu đế thứ nhì - tượng trưng cho giai đoạn thứ hai trong phương pháp chẩn đoán của đức Phật nhằm chữa trị căn bệnh khổ đau - giúp ta chuẩn bị để bước sang giai đoạn "tiên lượng bệnh", với Diệu đế thứ ba.

4. BƯỚC NGOẶT

Giải thoát được hiển bày thông qua sự nhận biết đúng thật những gì đang trói buộc chúng ta.

Đức Gyalwa Karmapa đời thứ 9
Mahamudra: The Ocean of Definitive Meaning
(Đại thủ ấn: Liễu nghĩa hải)
Elizabeth M. Callahan dịch sang Anh ngữ

Khi thuyết pháp trước những cử tọa đông đảo, tôi thường gặp một vấn đề khá lúng túng. Cổ họng tôi khô khốc lúc nói chuyện, nên trong buổi giảng tôi thường uống cạn ly nước dành cho tôi khá sớm. Và bao giờ cũng vậy, người ta để ý thấy ly nước cạn nên rất tử tế châm đầy lại cho tôi. Tôi tiếp tục giảng, lại khô họng, lại uống cạn ly nước, và rồi sớm muộn gì cũng sẽ có ai đó lại đến châm đầy. Tôi tiếp tục giảng hoặc trả lời những câu hỏi, và rồi lại có người đến châm đầy ly nước.

Sau một thời gian - thường là trước giờ dự kiến kết thúc buổi giảng - tôi bắt đầu nhận biết một cảm giác khá khó chịu và một ý nghĩ thoáng qua đầu: *"Chết chưa, còn đến một giờ nữa mới xong buổi giảng mà mình cần phải đi tiểu!"*

Tôi giảng thêm một lúc nữa, trả lời một số câu hỏi, rồi liếc nhìn đồng hồ.

Còn 45 phút nữa, và tôi thực sự cần đi tiểu...

Thêm nửa giờ trôi qua, và cảm giác muốn đi tiểu trở nên căng thẳng...

Có người đưa tay lên và hỏi: *"Sự khác biệt giữa tánh giác đơn thuần và tánh giác bị quy định là gì?"*

Câu hỏi này đi thẳng vào tâm điểm của lời Phật dạy về Diệu đế thứ ba. Diệu đế này thường được dịch là *"Diệt đế"*, soi chiếu vào bản thể của kinh nghiệm để cho ta biết rằng mọi dạng thức khổ đau khác nhau mà ta phải chịu đựng đều có thể được dứt trừ.

Nhưng bây giờ tôi *thực sự, thực sự* cần đi tiểu.

Thế là tôi nói với người ấy:

- Đó là một bí mật lớn. Tôi sẽ nói cho ông biết sau khi tạm ngưng một chút.

Với tất cả vẻ uy nghi mà tôi còn có thể giữ lại được, tôi đứng lên rời khỏi ghế ngồi, chầm chậm bước ngang những hàng người đang cúi đầu cung kính, và cuối cùng bước vào nhà vệ sinh.

Trở lại vấn đề, việc tiểu tiện có lẽ không phải là một kinh nghiệm giác ngộ trong ý tưởng của bất kỳ ai, nhưng tôi có thể nói với quý vị rằng khi được xả hết nước trong bàng quang ra, tôi nhận biết cái cảm giác nhẹ nhõm thâm sâu mà tôi thể nghiệm được lúc ấy là một ví dụ rất đúng cho Diệu đế thứ ba: cảm giác nhẹ nhõm ấy luôn tồn tại trong tôi, như một cái gì đó mà ta có thể gọi là một điều kiện căn bản. Tôi đã không nhận ra nó chỉ vì nó tạm thời bị chướng ngại bởi bầu nước căng tức kia. Nhưng rồi sau đó, [khi xả hết nước thì] tôi đã có thể nhận biết và hiểu được giá trị của nó.

Đức Phật đề cập đến nan đề này với một ví dụ trang trọng hơn, qua đó Ngài so sánh bản chất căn bản này với mặt trời. Cho dù mặt trời luôn chiếu sáng, nó vẫn thường bị che mờ bởi những đám mây. Nhưng ta chỉ có thể thực sự thấy được những đám mây nhờ có mặt trời chiếu sáng chúng. Cũng vậy, bản chất căn bản của chúng ta vốn luôn hiện hữu. Trong thực tế, chính nó đã giúp ta nhận biết được ngay cả những gì đang che khuất nó: tri kiến này có thể được nhận hiểu rõ nhất bằng cách quay trở lại với câu hỏi vừa được nêu lên ngay trước khi tôi [rời giảng đường để] đi vào nhà vệ sinh.

Hai loại tánh giác

Tinh yếu của mỗi một tư tưởng nảy sinh chính là tánh giác ban sơ.

Pengar Jamphel Sangpo
Short Invocation of Vajradhara
(Kim cương Tổng trì thỉnh nguyện yếu văn)
Maria Montenegro dịch sang Anh ngữ

Thật ra chẳng có bí mật lớn lao gì trong việc nhận hiểu khác biệt giữa tánh giác đơn thuần và tánh giác bị quy định bởi các điều kiện nhân duyên. Cả hai đều là những sự nhận biết, có thể tạm định nghĩa như là khả năng nhận ra, ghi nhớ, và trong một ý nghĩa nào đó là "sắp xếp phân loại" mọi khoảnh khắc kinh nghiệm.

Tánh giác đơn thuần giống như một quả cầu pha lê trong suốt, tự nó không màu sắc nhưng có khả năng phản chiếu bất kỳ điều gì: khuôn mặt của bạn, người khác, tường vách, bàn ghế v.v... Nếu xoay nó một chút, có thể bạn sẽ nhìn thấy những chỗ khác trong phòng, và kích thước, hình dạng, vị trí của bàn ghế có thể thay đổi. Nếu mang nó ra ngoài, bạn có thể nhìn thấy [phản chiếu trong nó những] cây cối, chim chóc, hoa lá và ngay cả bầu trời! Dù vậy, những gì hiện ra trong đó chỉ là sự phản chiếu. Chúng không thực sự tồn tại bên trong quả cầu và cũng không làm thay đổi bản chất của quả cầu theo bất kỳ cách thức nào.

Bây giờ, giả sử quả cầu thủy tinh được bọc trong một mảnh lụa màu. Tất cả những gì bạn nhìn thấy phản chiếu trong ấy - cho dầu bạn có xoay nó, mang nó sang những căn phòng khác hay ra ngoài đường - cũng đều sẽ nhuốm màu của mảnh lụa theo một mức độ nào đó. Đây là một miêu tả khá chính xác về tánh giác bị quy định bởi các điều kiện nhân duyên: một toàn cảnh bị nhuốm màu bởi vô minh, tham ái, sân hận và vô số những che chướng khác khởi sinh từ *"dzinpa"*. Dù vậy, những hình ảnh phản chiếu bị nhuốm màu này cũng chỉ đơn thuần là sự phản chiếu. Chúng không làm thay đổi bản chất của vật đã phản chiếu chúng. Về cơ bản, quả cầu pha lê kia vẫn trong suốt không màu.

Tương tự, tánh giác đơn thuần tự nó luôn trong sáng, có khả năng phản chiếu bất kỳ sự vật gì, ngay cả những ý niệm sai lầm về chính nó như là có giới hạn hay bị nhân duyên quy định. Cũng giống như mặt trời chiếu sáng lên những đám mây đang che khuất nó, tánh giác đơn thuần giúp ta có khả năng thể nghiệm những khổ đau [thuộc loại] tự nhiên cũng như kịch bản đang diễn ra không ngừng của những khổ đau tự tạo, như *tôi* đối nghịch với *người khác*, *của tôi* đối nghịch với *của người khác*, *tốt* đối nghịch với *xấu*, *dễ chịu* đối nghịch với *khó chịu* v.v...

Chân lý về sự tịch diệt hay Diệt đế thường được mô tả như một sự giải thoát rốt ráo không còn những chấp thủ, tham lam hay khát ái. Mặc dù chữ "diệt" có vẻ như hàm ý một tình trạng nào đó khác biệt hay tốt đẹp hơn so với những gì ta đang trải nghiệm, nhưng nó lại thực sự chỉ cho việc thừa nhận một tiềm năng vốn sẵn có trong ta.

Việc đạt đến tịch diệt - hay giải thoát khỏi *dukkha* - là khả thi, vì về căn bản thì tánh giác [đơn thuần] vốn là trong sáng và không bị quy định. [Những tâm hành như] sợ hãi, nhục nhã, tội lỗi, tham lam, tranh đua v.v... chỉ là những tấm màn che chướng, những phóng ảnh [tạo ra từ sự] kế tục và được củng cố bởi nền văn hóa, [môi trường] gia đình và kinh nghiệm bản thân. Theo Diệu đế thứ ba, mức độ giảm nhẹ của khổ đau sẽ tương ứng với mức độ buông bỏ toàn bộ cơ cấu của tham ái.

Chúng ta thành tựu điều này không phải bằng cách đè nén những tham muốn, sân hận và chấp thủ, hay nỗ lực để *"suy nghĩ khác đi"*, mà thay vì vậy là bằng cách xoay chuyển sự nhận biết vào nội tâm, quán sát những tư tưởng, cảm xúc và cảm thọ đã gây bất ổn cho ta và bắt đầu nhận biết chúng - thậm chí có thể là hiểu được giá trị của chúng - như là những hiển lộ của chính sự nhận biết, hay tánh giác.

Nói một cách giản dị, *nguyên nhân* của những căn bệnh đa dạng mà ta mắc phải cũng chính là *phương thuốc trị liệu*. Tâm thức tham ái cũng chính là tâm thức mang đến sự giải thoát.

Tánh Phật

Khi đang sống trong bóng tối,
tại sao không đi tìm ánh sáng?

The Dhammapada
(Kinh Pháp Cú)
Eknath Easwaran dịch sang Anh ngữ.

Để giải thích vấn đề này một cách rõ ràng mạch lạc hơn, tôi phải ăn gian một chút bằng cách đưa ra một đề tài mà đức Phật chưa bao giờ chính thức đề cập đến trong lần Chuyển pháp luân thứ nhất. Nhưng theo một số bậc thầy của tôi đã thừa nhận thì đề tài này được hàm ý trong các lần Chuyển pháp luân thứ nhất và thứ hai.

Điều đó không phải như thể là Ngài đã giữ lại một phát kiến lớn lao nào đó để chỉ truyền dạy cho những vị đệ tử ưu tú và xuất sắc nhất. Thay vì vậy, như một bậc thầy có trách nhiệm, Ngài đã tập trung trước hết vào việc truyền dạy những pháp môn cơ bản rồi mới chuyển sang những đề tài chuyên sâu hơn sau đó. Cứ hỏi bất kỳ giáo viên tiểu học nào về tính thực tiễn của việc dạy toán học cho trẻ em chưa thông thạo bốn phép tính cộng trừ nhân chia căn bản thì sẽ biết.

Đề tài tôi đang muốn nói đến là tánh Phật - không phải [theo ý nghĩa] là chỉ đến cách hành xử hay thái độ, tính cách của [đức Phật Thích-ca Mâu-ni như] một vị du tăng đắp y đi khất thực! Chữ *"Buddha"* hay *"Phật-đà"* trong tiếng Sanskrit có thể tạm dịch là "người tỉnh thức". Khi dùng như một danh xưng chính thức, từ ngữ này thường chỉ cho ngài *Siddhartha Gautama* (hay *Tất-đạt-đa Cồ-đàm*), người thanh niên đã đạt đến giác ngộ cách đây hơn 2.500 năm tại Bodhgaya (Bồ-đề Đạo tràng).

Tuy nhiên, [chữ "Phật" trong cụm từ] "tánh Phật" không phải là một danh xưng chính thức. Đó không phải là một tính cách duy nhất chỉ thuộc về đức Phật Thích-ca Mâu-ni hay những hành giả Phật giáo. Đó cũng không phải một điều gì được sáng tạo hay tưởng tượng ra. Đó là phần tâm điểm hay tinh yếu vốn có của tất cả chúng sinh: một tiềm năng vô hạn để thấy, nghe hay thực hiện, thể nghiệm bất kỳ điều gì. Nhờ có tánh Phật, ta mới có khả năng học hỏi, phát triển, thay đổi... Ta cũng có khả năng tự mình [tu tập] thành Phật.

Tánh Phật không thể mô tả bằng những khái niệm tương đối. Tánh Phật phải được thực chứng, và sự thực chứng thì không thể định nghĩa bằng ngôn từ. Hãy tưởng tượng bạn đang ngắm nhìn một khung cảnh quá hùng vĩ đến nỗi vượt quá khả năng miêu tả của bạn, như khe núi Grand Canyon [ở bang Arizona của Hoa Kỳ] chẳng hạn. Bạn có thể nói là nó lớn lắm, rằng các vách đá ở cả hai bên đều có màu đỏ, và rằng không khí ở đây khô ráo, thoảng nhẹ hương tuyết tùng (cedar)... Nhưng dầu có miêu tả kỹ lưỡng đến đâu đi chăng nữa, sự miêu tả của bạn cũng không thực sự bao quát được hết cái kinh nghiệm đứng trước một khung cảnh quá bao la như thế. Hoặc là bạn có thể cố gắng miêu tả phong cảnh được quan sát từ trên tòa tháp Đài Bắc 101, một trong những kiến trúc cao nhất thế giới và được thừa nhận là một trong "bảy kỳ quan" của thế giới hiện đại. Bạn có thể miêu tả về toàn cảnh, chẳng hạn như những chiếc xe hơi và người đi lại bên dưới trông như những đàn kiến [nhỏ bé] như thế nào, hay về cảm giác khó thở của chính bạn khi đứng ở một nơi quá cao như thế so với mặt đất. Nhưng sự miêu tả đó hẳn sẽ không truyền đạt được chiều sâu và bề rộng kinh nghiệm của bạn.

Cho dù tánh Phật là không thể mô tả, nhưng đức Phật quả thật có đưa ra một số nét chính, theo cách như những bảng chỉ đường hay bản đồ có thể giúp ta hướng đến kinh nghiệm không thể mô tả này. Một trong những phương thức Ngài đã dùng để mô tả kinh nghiệm này là dưới dạng ba phẩm tính: *trí tuệ vô song*, tức là khả năng biết được tất cả và bất kỳ điều gì, cả trong quá khứ, hiện tại và vị lai; *khả năng vô hạn*, bao hàm một năng lượng vô tận để giải thoát chính mình và mọi chúng sinh khác ra khỏi bất kỳ hoàn cảnh khổ đau nào; và *tâm từ bi vô lượng*, một tâm nguyện vô biên lân mẫn tất cả sinh linh và vị tha rộng mở hướng đến mọi chúng sinh, là động cơ để tạo ra những điều kiện giúp cho hết thảy chúng sinh đều được phát triển và thành tựu như nguyện.

Điều tất nhiên là có nhiều người nhiệt thành tin tưởng vào những gì đức Phật mô tả như trên và vào khả năng là thông qua sự nghiên cứu và tu tập họ sẽ có thể thực chứng được một kinh nghiệm trực tiếp về *trí tuệ vô song, khả năng vô hạn* và *tâm từ bi vô lượng* [đúng như lời Phật dạy]. Nhưng có lẽ cũng có nhiều người khác lại nghĩ rằng sự mô tả như trên của đức Phật chỉ là một mớ ngôn từ vô nghĩa.

Thật lạ lùng, trong nhiều kinh văn, đức Phật dường

như đã thoải mái tham gia đối thoại với những người nghi ngờ giáo pháp của Ngài. Nói cho cùng, Ngài chỉ là một trong nhiều bậc thầy đi thuyết giảng khắp nước Ấn Độ vào khoảng thế kỷ thứ tư trước Công nguyên, một hoàn cảnh tương tự với thực trạng của chúng ta bây giờ, khi các đài truyền thanh, truyền hình và mạng Internet tràn ngập những bậc thầy và các bài giảng thuộc đủ loại tín ngưỡng. Tuy nhiên, khác với những người đương thời, đức Phật không hề cố gắng thuyết phục người khác rằng duy chỉ phương pháp mà Ngài đã áp dụng để thoát khỏi khổ đau mới là phương pháp chân chính. [Ngài đã nêu ra] một chủ đề xuyên suốt trong nhiều bản kinh, có thể được tóm gọn bằng ngôn từ hiện đại như sau: *"Đây chỉ là những gì tôi đã làm và đây là những gì tôi đã nhận biết. Đừng tin vào bất kỳ điều gì tôi đã nói chỉ vì đó là lời của tôi. Hãy tự mình thử nghiệm chúng."*

Ngài cũng không tích cực ngăn cản những ai muốn tìm hiểu những gì Ngài đã chứng ngộ và chứng ngộ bằng cách nào. Thay vì vậy, trong những lời dạy về tánh Phật, Ngài đã trình bày với thính chúng một kiểu thể nghiệm tư duy, khuyến khích họ khám phá trong chính kinh nghiệm bản thân mình những phương cách mà qua đó các khía cạnh của tánh Phật thỉnh thoảng vẫn được hiển bày trong đời sống hằng ngày của họ. Ngài đã trình bày thể nghiệm này qua tỷ dụ với một căn nhà có thắp sáng đèn bên trong nhưng tất cả các bức màn che và rèm cửa đều đã buông xuống. Căn nhà tượng trưng cho một toàn cảnh nhân duyên thể chất, tinh thần và cảm xúc hòa hợp có vẻ như chắc thật biết bao. Ngọn đèn tượng trưng cho tánh Phật của chúng ta. Cho dù những bức màn che và rèm cửa đã buông kín, thế nào rồi cũng phải có một chút ánh sáng từ bên trong căn nhà hắt ra bên ngoài.

Bên trong căn nhà, ánh đèn đủ sáng để phân biệt rõ ràng giữa mọi vật, chẳng hạn như một cái ghế, cái giường hay tấm thảm. Khi ánh sáng le lói xuyên qua những bức màn che hay rèm cửa, chúng ta đôi khi có thể thể nghiệm được ánh sáng trí tuệ như một trực giác, là điều mà một số người miêu tả như là cảm nhận *"từ bản năng sâu xa nhất"*[1] về một con người, một tình huống hay sự kiện.

[Ánh sáng của] tâm từ bi chiếu xuyên qua *"những tấm rèm chắn"* vào những lúc chúng ta giúp đỡ hay an ủi người khác một cách hoàn toàn tự nhiên, không do sự ích kỷ hay vì nghĩ rằng mình có thể sẽ được đền đáp bằng món gì đó, mà chỉ vì có vẻ như đó là một điều đúng đắn phải làm. Điều đó có thể thật đơn giản, như đưa vai cho ai đó tựa vào mà khóc khi họ đang đau khổ, hoặc giúp ai đó băng qua đường, hay có thể liên quan đến một cam kết lâu dài hơn, như ngồi bên giường của một người bệnh hay hấp hối. Ai trong chúng ta cũng từng nghe nói đến những trường hợp cực kỳ cấp thiết khi một ai đó không hề nghĩ đến rủi ro cho mạng sống của chính mình, dám lao ngay xuống sông để cứu một người lạ đang sắp chết đuối.

Năng lực [của tánh Phật] thường hiển lộ qua phương cách mà ta sống còn được sau những nghịch cảnh khó khăn. Chẳng hạn như, gần đây tôi gặp một Phật tử thâm

[1] Nguyên bản dùng "gut-level", mang nghĩa là một bản năng được hình dung nằm ở mức độ sâu xa hơn trong tâm thức so với các mức độ tư duy ý thức, nên cũng được xem là căn bản hơn.

niên, người đã đầu tư rất nhiều vào thị trường cổ phiếu hồi thập niên 1990. Khi thị trường này suy sụp vào cuối thập niên ấy, ông đã mất tất cả. Nhiều bạn bè và đối tác của ông cũng mất rất nhiều tiền, và một số người trong bọn họ gần như phát điên lên. Một số khác đánh mất niềm tin vào bản thân và khả năng quyết định của mình; một số nữa bị suy sụp nặng nề; và lại có một số khác, cũng giống như những người bị phá sản trong khủng hoảng kinh tế năm 1929, đã nhảy lầu tự tử. Nhưng người Phật tử này không hề mất trí hay mất tự tin, cũng chẳng suy sụp. Dần dần, ông bắt đầu việc đầu tư trở lại và xây dựng một nền tảng tài chánh vững chắc mới.

Nhìn thấy vẻ ngoài bình tĩnh của ông trước một sự suy thoái kinh tế khủng khiếp như thế, một số bạn bè và đồng nghiệp đã hỏi ông làm thế nào có thể giữ tâm bình thản như thế. Ông trả lời:

- À, tôi đã nhận tất cả số tiền đó từ thị trường chứng khoán, rồi nó trở lại với thị trường chứng khoán, và bây giờ thì nó đang quay lại [với tôi] đó thôi. Hoàn cảnh thay đổi, nhưng tôi thì vẫn còn đây. Tôi có thể đưa ra những quyết định. Vậy thì rất có thể tôi sống trong một tòa nhà lớn năm nay và năm sau phải ngủ nhờ trên một chiếc chiếu ở nhà người bạn... Nhưng điều đó không làm thay đổi sự thật là tôi có thể chọn lựa cách suy nghĩ về chính mình và về tất cả những gì đang xảy ra với tôi. Trong thực tế, tôi thấy bản thân mình rất may mắn. Một số người không có khả năng chọn lựa, và một số người khác không nhận biết là họ có thể chọn lựa. Tôi nghĩ rằng tôi đã may mắn được rơi vào hạng người có thể nhận biết được khả năng chọn lựa của mình.

Tôi từng được nghe những nhận xét tương tự từ những người phải đối mặt với bệnh tật kinh niên, hoặc của chính họ, hoặc của cha mẹ, con cái, người thân trong gia đình hay bạn bè... Chẳng hạn, có một người đàn ông tôi mới gặp gần đây ở Bắc Mỹ đã nói nhiều về việc phải duy trì công việc đang làm, giữ tròn bổn phận với vợ con, trong khi đồng thời phải tiếp tục thăm nuôi người cha bị bệnh Alzheimer. Ông nói:

- Tất nhiên là rất khó để cân bằng được tất cả những việc ấy, nhưng đó là những gì tôi làm. Tôi không thấy có bất kỳ cách nào khác hơn.

Một phát biểu thật giản dị nhưng [khiến người ta] thanh thản biết bao! Mặc dầu trước đó có thể là ông ta chưa từng được nghe giảng pháp, chưa bao giờ học hỏi Kinh luận, cũng không nhất thiết tự nhận mình là Phật tử, nhưng cách ông mô tả và tiếp cận cuộc đời đã biểu lộ một cách tự nhiên ba khía cạnh của tánh Phật: *trí tuệ* để nhìn thấy chiều sâu và chiều rộng hoàn cảnh của mình, *khả năng* chọn lựa cách diễn giải và hành động trước những gì đã thấy, và một khuynh hướng *từ bi* rất tự nhiên.

Khi lắng nghe ông, tôi chợt nghĩ rằng ba phẩm tính ấy của tánh Phật có thể được tóm gọn trong hai chữ "dũng cảm" - đặc biệt là sự dũng cảm để hiện hữu, đúng thật như bản chất của chính mình, ngay tại đây, vào lúc này, với tất cả những hoài nghi và chưa xác quyết của mình. Sự đối diện trực tiếp với kinh nghiệm mở ra cho chúng ta khả năng nhận biết rằng, bất kỳ điều gì ta đang trải nghiệm: tình thương, sự cô đơn, căm ghét, ganh tị, niềm vui, tham lam, buồn khổ v.v... về bản chất đều là sự biểu hiện tiềm năng căn bản vô hạn của tánh Phật trong ta.

Nguyên lý này ẩn tàng trong những "tiên lượng tích cực" của Diệu đế thứ ba. Bất kỳ vấn đề bất ổn nào mà chúng ta cảm nhận - dù là tinh tế, mãnh liệt hay nằm giữa hai đối cực này - đều sẽ giảm dần theo tỷ lệ thuận với việc dứt trừ sự bám chấp vào cách nhìn về chính mình như là rất hạn cuộc, bị quy định và lệ thuộc vào các điều kiện bên ngoài để bắt đầu thấy mình có khả năng trải nghiệm bất kỳ điều gì. Cuối cùng, ta có thể an trụ vào chính tánh Phật theo cách giống như một chú chim có thể nghỉ ngơi khi đã bay về tổ chẳng hạn.

Ngay lúc ấy, khổ đau chấm dứt. Không có gì để ta phải lo sợ, không có gì để phải cưỡng lại. Ngay cả cái chết cũng không thể làm cho bạn nao núng.

Điều này trở nên hết sức rõ ràng với tôi khi kề cận chăm sóc cha tôi trong những ngày giờ cuối cùng của Ngài. Năm ấy tôi 21 tuổi và cha tôi 76. Ngài là một thiền sư vĩ đại, đã dành trọn cuộc đời để củng cố một sự nhận hiểu sâu xa về tính chất bao la của tâm thức và sự ngắn ngủi giả tạm của nhận thức, như Ngài đã được học, và trao truyền sự nhận hiểu này cho hàng ngàn đệ tử khắp nơi trên thế giới. Rất nhiều người đã tìm đến thăm viếng Ngài vào những ngày cuối đời: chư tăng ni, thân nhân trong gia đình, những bậc thầy khác, những đệ tử cũ, và cả những người dân thường từ các xóm làng xung quanh. Có lúc Ngài ngồi dậy chào đón họ, nhưng cũng có lúc Ngài đành phải nằm. Với mỗi người đến thăm, Ngài đều mỉm cười hiền hậu và thều thào nói lời "cám ơn" thật dịu dàng.

Trên nét mặt Ngài không lộ vẻ gì sợ hãi, và cũng không có dấu hiệu vật vã nào trong thân hình gầy gò của Ngài. Dấu hiệu duy nhất cho thấy Ngài đang trải qua một [tiến trình] chuyển tiếp khác thường là thỉnh thoảng vẻ hiếu kỳ thoáng nhẹ qua khuôn mặt, và dĩ nhiên, cùng với điều đó là biểu hiện như ngầm chia tay lần cuối khi Ngài ân cần nói lời cảm ơn không sót một người đến thăm nào, như thể họ đã từng là những người thầy của Ngài chứ không phải ngược lại.

Vào những giây phút cuối cùng, Ngài cảm thấy cần đi tiểu. Vì nhà vệ sinh ở xa tận cuối tiền sảnh nên trong phòng Ngài có một cái bô vệ sinh. Khi có người đem đến cho Ngài, Ngài bắt đầu đứng dậy. Một trong mấy người anh của tôi nói: *"Ba cứ nằm yên như vậy tốt hơn, chúng con có thể đưa bô vào được mà."*

- Ồ không, không...

Ngài nói và bật cười, xua đi những lo lắng của chúng tôi. Xong xuôi, Ngài ngồi trở lại trên giường trong tư thế thiền định, hai chân tréo nhau, lưng thẳng, hay bàn tay thư thái đặt trong lòng và mắt chăm chú nhìn thẳng về phía trước. Rất khoan thai, hơi thở Ngài chậm dần lại và cuối cùng dứt hẳn. Thậm chí sau khi Ngài đã viên tịch một lúc lâu, chúng tôi vẫn chưa nhận biết được. Ngài vẫn giữ nguyên tư thế thiền định như thế trong 3 ngày rồi mới bắt đầu gục xuống. Tiếng Tây Tạng gọi hiện tượng này là *tuk dam*, tạm dịch là *"tử trung thiền định"*, là tiến trình trải nghiệm một cách có ý thức sự tách lìa thần thức ra khỏi thân xác.

Trong suốt thời gian ấy, thân xác Ngài không cứng đơ như một tử thi [thông thường] và da dẻ vẫn hồng hào, thậm chí có phần tỏa sáng. Tôi có thể hiểu rất rõ rằng đây là những điều nhiều người trong thế giới hiện đại sẽ thấy khó mà tin được. Hẳn tôi cũng sẽ thấy khó tin nếu như không tận mắt chứng kiến - dù tôi đã được giáo dục trong một truyền thống vốn tin rằng con người có thể trải qua kinh nghiệm chết với tâm hoàn toàn chánh niệm và bình thản. Nhưng ở đây là những dấu hiệu rõ ràng. Cha tôi đã chết trong một trạng thái hoàn toàn tỉnh thức, và như một biểu hiện sáng ngời của tánh Phật trong mình, Ngài đã bình thản nhìn vào điều mà hầu hết mọi người đều xem là dạng thức kinh khủng nhất của khổ đau.

Những thoáng Phật hiện

Mỗi một chúng sinh đều có
khả năng hoàn thiện và đạt được giác ngộ.

Ngài Tai Situpa đời thứ 12
Awakening the Sleeping Buddha
(Đánh thức vị Phật đang ngủ)
Lea Terhune hiệu đính.

Hầu hết chúng ta đều không nhận biết tánh Phật của mình khi chưa được chỉ dẫn. Cách đây không lâu, tôi được nghe câu chuyện về một người ở Ấn Độ được ai đó tặng cho một cái đồng hồ đeo tay đắt tiền. Vì chưa từng được biết đồng hồ đeo tay là vật gì và dùng để làm gì, nên ông ta xem nó không khác gì hơn là một cái vòng đeo tay xinh đẹp. Ông không hề biết đó là một dụng cụ cho biết giờ giấc. Kết quả là ông luôn đi làm trễ, cuối cùng bị đuổi việc và mất nhà. Mặc dầu ông hẹn gặp nhiều người chủ có thể sẽ thuê ông, nhưng rồi ông cứ đến chỗ hẹn quá trễ hoặc quá sớm nên không được phỏng vấn. Cuối cùng quá chán nản, ông hỏi một người lạ mặt đi đường: *"Ông ơi, có thể cho tôi biết mấy giờ rồi không?"*

Người này nhìn ông ngạc nhiên, nói:

- Ông đang đeo cái đồng hồ, nó sẽ cho ông biết giờ mà?

Ông trả lời:

- Cái đồng hồ ư? Nó là cái gì vậy?

Người lạ mặt vừa hỏi vừa chỉ vào món đồ ông đang đeo nơi cổ tay:

- Này, ông đang đùa với tôi đó hả?

- Đâu có! Đây chỉ là một món trang sức xinh đẹp. Một người bạn đã tặng tôi. Nó có liên quan gì đến việc biết giờ giấc?

Người khách qua đường ấy vô cùng nhẫn nại, chỉ cho ông cách đọc giờ và phút trên đồng hồ, thậm chí cả cây kim giây đang chạy thật nhanh.

Ông kêu lên:

- Thật không thể tin được! Ông bạn muốn nói rằng tôi luôn sẵn có một vật cho tôi biết giờ giấc mà tôi lại không hề hay biết?

Người khách lạ nói:

- Đừng trách tôi! Lẽ ra người đã tặng ông cái đồng hồ phải giải thích cho ông rõ đó là vật gì.

Sau một lúc, người đàn ông trả lời bằng một giọng nhỏ nhẹ, lúng túng:

- Ồ, có lẽ chính ông ấy cũng không biết nó là vật gì.

Người khách lạ trả lời:

- Dầu gì thì ông ấy cũng đã tặng ông một món quà mà ông không biết cách sử dụng. Bây giờ thì ít ra ông cũng đã biết cách dùng nó rồi.

Nói xong, ông ta biến nhanh vào trong dòng người bộ hành, hành khất, xe hơi, xe kéo... vốn luôn chen chúc trên những con đường đông đảo của Ấn Độ.

Ai mà biết được người này là một vị Phật hay chỉ là một khách lạ tình cờ gặp gỡ và là người biết được sự khác biệt giữa một chiếc đồng hồ và một cái vòng đeo tay? Dầu sao thì người đàn ông cũng đã biết sử dụng đồng hồ, đã đến đúng giờ phỏng vấn xin việc và cuối cùng có được một công việc tốt để rồi xây dựng lại cuộc đời. Bài học tôi rút ra được từ câu chuyện này là chúng ta vốn sẵn có những khả năng mà ta thường không nhận biết được, cho đến khi chúng được [điều gì hay ai đó gợi mở, nhắc nhở và] chỉ bày cho ta. Tôi thích gọi sự nhắc nhở này là *"những thoáng Phật hiện"*, có thể nói là những cơ hội để thức tỉnh ta ra khỏi trạng thái ngủ mê của sự nhận biết bị quy định bởi các nhân duyên, điều kiện.

Tôi đã trải nghiệm một thoáng hiện của Phật như thế trong lần đầu tiên đi thuyết giảng ở California, khi người ta thúc giục tôi đi bơi để rèn luyện thể lực. Tôi không muốn đi, nhưng ban tổ chức đã xếp lịch với một câu lạc bộ bơi lội địa phương, nơi có một hồ bơi với kích thước theo tiêu chuẩn Thế vận hội.

Tôi nhảy xuống hồ và lập tức thành công trong việc bơi... sâu bên dưới mặt nước, có nghĩa là tôi đã chìm lỉm như một hòn đá. Tôi cố gắng trườn người tới bên dưới mặt nước nhưng không kéo dài được quá một phút. Chân tay tôi mỏi nhừ và tôi không sao nín thở được nữa. Tôi tự nhủ: *"Được rồi, mình đã quá căng thẳng, cố muốn cho được việc."* Thế là tôi thư giãn chân tay hoàn toàn, trồi lên mặt nước và rồi một lần nữa lại thành công trong việc... chìm xuống.

Thế rồi tôi bỗng nhớ ra điều gì: hồi nhỏ tôi thường bơi trong một cái ao gần nhà. Ao này không sâu lắm và cách bơi của tôi không thể gọi là thanh lịch - chỉ là lối đập tay đập chân để đi tới theo kiểu bơi chó.

Những người đưa tôi đến hồ bơi đã kinh ngạc hỏi:

- Vừa nãy thầy chìm lỉm, rồi ngay sau đó thầy biết bơi! Thầy làm sao được như vậy?

Tôi đáp:

- Tôi đã nhớ lại. Trong mấy phút đầu tôi đã bối rối trước kích thước của hồ bơi, nhưng rồi tôi nhớ lại là tôi biết bơi.

Kinh nghiệm này cũng tương tự - có lẽ ở một mức độ thu nhỏ - với sự nhớ lại về năng lực, tiềm năng của tánh Phật. Nằm sâu trong ta sẵn có tiềm năng của trí tuệ vô biên, năng lực vô tận và từ bi vô lượng. Chúng ta thường có khuynh hướng không nhớ lại khả năng của mình cho đến khi bị ném vào những hoàn cảnh chỉ có sự lựa chọn duy nhất: *hoặc chết chìm hoặc biết bơi!*

Hãy nhìn vào những gì tốt đẹp

Tôi tùy hỉ mọi thiện nghiệp
của tất cả chúng sinh.

Ngài Tịch Thiên (Santideva)
The Bodhicaryavatara
(Nhập Bồ Tát hạnh)
Kate Krosby và Andre Skilton dịch sang Anh ngữ

Qua trao đổi với nhiều nhà tâm lý học trong những chuyến đi của mình, tôi được biết về một thói quen ứng xử đáng chú ý trong bản chất tự nhiên của con người: Nếu ta có 10 đặc tính, trong đó là 9 ưu điểm và 1 khuyết điểm, thì hầu hết mọi người sẽ có khuynh hướng gần như chỉ đặc biệt chú ý tới 1 khuyết điểm đó và quên đi cả 9 ưu điểm kia.

Chính tôi đã chứng kiến điều đó cách đây không lâu khi nhận được một cú điện thoại rất khuya của người bạn vốn là một nữ nhạc sĩ khá nổi danh. Lúc ấy bà đang ở châu Âu và vừa trở về khách sạn sau một buổi trình diễn trước hàng ngàn người hâm mộ nồng nhiệt. Hãy tưởng tượng đứng trước từng ấy người và nghe họ hét to lên rằng họ thương yêu bạn, rằng bạn tuyệt vời biết bao!

Sau buổi trình diễn, bà trở về phòng khách sạn để làm việc với máy tính xách tay. Thật không may, máy đã hết pin và bà quên mang theo bộ sạc điện để có thể sử dụng máy và nạp pin. Bà gọi điện thoại xuống văn phòng khách sạn nhờ giúp đỡ, họ hứa sẽ lên phòng bà ngay. Nhiều phút trôi qua mà không thấy ai cả và bà bắt đầu cảm thấy bối rối với đủ loại cảm xúc khởi sinh như: giận dữ, oán hờn, và cô đơn vì không thể kết nối với thế giới bên ngoài qua điện thư hoặc internet.

Cuối cùng, bà gọi điện cho tôi - lúc ấy tôi đang thuyết giảng ở Paris - và hỏi:

- Con có thể làm gì bây giờ? Chỉ riêng sự xuất hiện bên lề đường của con cũng có thể làm cho hàng ngàn người vui thích, nhưng khi một mình trong phòng khách sạn, con lại khổ sở. Chuyện rắc rối ngớ ngẩn nhỏ nhặt với cái máy tính này đã phá hoại giấc ngủ của con suốt đêm nay.

Chúng tôi nói chuyện với nhau một lát về sự chấp nhận lẽ vô thường và những thách thức của sự bám chấp vào thực tại tương đối. Tôi nhớ đã nói với bà rằng: *"Bà đã tận lực giải quyết vấn đề máy tính, nhưng nếu vấn đề không giải quyết được nhanh chóng như bà muốn, thì bà có thể dùng cảm giác chán nản giận dữ của mình để làm đối tượng chú tâm cho thiền tập. Đừng trốn chạy những cảm xúc ấy. Cũng đừng cố xô đuổi chúng. Hãy trực tiếp quán sát chúng. Nếu làm như thế, có lẽ bà sẽ có khả năng thấy được sự tỉnh giác mà nhờ đó bà mới ý thức được về những cảm xúc này. Và nếu bà tiếp cận được với sự tỉnh giác ấy, bà sẽ bắt đầu nhìn nhận những bất ổn mà bà đang trải qua lúc này trong bối cảnh của tất cả những phẩm tính tốt đẹp mà bà vốn có: chẳng hạn như tài nghệ và khả năng đem lại niềm vui cho hàng ngàn người. Bà hiện có quá nhiều điều tốt đẹp và cuộc đời bà cũng hết sức tốt đẹp. Sao lại để cho một chút khó khăn che khuất đi tất cả những điều tốt lành mà bà đã mang đến cho đời?"*

Chúng tôi nói chuyện thêm một lúc nữa, cho đến khi bà an tĩnh trở lại và thấy rằng sự kiện không may đó không thực sự phá hoại một đêm an lành, và cũng không làm giảm đi khả năng đem lại niềm vui cho người khác của bà. Bà nói:

- Chỉ cần được nói chuyện với thầy là con đã cảm thấy tốt hơn rồi. Cám ơn thầy đã nhắc nhở con về việc một bất ổn nhỏ không thể làm hỏng cả đời con.

Sau khi gác điện thoại, tôi tiếp tục suy nghĩ một lúc nữa về cuộc trao đổi giữa hai chúng tôi. Lát sau, tôi mới nhận ra những gì tôi thực muốn nói nhưng đã không kịp trình bày với bà ấy như một ý tưởng hoàn chỉnh. Trí tuệ, năng lực và tâm từ bi là những phẩm tính bẩm sinh của chúng ta. Sự chán nản, ganh tị, mặc cảm tội lỗi, hổ thẹn, bất an, tham lam, tranh đua v.v... lại là những kinh nghiệm mà ta học được [khi lớn lên], thường là qua ảnh hưởng của nền văn hóa, gia đình, bạn bè, và được củng cố bởi những kinh nghiệm bản thân.

"Tiên lượng tốt lành" [trong liệu pháp] của Diệu đế thứ ba là khả năng buông xả những ý tưởng hạn hẹp hay tạo ra giới hạn mà chúng ta đang nghĩ về chính mình, về người khác và về tất cả những trải nghiệm khác.

Những hòn sỏi

Tự mình nương tựa mình,

Không nơi nương tựa khác!

The Dhammapada
(Kinh Pháp cú)
Ven. Dr. Rewata Dhamma dịch sang Anh ngữ

Để giúp mọi chúng sinh với căn cơ và hoàn cảnh đa dạng, khác biệt nhau đều có được cơ hội nếm trải khả tính vô biên của tánh Phật sẵn có trong họ, đức Phật đã chỉ bày một số phương pháp khác nhau. Một trong những phương pháp ấy là thực hiện một kiểu "liệt kê" những phẩm chất và cá tính của bản thân mình. Trong truyền thống Tây Tạng, chúng tôi liệt kê theo phương pháp này bằng cách tích lũy thành đống những hòn sỏi màu. Sỏi màu đen tượng trưng cho những phẩm chất xấu ác và sỏi màu trắng là những phẩm chất hiền thiện.

Có lẽ ban đầu sỏi màu đen có thể nhiều hơn sỏi trắng. Nhưng rồi chúng ta dành thời gian cân nhắc lại: *"À, hôm nay mình đã nói lời tử tế với một người, làm cho người ấy mỉm cười."* Thế là ta cho thêm một hòn vào đống sỏi trắng. *"Mình đã nói - hoặc đã làm - một điều tốt đẹp cho người mình không ưa hoặc thấy khó thân thiện."* Thực hành lòng từ bi thì chắc chắn là xứng đáng một vài hòn sỏi trắng. *"Mình có một tâm thức có khả năng lựa chọn."* [Biết được] điều đó cũng xứng đáng được thêm ít nhất là vài hòn sỏi trắng nữa. *"Mình đang vận dụng tâm thức này để nhận biết khả năng chọn lựa của nó."* [Thế là đáng để] bỏ thêm vào ít nhất là 5 hòn sỏi trắng. *"Mình muốn dùng chính tâm thức của mình để nhận biết được khả năng chọn lựa của nó."* [Vậy] hãy thêm vào ít nhất là 10 hòn sỏi trắng. *"Tâm thức mình được tự do chọn lựa việc trải nghiệm an bình và hạnh phúc theo cách sao cho cũng giúp người khác được an bình và hạnh phúc giống như mình."* [Câu này] xứng đáng một trận mưa sỏi trắng!

Bạn không nhất thiết phải dùng những viên sỏi để tu tập theo phương pháp này, [chúng được dùng] chỉ vì rất dễ tìm được ở những vùng quê Tây Tạng. Bạn có thể dùng những mảnh giấy, đồng xu, vỏ ốc... hay bất kỳ vật gì sẵn có. Thậm chí bạn có thể dùng một tờ giấy để liệt kê [bằng cách ghi] những phẩm chất và cá tính của mình lên đó. Điểm cốt yếu của sự liệt kê này là giúp chính bạn có thể nhận biết những điểm hiền thiện của mình, vốn đôi khi được bạn thực hành mà thậm chí không hề nghĩ đến.

Việc tự khảo nghiệm bản thân như vậy là một phương cách đơn giản và rất hữu hiệu để kết nối với bản chất tự nhiên của mình. Điều này đặc biệt hữu ích trong những lúc bạn bị chế ngự bởi những cảm xúc mạnh mẽ như giận dữ, ghen hờn, cô độc hay sợ hãi. Thật ra, nếu chúng ta bắt đầu *"đếm sỏi"* trong những lúc xúc động mạnh hay những hoàn cảnh khó khăn, thì chính cảm xúc hay hoàn cảnh ấy tự chúng sẽ trở thành một sự thúc đẩy mạnh mẽ trong việc tích cực thực hành nhận biết những khả năng vô hạn của mình.

Những hoàn cảnh và điều kiện định hình cuộc sống vật chất luôn là tương đối và luôn thay đổi. Hôm nay ta cảm thấy mạnh khỏe, bình an vô sự. Ngày mai ta có thể bị cảm cúm. Hôm nay ta có thể hòa thuận với tất cả mọi người, ngày mai ta có thể có chuyện tranh cãi. Ngay lúc này ta có thể nhàn nhã và có cơ hội đọc một quyển sách, nhưng chỉ trong chốc lát nữa thôi, ta có thể rơi vào hoàn cảnh đối mặt với khó khăn nào đó trên bình diện cá nhân hay nghề nghiệp.

Với sự tu tập, bất kỳ trải nghiệm nào cũng có thể trở thành một cơ hội để khám phá bản chất trí huệ, khả năng và lòng từ bi của mình. Tuy nhiên, sự tu tập như thế đòi hỏi phải vượt qua rào chắn của những niềm tin và khuynh hướng [sai lầm] - đây chính là "toa thuốc" để trị liệu khổ đau mà đức Phật đã đưa ra. "Toa thuốc" này được trình bày trong Diệu đế thứ tư, thường được gọi là "Đạo đế".

5. ĐỘT PHÁ

Nếu những "ô cửa nhận thức"
được lau chùi sạch, mọi thứ sẽ hiện ra
đúng thật như bản chất của chúng.

William Blake
The Marriage of Heaven and Hell
(Hôn phối giữa Thiên đàng và Địa ngục)

Trong những bản văn truyền lại cũng như khi thuyết giáo, các bậc thầy Phật giáo đã nhận xét rằng, tất cả chúng sinh đều muốn được hạnh phúc và tránh né khổ đau. Tất nhiên, nhận xét này không chỉ giới hạn trong phạm vi giáo lý nhà Phật hay trong bất kỳ trường phái triết học, tâm lý, khoa học hay tâm linh cụ thể nào. Đó là một suy diễn hợp lý dựa trên sự quan sát cung cách ứng xử của chúng ta và mọi sinh vật khác đang sống chung cùng ta trên thế giới này.

Đến đây thì ta đã rõ là có nhiều dạng thức và cấp độ của khổ đau, và tất cả đều thuộc phạm trù *dukkha*. Thế còn hạnh phúc là gì? Làm sao ta có thể định nghĩa? Làm sao ta có thể đạt được hạnh phúc? Liệu có một điều nào đó có thể được tất cả mọi người cùng đồng ý rằng sẽ mang lại hạnh phúc cho chúng ta?

Trong lúc thuyết giảng, tôi thường đưa ra câu hỏi như trên, và những câu trả lời luôn rất đa dạng. Một số người nói *tiền bạc* sẽ mang lại hạnh phúc cho ta. Một số khác cho đó là *tình yêu*. Một số khác nói đó là *hòa bình*. Lại có người nói đó là *vàng*. Thậm chí có một lần tôi còn nghe ai đó nói *quả ớt* giúp ta được hạnh phúc!

Điều thú vị nhất là đối với mỗi câu trả lời đều có một cách nghĩ ngược lại. Một số người không muốn giàu có; họ thích sống đơn giản hơn [là chạy theo tiền bạc]. Một số người thích sống độc thân [và không theo đuổi tình yêu]. Một số khác thích biện luận và tranh đấu cho những gì họ tin là đúng [chứ không nghĩ hòa bình là tốt hơn]. Và tất nhiên là cũng có người không thích ăn ớt.

Khi không còn ai trả lời nữa, im lặng bao phủ căn phòng, và tất cả những người có mặt đều nhận ra rằng, không hề có một điều nào có thể được tất cả mọi người cùng đồng ý [là sẽ mang lại hạnh phúc cho chúng ta]. Dần dần, những người trong phòng cũng bắt đầu nhận ra rằng những câu trả lời đã được đưa ra đó, nếu không liên quan đến những đối tượng ngoại giới hay bên ngoài bản thân họ, thì cũng là những điều kiện mà theo một cách nào đó không phải là những gì họ đang trải nghiệm ngay tại đây, vào lúc này. Khi ấy, sự im lặng trở nên sâu lắng hơn, trầm mặc hơn khi từng người trong phòng đều bắt đầu nhận thấy rằng, một bài tập hỏi đáp đơn giản, được thực hành trong tinh thần hài hước và thường kèm theo những trận cười giòn giã, nhưng đã giúp phơi bày một cách sâu sắc những thói quen nhận thức và tin tưởng ăn sâu trong tâm thức, gần như chắc chắn sẽ duy trì khổ đau cũng như ngăn chặn khả năng [của chúng ta trong việc] khám phá một trạng thái hạnh phúc lâu dài và vô điều kiện.

Một trong những thói quen ấy là khuynh hướng phân định [giới hạn] mọi trải nghiệm của chúng ta vào các phạm trù nhị nguyên như "ta" với "người khác", "của tôi" với "không phải của tôi", "dễ chịu" với "khó chịu"... Sự quan hệ với thế giới bên ngoài theo khuynh hướng nhị nguyên tự nó không phải là một thảm kịch lớn lao gì cho lắm. Thật ra, như đã đề cập trước đây, trên bình diện sinh lý chúng ta đã chịu ảnh hưởng và bị quy định bởi những bối cảnh văn hóa, gia đình và cá nhân để suy xét phân biệt - không những vì điều này có giá trị sinh tồn mà còn đóng một vai trò trong những hỗ tương liên kết xã hội và trong việc thực hiện những công việc hằng ngày. Từ một quan điểm hoàn toàn thực tiễn, khả năng "phác họa đường đi nước bước" và định hướng trong đời sống hằng ngày với những phạm trù nhị nguyên là điều thiết yếu.

Tuy nhiên, qua những câu chuyện trao đổi với người khác trong nhiều năm, tôi đã nhận ra một sự nhận hiểu sai lầm rất phổ biến, cho rằng Phật giáo xem nhận thức nhị nguyên như là một kiểu nhận thức sai lệch. Điều này không đúng. Đức Phật cũng như chư vị Tổ sư sau Ngài đều chưa từng nói rằng có điều gì đó tự nó vốn là sai quấy hay tai hại trong việc tiếp cận với thế giới [quanh ta] trong phạm trù nhị nguyên. Thay vì vậy, các Ngài giảng giải rằng, việc phân định kinh nghiệm vào [một trong] các phạm trù như "chủ thể" và "đối tượng", "ta" và "người khác" v.v... chỉ đơn thuần là một [trong các] khía cạnh của sự nhận biết hay tánh giác: đó là một công cụ hữu ích, tuy có bị giới hạn.

Lấy một thí dụ tương đồng rất đơn giản, chúng ta có thể sử dụng hai tay để thực hiện nhiều việc như gõ bàn phím, thái rau cải, bấm số điện thoại, cuộn lướt qua danh sách các bài ca trong máy nghe nhạc MP3, mở hoặc đóng cửa, hay cài nút áo... Chắc chắn là bạn có thể thêm vào đây một danh sách dài liệt kê những cách sử dụng hữu ích khác nữa của hai bàn tay. Nhưng liệu bạn có thể chấp nhận rằng bất kỳ điều gì bạn làm được với hai bàn tay đều đã thể hiện được toàn bộ phạm vi những khả năng của bạn? Quả đúng là nếu có luyện tập thì ắt hẳn bạn cũng có thể đi được bằng hai tay. Nhưng bạn có thể dùng hai tay để nhìn, để nghe hay để ngửi được chăng? Bàn tay bạn có thể nào tiêu hóa thực phẩm, duy trì những chức năng của tim, gan, hay đưa ra những quyết định? Trừ phi bạn sẵn có những năng lực phi thường, bằng không thì câu trả lời sẽ là "không", và hẳn là bạn sẽ bác bỏ ý tưởng cho rằng bất kỳ điều gì đôi tay bạn làm đều là thể hiện toàn bộ phạm vi khả năng của bạn.

Cho dù ta có thể dễ dàng thừa nhận rằng đôi tay ta

không thể hiện toàn bộ phạm vi khả năng của mình, nhưng lại có phần khó khăn hơn để chấp nhận rằng việc chia chẻ kinh nghiệm thành những cặp phạm trù đối nghịch như "chủ thể" và "khách thể", "ta" và "người khác", "của tôi" và "không phải của tôi"... chỉ hiển lộ được một phần nhỏ năng lực của tánh Phật. Chính cái nhìn phân biệt nhị nguyên và các thói quen tinh thần cũng như cảm xúc đủ loại khởi sinh từ đó đã ngăn che khiến ta không thể nghiệm được toàn bộ phạm vi tiềm năng sẵn có của chính mình, trừ phi ta biết được là còn có khả năng tiếp cận với kinh nghiệm theo một phương thức khác và tận dụng khả năng ấy để khám phá chúng.

Vọng kiến và vọng tưởng

Tự dối mình là một vấn đề miên viễn.

Đại sư Chogyam Trungpa
Cutting Through Spiritual Materialism
(Vượt qua duy vật tâm linh)
John Baker và Marvin Casper hiệu đính

Hãy tưởng tượng bạn đeo vào cặp kính mát màu xanh đậm. Bất kỳ những gì bạn nhìn thấy hẳn đều sẽ bị phủ lên một màu xanh: người màu xanh, xe cộ màu xanh, nhà cửa màu xanh, bát cơm màu xanh và cả bánh pizza cũng màu xanh... Thậm chí tay chân bạn hẳn cũng có màu xanh. Nếu gỡ cặp mắt kính ra, toàn bộ kinh nghiệm của bạn hẳn là sẽ thay đổi: *"Ồ, người ta đâu có màu xanh!" "Bàn tay mình đâu có xanh!" "Khuôn mặt mình đâu có xanh!" "Bánh pizza cũng đâu có xanh!"*

Nhưng điều gì sẽ xảy ra nếu bạn không bao giờ gỡ cặp kính mát? Điều gì sẽ xảy ra nếu bạn luôn tin rằng mình không thể sống thiếu cặp kính ấy, rằng mình đã quá gắn bó với nó đến nỗi thậm chí không bao giờ nghĩ đến chuyện gỡ ra, ngay cả khi đi ngủ? Tất nhiên là bạn vẫn có thể sống suốt đời và cứ nhìn mọi thứ với màu xanh bao phủ. Nhưng hẳn là bạn sẽ bỏ lỡ mất đi cơ hội nhìn thấy rất nhiều những màu sắc khác biệt nhau. Và một khi bạn đã trở nên quen thuộc với việc nhìn mọi thứ qua một màn xanh bao phủ, bạn hẳn sẽ hiếm khi ngừng lại để nghĩ rằng màu xanh có thể không phải là màu sắc duy nhất mà mình có thể thấy được. Hẳn là bạn sẽ bắt đầu hoàn toàn tin chắc rằng mọi thứ đều màu xanh.

Tương tự, cách nhìn của chúng ta về thế giới cũng bị quy định bởi những thói quen tinh thần và cảm xúc nhất định. Chúng ta trở nên gắn kết với một *"cặp mắt kính quan điểm"*. Chúng ta tin rằng cách thức tồn tại của sự vật theo như ta đang nhìn thấy chính là cách thức tồn tại chân thật của chúng.

Những kinh nghiệm sinh lý, văn hóa và cá nhân của chúng ta cùng kết hợp để [gây ra sự] ngộ nhận những khác biệt tương đối như là chân lý tuyệt đối, và những khái niệm [trừu tượng] như là kinh nghiệm trực tiếp, [và đó là vọng kiến]. Sự sai biệt căn bản này gần như lúc nào cũng nuôi dưỡng một cảm giác khó chịu âm ỉ không thôi, một loại *"dukkha"* bất định, ẩn tàng sau bối cảnh nhận thức như một cảm giác bứt rứt khôn nguôi về sự không trọn vẹn, cô quạnh và bất an.

Trong một nỗ lực chống trả với tâm trạng khó chịu căn bản đó, chúng ta có khuynh hướng khoác lên cho *"cư dân"* của thế giới [vốn là] tương đối hoặc chịu sự chi phối của nhân duyên (bao gồm chính ta, người khác, sự vật và hoàn cảnh quanh ta) những tính chất càng làm tăng thêm cái vẻ ngoài tương tự như là cứng chắc và ổn định của [những đối tượng ấy]. Nhưng đối sách này càng che chướng tầm nhìn của ta hơn nữa. Ngoài việc ngộ nhận những khác biệt tương đối như là chân lý tuyệt đối, chúng ta còn chôn sâu quan điểm sai lầm [hay vọng kiến] này trong lớp lớp biết bao nhiêu là vọng tưởng.

Bước khởi đầu

Khổ đau cũng có những mặt tốt.

Engaging in the Conduct of Bodhisattvas
(Nhập Bồ tát hạnh)
Khenpo Konchag Gyaltsen Rinpoche
dịch sang Anh ngữ

Diệu đế thứ tư, hay Đạo đế, dạy chúng ta rằng, để chấm dứt khổ đau, ta phải vượt qua những thói quen nhận thức nhị nguyên cùng với những vọng niệm bao quanh duy trì chúng, không phải bằng cách chống lại hay đè nén, mà là đón nhận và quán xét chúng. *Dukkha*, hay khổ đau, cho dù hiển lộ dưới bất kỳ hình thái nào, vẫn là chỉ dấu giúp ta đi theo con đường mà cuối cùng sẽ khám phá được cội nguồn phát sinh của nó. [Vì thế,] bằng cách trực tiếp đối mặt với khổ đau, ta sẽ bắt đầu vận dụng được nó thay vì để cho nó sai sử.

Thoạt đầu, ta có thể không thấy được gì nhiều hơn là một trạng thái mơ hồ với những tư tưởng, cảm giác và cảm thọ cùng hiện hành hết sức nhanh chóng và dữ dội đến nỗi không thể nào phân biệt tách bạch. Nhưng với một chút nỗ lực nhẫn nại, chúng ta sẽ bắt đầu nhận ra toàn cảnh của những tư tưởng, khuynh hướng và niềm tin - hầu hết trong số đó ban đầu có vẻ như rất kiên cố, hợp lý và có nguyên ủy vững chắc từ thực tại. Chúng ta có thể nghĩ: *"Đúng rồi, đó là cách thức mà sự vật tồn tại!"*

Nhưng khi tiếp tục quán chiếu, ta bắt đầu nhận ra một vài vết nứt và lỗ hổng. Có lẽ những tư tưởng của ta không kiên cố đến mức như ta tưởng. Càng quán chiếu lâu hơn, ta càng thấy ra nhiều vết nứt, cho đến khi toàn bộ cấu trúc của những niềm tin và quan niệm mà chúng ta đã dùng làm nền tảng để nhận hiểu về chính ta và thế giới quanh ta bắt đầu sụp đổ. Vào lúc này, chúng ta có thể trải qua tâm trạng rối rắm hay mất định hướng và điều đó cũng dễ hiểu. Nhưng một khi đám bụi mù [rối rắm] bắt đầu lắng xuống, ta sẽ thấy mình đối diện với một sự nhận hiểu trực tiếp và sâu sắc hơn nhiều về bản chất của chính mình và thực tại.

Tuy nhiên, trước khi cất bước lên đường, chúng ta có thể thấy việc làm quen với địa thế là hữu ích; không chỉ để có được một ý niệm nào đó về nơi mình sắp đến, mà còn để tự cảnh giác về nguy cơ phải đối mặt với những *"cú va chạm"* - những niềm tin cố chấp đặc biệt khó xuyên thấu. Khi còn là tăng sinh trẻ tuổi ở tu viện Sherab Ling, tôi đã được dạy rằng phải thận trọng với ba "cú va chạm" như thế: [Đó là những niềm tin vào] sự thường hằng [hay chấp thường], vào tính đơn nhất [hay những thực thể cá biệt] và vào sự tồn tại độc lập không phụ thuộc [hay những tự thể tự tồn].

Chấp thường

Hãy nghĩ rằng không có gì tồn tại lâu dài cả.

Jamgon Kongtrul
The Torch of Certainty
(Ngọn đuốc liễu nghĩa)
Judith Hanson dịch sang Anh ngữ

Những chiếc xe hơi và máy vi tính [cuối cùng đều cũng đến lúc] hư hỏng. Người ta [có thể] di chuyển chỗ ở, thay đổi việc làm, lớn lên, già đi, lâm bệnh và cuối cùng là chết. Khi nhìn vào quãng đời đã qua của mình, ta có thể thấy rằng mình không còn là trẻ thơ hay học trò nhỏ nữa. Chúng ta có thể thấy và thường hân hoan với những chuyển biến trọng đại khác như tốt nghiệp đại học, lập gia đình, sinh con cái, hoặc khi chuyển đến một ngôi nhà mới hay có được một công việc mới. Đôi khi lại có những thay đổi ta phải trải qua mà không được vui thích như thế. Cũng như mọi người khác, ta phải mắc bệnh, phải già nua và cuối cùng rồi sẽ phải chết. Hoặc có thể là ta bị mất việc, hay người bạn đời hoặc bạn tình của ta giờ nói rằng không còn yêu ta nữa.

Dù vậy, ngay cả khi chúng ta thừa nhận những thay đổi nhất định, thì ở một cấp độ rất vi tế [trong tâm thức], ta vẫn bám víu vào ý niệm thường hằng, hay chấp thường, tức là một niềm tin cho rằng phần cốt lõi chủ yếu của "cái ta", của "người khác" và nhiều thứ khác nữa vẫn tiếp tục tồn tại xuyên suốt thời gian. [Ta cho rằng] "cái ta" của ngày hôm qua cũng chính "cái ta" hôm nay. Cái bàn hay quyển sách mà ta nhìn thấy hôm qua cũng chính là cái bàn hay quyển sách ta thấy hôm nay. Ông Mingyur Rinpoche đã thuyết giảng hôm qua cũng chính là ông Mingyur Rinpoche đang thuyết giảng hôm nay. Ngay cả những cảm xúc của chúng ta đôi khi cũng có vẻ như thường hằng: *"Hôm qua tôi giận ông chủ, hôm nay tôi vẫn giận và ngày mai cũng sẽ còn giận. Tôi sẽ không bao giờ tha thứ cho ông ấy!"*

Đức Phật ví cách nhìn sai lầm hay vọng kiến này với việc trèo lên một thân cây bề ngoài có vẻ vững chắc và nguyên vẹn nhưng bên trong đã hoàn toàn mục ruỗng. Càng trèo lên cao, ta càng cố bám chắc vào những nhánh cây không còn nhựa sống, và rất có thể một trong những nhánh cây ấy sẽ gãy. Cuối cùng ta nhất định phải té xuống, và trèo càng cao thì té càng nặng, càng đau đớn hơn.

Chẳng hạn như, ở một cấp độ tâm lý và cảm xúc, [những gì được gọi là] "bạn", "tôi" và mọi người khác" đều luôn thay đổi. Tôi không thể nói rằng "cái tôi" lúc 9 tuổi vẫn là "cái tôi" lúc 19 tuổi, hay thậm chí lúc 30 tuổi. "Cái tôi" lúc 9 tuổi là một đứa trẻ đầy âu lo, sợ sệt khi nghe tiếng động mạnh, và khủng hoảng lo sợ mình là một sự thất bại trong mắt cha cũng như các đồ đệ của Ngài. "Cái tôi" lúc 19 tuổi đã hoàn tất hai khóa nhập thất ba năm với chủ đích là tinh thông những thực hành chuyên sâu hơn của pháp thiền trong Phật giáo Tây Tạng, theo học ở một Phật học viện và đồng thời góp sức trong việc xây dựng một Phật học viện khác, điều hành những hoạt động hằng ngày của một tu viện lớn ở Ấn Độ và giảng dạy cho những vị tăng còn lớn tuổi hơn chàng ta nhiều. Rồi đến "cái tôi" lúc 33 tuổi, phải dành rất nhiều thời gian nơi các phi trường, đi lại giữa nhiều quốc gia khác nhau, đối diện cùng lúc với hàng trăm người để nỗ lực trao truyền các giáo pháp và hướng dẫn ở nhiều cấp độ tinh tế khác nhau; gặp gỡ trong các buổi tham vấn dành cho từng người riêng lẻ hay các nhóm nhỏ những người muốn hiểu sâu hơn về sự tu tập của tự thân họ; liên lạc qua điện thoại quốc tế để lên kế hoạch cho chuyến đi giảng pháp một năm sau đó, và học hỏi nhặt nhạnh từng câu chữ vụn vặt trong nhiều ngôn ngữ khác nhau để có thể giao tiếp được với mọi người trên khắp thế giới. Anh chàng này còn tư vấn cho mọi người thuộc đủ mọi tầng lớp xã hội khác nhau trong việc giải quyết những bất ổn cá nhân, bao gồm các trường hợp đau đớn kinh niên, suy sụp tinh thần, ly hôn, bị ngược đãi tinh thần và thể chất, và những tổn thất về thể chất cũng như tâm lý khi phải chăm sóc cho bạn bè hay người thân đang bệnh tật hay sắp lìa trần.

Tương tự, "những người khác ta" cũng phải trải qua những biến chuyển tinh thần và cảm xúc. Tôi đã nói chuyện với một số người từng thấy hoang mang khó hiểu trước sự kiện là họ có thể nói chuyện với một người quen và mọi sự có vẻ tốt đẹp vào một hôm nào đó. Người này vui vẻ, yêu đời và sẵn sàng đương đầu với những thử thách trong ngày. [Nhưng rồi] một ngày sau, hay một tuần sau, cũng chính con người này lại giận dữ hay suy sụp, không đủ sức ra khỏi giường, hoặc hoàn toàn không thể nhìn thấy bất kỳ một tia hy vọng nào trong cuộc sống. Đôi khi sự thay đổi này quá lớn lao - chẳng hạn như là hậu quả của sự nghiện ngập rượu chè, ma túy... - đến nỗi ta có thể thầm nghĩ: *"Mình thậm chí không thể nhận ra người này được nữa!"*

Thêm vào đó, theo như tôi được biết qua những lần

trao đổi với các nhà khoa học trong những năm qua, thì thể xác chúng ta không ngừng thay đổi ở những mức độ nằm sâu bên dưới sự nhận biết hay kiểm soát của ý thức, chẳng hạn như việc tiết ra các nội tiết tố hoặc điều hòa thân nhiệt. Ngay vào lúc bạn vừa đọc xong câu văn này thì một số tế bào trong cơ thể bạn cũng vừa bị đào thải và thay thế bởi những tế bào mới. Các phân tử, nguyên tử và hạ nguyên tử cấu thành các tế bào ấy cũng vừa biến chuyển.

Ngay cả những phân tử, nguyên tử và hạ nguyên tử cấu thành quyển sách này - cũng như cấu thành những bàn ghế trong căn phòng bạn đang đọc sách - cũng luôn biến chuyển và thay đổi, chuyển động xoay quanh. Những trang sách có thể đã bắt đầu ngả vàng hay có những vết nhàu. Những vết nứt có thể xuất hiện trên vách tường căn phòng. Có thể một chút sơn đã tróc ra nơi cái bàn bên cạnh...

Khi xem xét đến tất cả những điều như trên, liệu chúng ta có thể tìm đâu ra sự thường hằng?

Thực thể cá biệt

Mỗi sát-na đều tương tự như nhau,
chính vì sự tương tự ấy
mà chúng ta mê muội.

Đại sư Gampopa
The Jewel Ornament of Liberation
(Giải thoát Bảo trang nghiêm luận)
Khenpo Kongchog Gyaltsen Rinpoche
dịch sang Anh ngữ

Từ nơi vọng kiến [các pháp là] thường hằng mà khởi sinh ý niệm về thực thể cá biệt - tức là niềm tin rằng phần "cốt lõi chủ yếu" [của mỗi pháp] vốn tồn tại xuyên suốt thời gian là không thể chia chẻ và cá biệt, đơn nhất. Ngay cả khi ta nói ra những câu như: *"Trải nghiệm ấy đã làm tôi thay đổi"* hoặc *"Bây giờ tôi nhìn đời theo cách khác"*... thì đó là ta vẫn đang khẳng định một cảm nhận về *"cái tôi"* như một thực thể cá biệt toàn vẹn, một *"ô cửa"* nội tâm mà xuyên qua đó ta nhìn ra thế giới [bên ngoài].

[Ý niệm về] thực thể cá biệt là một vọng kiến quá tinh tế đến nỗi ta rất khó lòng nhận ra, trừ phi có người chỉ rõ cho ta. Chẳng hạn như gần đây có một phụ nữ tâm sự với tôi rằng:

"Tôi đang vướng vào một cuộc hôn nhân không sao chịu đựng nổi. Lúc chúng tôi cưới nhau, tôi yêu thương chồng tôi, nhưng giờ thì tôi căm ghét ông ấy. Dù vậy, tôi

đã có 3 đứa con và không muốn chúng nó phải đối mặt với một trận xung đột ly hôn dai dẳng. Tôi muốn các con tôi giữ một quan hệ tốt đẹp với cha chúng. Tôi không muốn chúng phải dọn ra khỏi ngôi nhà nơi chúng đã lớn lên, nhưng tôi cũng không muốn phụ thuộc vào sự trợ giúp tài chánh của chồng tôi.”

Trong một loạt những câu trên, từ ngữ nào được lặp lại nhiều nhất?

Đó là chữ “tôi”!

Nhưng “tôi” là ai? “Tôi” có phải là người đã từng yêu thương chồng nhưng giờ lại căm ghét ông ta? “Tôi” có phải là người mẹ của ba đứa con muốn tránh né một trận xung đột ly hôn dai dẳng, hay là người phụ nữ muốn các con phát triển quan hệ tốt đẹp với cha chúng? Có bao nhiêu “cái tôi” ở đây? Một, hai, hay là ba?

Câu trả lời có nhiều khả năng được đưa ra là: chỉ có một “cái tôi”, đã phản ứng theo những cách khác nhau trong các tình huống khác nhau, đã biểu lộ những khía cạnh sai biệt của chính mình trong mối quan hệ với người khác, hay đã phát triển một loạt các thái độ và cảm xúc khác nhau trước những tư tưởng và kinh nghiệm mới lạ hoặc những thay đổi hoàn cảnh và điều kiện sống.

Xét đến tất cả những sai biệt ấy, liệu có thể thật sự chỉ có một “cái tôi” chăng?

Tương tự, chúng ta có thể tự hỏi liệu “cái tôi” đã phản ứng theo những cách thức nào đó với một hoàn cảnh cụ thể - có thể là một trận tranh cãi với đồng nghiệp hay người trong gia đình - lại cũng chính là “cái tôi” phản ứng theo những cách khác trong các hoàn cảnh khác, như đọc sách, xem ti-vi hay duyệt thư điện tử?

Chúng ta có khuynh hướng nói rằng: *"Ồ, tất cả đều là các phần [khác nhau] của tôi."*

Nhưng nếu có "các phần" [khác nhau], thì liệu có thể có một [cái tôi đơn nhất] được chăng?

Tự thể tự tồn

Tự ngã có tồn tại trong
một danh xưng hay không?

Đại sư Gampopa
The Jewel Ornament of Liberation
(Giải thoát Bảo trang nghiêm luận)
Khenpo Kongchog Gyaltsen Rinpoche
dịch sang Anh ngữ

Đôi khi trong lúc đang thuyết giảng, tôi mời mọi người tham gia một trò chơi. Tôi che hết cả người dưới lớp y ngoài, chỉ chừa một ngón tay cái thò ra và hỏi: *"Đây có phải là Mingyur Rinpoche không?"*

Hầu hết mọi người sẽ trả lời là "không". Thế rồi tôi đưa nguyên bàn tay ra ngoài và hỏi: *"Còn bây giờ? Có phải là Mingyur Rinpoche không?"*

Một lần nữa, hầu hết mọi người sẽ nói "không". Nếu tôi đưa nguyên cánh tay ra và hỏi lại câu ấy, hầu hết mọi người cũng lại sẽ trả lời là "không".

Nhưng nếu tôi buông tấm y ngoài cho nó rơi xuống chỗ cũ để mọi người có thể nhìn thấy khuôn mặt, cánh tay v.v... của tôi rồi hỏi lại câu hỏi ấy, câu trả lời sẽ không còn rõ rệt như thế nữa. Một số người có thể nói:

- Vâng, bây giờ chúng con có thể thấy toàn thân của thầy, thì đó là Mingyur Rinpoche rồi.

Nhưng cái "toàn thân" này được cấu tạo bởi nhiều phần khác nhau: ngón tay cái, bàn tay, cánh tay, đầu, chân, tim, phổi v.v... và những phần ấy lại được cấu tạo bởi những thành phần nhỏ hơn như da, xương, mạch máu và các tế bào đã hình thành chúng; [rồi đến] các nguyên tử đã hình thành tế bào, và các hạt điện tích đã hình thành nguyên tử. Còn có những yếu tố khác nữa, chẳng hạn như nền văn hóa mà tôi đã được nuôi dưỡng, những pháp tu tập tôi đã được truyền dạy, những kinh nghiệm khi nhập thất ẩn tu, và những câu chuyện tôi đã trao đổi với mọi người nhiều nơi trên thế giới suốt 12 năm qua, cũng đều có thể được xem là những *"thành phần"* của *"Mingyur Rinpoche"*.

Vị trí một người đang ngồi trong giảng đường cũng có thể quy định cách thức mà *"Mingyur Rinpoche"* hiện ra [trong mắt người ấy]. Những người ngồi phía bên trái hay bên phải có thể chỉ nhìn thấy một bên của thầy, những người ngồi ngay phía trước có thể nhìn thấy toàn thân của thầy; và những người ngồi tận phía sau giảng đường có thể chỉ nhìn thấy một hình ảnh với đường nét rất khó phân biệt. Cũng như thế, một người đang đi trên đường phố có thể nhìn thấy *"Mingyur Rinpoche"* như là: *"Lại thêm một ông trọc đầu vui tính khoác áo đỏ nữa"*. Những người mới đến nghe giảng Phật pháp lần đầu tiên có thể nhìn thấy

"Mingyur Rinpoche" như là *"một ông trọc đầu vui tính khoác áo đỏ với những ý tưởng thú vị và một vài câu bông đùa rất hay"*. Những người theo học lâu năm có thể thấy *"Mingyur Rinpoche"* là một vị lạt-ma hóa thân, một người hướng dẫn tâm linh và một bậc thầy để tham vấn.

Như vậy, trong khi Mingyur Rinpoche có sự thể hiện ra bên ngoài như một cá thể độc lập, thì vẻ ngoài đó lại được tạo thành từ rất nhiều phần khác nhau và chịu sự quy định bởi rất nhiều hoàn cảnh khác biệt. Cũng giống như [trường hợp của] sự thường hằng và thực thể cá biệt, [một tự thể tồn tại] độc lập chỉ là khái niệm tương đối: một phương thức để xác định chính mình, người khác, địa điểm và sự vật - ngay cả những tư tưởng và cảm xúc - như là [những thực thể] tự tồn tại, *"tự chúng là trọn vẹn"*.

Nhưng bằng vào chính kinh nghiệm của mình, ta có thể thấy rằng [những tự thể] "tồn tại độc lập" chỉ là vọng tưởng. Chẳng hạn, liệu ta có thể nói rằng ta là ngón tay cái? Hay là cánh tay? Hay là mái tóc? Liệu ta có phải là nỗi đau hiện đang nhận biết đâu đó trong thân thể, hay ta là cơn bệnh mà ta đang chịu đựng? Liệu ta có phải là con người mà người khác nhìn thấy đang bước đi trên đường phố, hay đang ngồi đối diện ở bàn ăn?

Tương tự, khi khảo sát những con người, địa điểm hay đồ vật quanh ta, ta có thể nhận ra rằng trong ấy không có gì mang tự tính tồn tại độc lập, mà đều được hợp thành từ những phần khác biệt cùng với các nhân duyên tương quan. Như một cái ghế tựa chẳng hạn, ít nhất cũng phải có 4 chân và một mặt phẳng ngang để ngồi lên, một mặt phẳng đứng để tựa lưng vào... Nếu tháo rời những chân ghế hoặc chỗ ngồi, hoặc chỗ tựa lưng... thì đó sẽ không còn là cái ghế nữa, mà chỉ còn là những mảnh gỗ hay kim loại, hoặc bất kỳ loại vật liệu nào đã tạo nên các thành phần ấy. Và vật liệu này thì cũng giống như các phần trong thân thể ta, cũng phải được cấu tạo bởi các phân tử, nguyên tử, cũng như các hạ nguyên tử đã hình thành nguyên tử, và theo quan điểm của các nhà vật lý học hiện đại thì cuối cùng là những gói năng lượng đã cấu thành các hạ nguyên tử.

Hơn thế nữa, tất cả những thành phần nhỏ hơn đó còn phải kết hợp trong những hoàn cảnh thích hợp để tạo thành chất liệu cơ bản được dùng để đóng thành cái ghế. Thêm vào đó, phải có người, hay nói đúng hơn là nhiều người, tham gia vào việc chế tạo những phần khác nhau của cái ghế. Chẳng hạn như một ai đó phải đốn cây lấy gỗ, hoặc thu gom các nguyên liệu thô để chế tạo thành thủy tinh hay kim loại [làm sườn ghế], rồi vải bọc ghế và chất độn bên trong lớp vải ấy. Lại phải có người khác lo việc tạo hình cho tất cả các chất liệu ấy và người khác nữa lắp ghép các thành phần lại với nhau, rồi định giá bán, chuyên chở cái ghế đã đóng xong đến một cửa hàng, và bày ra để bán. Rồi phải có người mua nó mang về nhà hay văn phòng.

Như vậy, ngay cả vật thể đơn giản như cái ghế cũng không phải là một tự thể có tự tính tự tồn, "tự nó là trọn vẹn", mà thay vì vậy lại là sự sinh khởi từ việc kết hợp các nhân duyên. Đó là một nguyên lý mà thuật ngữ Phật giáo gọi là tương thuộc, hay duyên khởi. Ngay cả những tư tưởng, cảm xúc và cảm thọ cũng không tự chúng là trọn vẹn, mà là khởi sinh từ nhiều nhân duyên khác nhau. Sự giận dữ hay tâm trạng thất vọng có thể bắt nguồn từ một đêm mất ngủ, một trận cãi cọ hay sự thúc bách phải hoàn tất [công việc] trước một kỳ hạn chót. Tôi đã gặp một số người [thuở nhỏ] từng bị cha mẹ hay người lớn ngược đãi về mặt tinh thần hay thể chất. Thỉnh thoảng họ thường nói: *"Tôi làm gì cũng thất bại, tôi sẽ không bao giờ tìm được việc làm tốt hay một quan hệ lâu bền."* Hoặc là: *"Có những đêm tôi giật mình thức giấc toát mồ hôi lạnh, và có những ngày khi thấy sếp đến gần, tim tôi đập mạnh đến nỗi như muốn bay ra khỏi lồng ngực."*

Dù vậy, giống như sự vô thường cũng có những lợi ích của nó, như mở ra khả năng thay đổi công việc hay khôi phục sức khỏe sau cơn bệnh - sự tương thuộc [hay duyên khởi] cũng có thể được vận dụng theo hướng có lợi. Tôi có một nữ đệ tử người Canada đã nghe theo lời khuyên của bạn cô và tham gia vào một nhóm trợ giúp những người trưởng thành mà thuở nhỏ từng bị ngược đãi theo một cách nào đó. Sau nhiều tháng bàn thảo về kinh nghiệm của chính mình và lắng nghe những người khác mô tả kinh nghiệm của họ, nỗi tủi nhục và bất an từng ám ảnh cô trong phần lớn cuộc đời đã bắt đầu lung lay và rồi chấm dứt. Sau đó, cô giải thích: *"Trong nhiều năm, cứ như thể là tôi phải nghe đi nghe lại mãi cùng một khúc nhạc. Giờ đây tôi đã có thể thưởng thức trọn đĩa nhạc."*

Trong giai đoạn ấy, cô chưa từng được học Phật pháp. Nhưng với sự giúp đỡ của những người bạn mới, cô đã khám phá được một tuệ giác chính yếu trong những lời Phật dạy.

Tánh Không

Không gì có thể được mô tả
như là tồn tại hoặc không tồn tại.

Đức Karmapa đời thứ 3
Mahamudra: Boundless Joy and Freedom
(Đại thủ ấn: Hỷ lạc vô tận và Giải thoát)

Trong những buổi giảng pháp chung và tham vấn riêng, thế nào cũng sẽ có ai đó đưa ra một câu hỏi quan trọng. Mặc dầu câu chữ khác biệt ở mỗi người, nhưng phần cốt yếu thì vẫn như nhau: *"Nếu tất cả đều là tương đối, vô thường và tương thuộc, nếu không gì có thể được xác định dứt khoát là vật này hay vật khác, phải chăng như vậy có nghĩa là tôi đây không có thật? Thầy cũng không có thật? Cảm xúc của tôi cũng không có thật? Căn phòng này cũng không có thật?"*

Có bốn đáp án có thể đồng thời được đưa ra với xác xuất đúng sai như nhau:

1. Đúng.

2. Không đúng.

3. Vừa đúng vừa không đúng.

4. Chẳng phải đúng cũng chẳng phải không đúng.

Bạn thấy bối rối? Tốt lắm! Bối rối là một sự đột phá lớn: một dấu hiệu của sự cắt đứt bám chấp đối với một quan điểm nhất định và bước vào một chiều kích rộng lớn hơn của kinh nghiệm.

Mặc dầu những "hộp" khái niệm mà ta đã sắp xếp kinh nghiệm của mình vào - chẳng hạn như [những khái niệm] "tôi", "của tôi", "tự ngã", "người khác", "chủ thể", "đối tượng", "dễ chịu" và "đau đớn" - vốn chỉ là sản phẩm của tâm thức ta, nhưng chúng ta vẫn trải nghiệm những thực thể như "cái tôi", "người khác", "nỗi đau đớn", "niềm khoái lạc" v.v... Chúng ta nhìn thấy bàn ghế, xe cộ, máy vi tính... Chúng ta cảm nhận niềm vui hay day dứt trước những đổi thay. Chúng ta giận, chúng ta buồn... Chúng ta tìm cầu hạnh phúc nơi người khác, nơi ngoại cảnh và sự vật rồi cố hết sức để bảo vệ bản thân trước những hoàn cảnh gây khổ đau cho mình.

Phủ nhận những kinh nghiệm trên là điều phi lý. Đồng thời, nếu ta bắt đầu khảo sát chúng thật cặn kẽ, ta sẽ không thể nói về bất kỳ sự vật nào theo cách: *"Đúng rồi! Cái đó chắc chắn là thường hằng! Nó là một thực thể cá biệt! Tự nó tồn tại không phụ thuộc!"*

Nếu ta tiếp tục chia chẻ những kinh nghiệm của mình thành những phần nhỏ hơn rồi nhỏ hơn nữa, khảo sát những tương quan của chúng, truy tìm những nhân duyên tiềm ẩn phía sau những nhân duyên khác, thì cuối cùng ta sẽ chạm đến chỗ mà có thể có người gọi là "cùng đường bí lối". Tuy nhiên đó không phải là điểm cuối cùng của con đường và chắc chắn cũng không phải là bí lối. Đó là những thoáng hiện đầu tiên ta thấy được tánh Không, nền tảng hiện khởi tất cả các kinh nghiệm.

Tánh Không, chủ đề chính của lần Chuyển pháp luân thứ nhì, chắc hẳn là từ ngữ dễ gây nhầm lẫn nhất trong triết học Phật giáo. Ngay cả những người học Phật pháp lâu năm cũng thấy khó hiểu được đề tài này. Có lẽ đó là lý do vì sao đức Phật đã đợi một thời gian đến 16 năm sau lần Chuyển pháp luân thứ nhất mới bắt đầu giảng dạy về tánh Không.

Thật ra, một khi bạn vượt qua được những định kiến ban đầu về ý nghĩa của nó thì tánh Không lại trở nên khá đơn giản.

"Tánh Không" là từ ngữ được tạm dịch từ tiếng Sanskrit là *sunyata* và trong tiếng Tây Tạng là *tongpa-nyi*. Chữ *sunya-* trong tiếng Sanskrit có nghĩa là *"số không"*. Chữ *tongpa-* tiếng Tây Tạng có nghĩa là *"rỗng không"*, không có gì trong đó. Vần *-ta* tiếng Sanskrit và vần *-nyi* tiếng Tây Tạng tự chúng không có ý nghĩa gì cả, nhưng khi được thêm vào sau một tính từ hay danh từ, chúng biểu thị ý nghĩa "khả năng tính" hay "sự vô hạn". Vì thế, khi người Phật tử nói về tánh Không, chúng ta không hàm ý là "số không", mà là một "trạng thái không": tự nó không phải là một sự vật, mà đúng hơn là một bối cảnh, một "khoảng không" rộng mở vô biên cho phép bất cứ điều gì cũng có thể hiện khởi, thay đổi, hoại diệt rồi lại tái xuất hiện.

Đó là tin rất vui!

Nếu tất cả đều thường hằng, [đều là những thực thể] cá biệt hay tự chúng tồn tại không phụ thuộc, hẳn sẽ không có gì thay đổi cả. Chúng ta sẽ vĩnh viễn mắc kẹt trong trạng thái hiện nay của mình. Chúng ta sẽ không thể lớn lên, không thể học hỏi gì. Không ai và cũng không điều gì có thể gây tác động đến ta. Hẳn sẽ không có sự tương quan nhân quả. Có thể là chúng ta bấm nút bật đèn và sẽ không có gì xảy ra. Có thể là chúng ta nhúng gói trà vào tách nước nóng cả triệu lần, nhưng nước không tác động đến trà và trà cũng sẽ không tác động đến nước...

Nhưng sự thật không xảy ra như thế, phải không? Chẳng hạn, nếu chúng ta bấm nút bật đèn, bóng đèn sẽ cháy sáng. Nếu chúng ta nhúng gói trà vào tách nước nóng, một lát sau ta sẽ có một tách trà ngon lành. Như vậy, trở lại với những câu hỏi rằng ta có thật hay không, tư tưởng và cảm xúc của ta có thật hay không, và căn phòng mà chúng ta đang ở bên trong có thật hay không, ta có thể trả lời "có" trong ý nghĩa là chúng ta đang trải nghiệm những hiện tượng ấy, và trả lời "không" trong ý nghĩa là phía sau những kinh nghiệm này ta không thể tìm thấy bất kỳ điều gì có thể được xác định như là tồn tại theo tự tính sẵn có. Tư tưởng, tình cảm, cái ghế, quả ớt, những người đứng xếp hàng trong tiệm thực phẩm - cho đến ngay cả cái tiệm thực phẩm ấy - chỉ có thể được xác định trong tương quan so sánh với một sự vật hay con người khác. Những thứ ấy trình hiện trong kinh nghiệm của ta thông qua sự kết hợp của nhiều nhân duyên khác nhau. Chúng luôn trong trạng thái chuyển biến, đổi thay không ngừng và "va chạm" với những nhân duyên khác, rồi những nhân duyên khác đó lại "va chạm" với những nhân duyên khác nữa, và cứ thế mà tiếp tục, tiếp tục...

Do đó, một mặt đối với bất kỳ điều gì ta trải nghiệm, ta không thể thực sự cho đó là tồn tại theo một tự tính sẵn có. Đó là một cách nhận hiểu về tánh Không. Mặt khác, chúng ta có thể nói rằng, chính vì tất cả các kinh nghiệm của ta đều hiện khởi qua sự "va chạm" của các nhân duyên nên chẳng có gì ra ngoài "tánh Không".

Nói một cách khác, bản chất căn bản hay thực thể tuyệt đối của tất cả các kinh nghiệm là tánh Không. Tuy nhiên, "tuyệt đối" ở đây không hàm ý chỉ đến một điều gì chắc thật hay thường hằng. Tự thân tánh Không vốn là "không hàm chứa" bất kỳ một tính chất xác định nào, không phải là "số không" mà cũng không phải là "không có gì cả". Bạn có thể nói rằng tánh Không là một tiềm năng rộng mở vô biên để cho tất cả và bất kỳ loại kinh nghiệm nào cũng có thể khởi sinh hay hoại diệt, cũng giống như quả một cầu pha lê có khả năng phản chiếu đủ loại màu sắc, bởi vì tự thân nó không mang màu sắc nào cả.

Và điều đó mang ý nghĩa gì về "chủ thể kinh nghiệm"?

Hiện hữu và thấy biết

Cái không rốt ráo chính là vạn hữu.

James W. Douglas
Resistance and contemplation
The way of liberation
(Chỉ và quán - Con đường giải thoát)

Nếu không có khả năng cảm thọ, hẳn ta sẽ không thể trải nghiệm những khía cạnh tuyệt vời hay khủng khiếp của hiện tượng. Tất cả các tư tưởng, cảm giác và sự kiện mà chúng ta trải nghiệm trong cuộc sống hằng ngày đều phát xuất từ một khả năng cơ bản là trải nghiệm bất cứ điều gì. Những phẩm tính của tánh Phật như trí tuệ, năng lực và tâm từ bi đã được đức Phật và các bậc thầy tổ về sau miêu tả như là "vô biên", "vô hạn" và "vô cùng". Các phẩm tính này siêu việt phạm trù khái niệm nhưng tràn đầy khả tính. Nói cách khác, nền tảng đích thật của tánh Phật là tánh Không. Nhưng đó không phải là rỗng không giống như một thây ma biết đi. Sự trong sáng, hay cái mà chúng ta cũng có thể gọi là sự tỉnh giác căn bản giúp ta nhận biết và phân biệt được các hiện tượng, lại cũng là một phẩm tính nền tảng của tánh Phật, không thể tách lìa khỏi tánh Không. Khi các tư tưởng, cảm xúc, cảm giác v.v... hiện khởi, ta nhận biết chúng. Kinh nghiệm và chủ thể kinh nghiệm chỉ là một, là đồng nhất. "Cái tôi" và kinh nghiệm về "cái tôi" đồng thời hiện khởi, cũng như "người khác" và sự nhận biết về "người khác", hay "xe hơi" và sự nhận biết về "xe hơi"...

Một số nhà tâm lý học gọi việc này là "cách nhìn hồn nhiên", là một nhận biết "thuần phác" thoát khỏi mọi chi phối của sự kỳ vọng hay phê phán. Nhận biết thuần phác này có thể khởi sinh một cách tự nhiên trong một vài khoảnh khắc đầu tiên khi ta đứng trước một phong cảnh bao la nào đó, chẳng hạn như công viên quốc gia Yosemite [ở bang California, Hoa Kỳ], hay dãy Hy-mã-lạp sơn [ở Ấn Độ], cung điện Potala ở Tây Tạng... Khi toàn cảnh quá mênh mông, bạn [nhất thời] không thể nào phân biệt được giữa "cái tôi" và "cái tôi nhìn thấy". Chỉ có cái thấy mà thôi!

Tuy nhiên, thường có sự hiểu lầm rằng để đạt được cái nhìn hồn nhiên ấy, chúng ta phải bằng cách nào đó xóa bỏ, đè nén hoặc xa rời nhận thức tương đối cũng như những niềm hy vọng, nỗi sợ hãi và các yếu tố khác, vốn là chỗ dựa cho loại nhận thức này. Đó là một sự diễn giải sai lệch lời Phật dạy. Nhận thức tương đối là một sự hiển lộ của tánh Phật, cũng như thực tại tương đối là một sự hiển lộ của thực tại tuyệt đối. Những tư tưởng, cảm xúc và cảm thọ của chúng ta giống như những đợt sóng dâng lên rồi hạ xuống trong một đại dương vô tận của khả tính vô hạn. Vấn đề là chúng ta đã quen với việc chỉ nhìn thấy sóng nên ngộ nhận đó là đại dương. Dù vậy, mỗi lần nhìn vào các đợt sóng, ta sẽ có thêm một chút nhận thức rõ hơn về đại dương, và khi điều này xảy ra, tiêu điểm chú ý của ta sẽ bắt đầu thay đổi. Chúng ta sẽ bắt đầu tự thấy mình đồng nhất với đại dương hơn là những đợt sóng, nhìn chúng dâng lên rồi hạ xuống mà không tác động gì đến bản chất của tự thân đại dương. Nhưng điều này chỉ xảy ra khi ta bắt đầu chú ý.

Tiến lên!

Hãy tự mình nỗ lực không ngừng
trong tiến trình xuyên phá.

Gyalwa Karmapa đời thứ 9
Mahamudra: The Ocean of Definitive Meaning
(Đại thủ ấn: Liễu nghĩa hải)
Elizabeth M. Callahan dịch sang Anh ngữ

Đức Phật đã vô cùng thiện xảo khi "kê toa" trị liệu [căn bệnh] *dukkha*. Mặc dù trong giáo pháp Tứ diệu đế Ngài chưa bao giờ trực tiếp đề cập đến tánh Không hay tánh Phật, nhưng Ngài biết rằng việc nuôi dưỡng một sự hiểu biết về những vấn đề căn bản của khổ đau và nguyên nhân của nó - đôi khi được hiểu như là trí tuệ tương đối - cuối cùng cũng sẽ đưa ta đến với trí tuệ tuyệt đối, tức là một tuệ giác sâu sắc soi thấu vào nền tảng không những của kinh nghiệm mà còn của chủ thể kinh nghiệm nữa.

Trí tuệ tương đối - nhận biết được những niềm tin hay cung cách ứng xử bị giới hạn và tạo ra giới hạn - chỉ là một phần của Diệt đế, hay có thể gọi là "giai đoạn chuẩn bị". Để có thể thật sự xuyên phá được những giới hạn do chính mình tạo ra, ta cần dành thời gian để quán sát những tập quán tinh thần và cảm xúc của mình, thân thiện với chúng, và cũng có thể là khám phá từ trong những kinh nghiệm thách thức nhất của mình một toán bảo vệ uy dũng nhất.

Những bài tập trong các chương vừa qua đã cho ta nếm trải những lợi ích cảm nhận được khi khảo sát tư tưởng, cảm xúc và hoàn cảnh của mình. Phần Hai của sách này sẽ dẫn tiến trình ấy đi sâu hơn nữa [bằng cách] giới thiệu ba "phương tiện" chuyển hóa, có thể giúp ta chấp nhận những thử thách và thay đổi trong đời mình, đồng thời khám phá những hạt giống trí dũng và hỷ lạc vốn luôn sẵn có trong ta, đợi chờ lúc đơm hoa kết trái.

PHẦN HAI
KINH NGHIỆM TU TẬP

Chính vì muốn dẫn dắt khéo léo
các đệ tử mà ta khai thị
nhiều pháp môn khác nhau.

Laṅkāvatārasūtra
Kinh Lăng già
Maria Montenegro dịch sang Anh ngữ

6. PHƯƠNG TIỆN CHUYỂN HÓA

Chúng ta như người sở hữu một chiếc xe rất đẹp mà không biết lái xe.

Bokar Rinpoche
Meditation: Advice to Beginners
(Thiền tập: Lời khuyên cho người sơ cơ)
Christiane Buchet dịch sang Anh ngữ

Ngạn ngữ cổ xưa của Phật giáo có câu: *"Con chim cần cả hai cánh để bay."* Một trong hai "cánh" ấy là sự thấu hiểu những nguyên lý về khổ đau, về tánh Phật, tánh Không v.v... đã đề cập đến ở phần trước như là *trí tuệ tương đối*, vốn là sự nhận biết cách thức tồn tại của sự vật thông qua phân tích kinh nghiệm. Nhưng *trí tuệ tương đối* tự nó chỉ là bước khởi đầu trên con đường chuyển hóa. Nó cần được vận dụng để có thể trở thành một phần không tách biệt trong đời sống của chúng ta.

Sự vận dụng [những hiểu biết theo Giáo pháp] được gọi là "phương tiện", chính là chiếc cánh chim thứ hai, tức là những phương thức hay tiến trình mà thông qua đó *trí tuệ tương đối* được chuyển hóa thành kinh nghiệm giải thoát thật sự, siêu việt các phạm trù [đối đãi như] chủ thể - khách thể, ta - người khác, tốt - xấu, thiện - ác.

Tầm quan trọng của sự kết hợp trí tuệ và phương tiện có thể được làm rõ hơn qua câu chuyện của tôn giả A-nan, người em họ của đức Phật và là thị giả thân cận nhất của Ngài. Tôn giả A-nan đã tận lực chu toàn mọi sự để chắc chắn là đức Phật luôn được thoải mái, nỗ lực để trên đường hoằng hóa đến bất cứ nơi đâu, đức Phật vẫn luôn có đủ thức ăn uống, chỗ nghỉ ngơi và được bảo vệ tốt trong những lúc thời tiết nóng, lạnh hay mưa gió. Tôn giả cũng có một trí nhớ phi thường và có khả năng lặp lại đầy đủ từng lời giảng của đức Thế Tôn. Tôn giả đã thỉnh cầu đức Phật rằng: *"Khi Thế Tôn thuyết giảng bất kỳ pháp nào, đệ tử đều muốn được nghe."* Tất nhiên là đức Phật đồng ý.

Chỉ có một bất ổn là: Tôn giả A-nan có thể lặp lại tất cả giáo pháp của đức Phật, nhưng Ngài lại không dành nhiều thời gian để tu tập các giáo pháp này.

Một tôn giả khác là ngài Ma-ha Ca-diếp, không chỉ lắng nghe mà còn luôn thực hành tu tập những giáo pháp đã học được, và đã đạt được sự giải thoát, sáng suốt như đức Phật. Khi đức Phật sắp nhập Niết-bàn, Ngài chỉ định tôn giả Ma-ha Ca-diếp làm vị trưởng tử kế thừa Chánh pháp, có nghĩa là Ngài đã chọn một người có khả năng trao truyền cho người khác không chỉ là Giáo pháp mà cả những kinh nghiệm giải thoát thực sự nữa. Đức Phật dạy thêm: *"Sau ông, A-nan có thể sẽ là người kế thừa Chánh pháp."*

Tất nhiên là ngài Ma-ha Ca-diếp vâng lời Phật dạy, nhưng Ngài tự hỏi: "Làm sao mình có thể giúp A-nan khi thầy ấy dành quá ít thời gian thực hành tu tập?"

Suy ngẫm mãi về điều này, cuối cùng ngài Ma-ha Ca-diếp cũng nghĩ ra được một diệu kế. Sau khi đức Phật nhập diệt, ngài Ca-diếp liền "sa thải" - theo cách nói hiện đại - ngài A Nan. Ngài nói:

- Thầy hãy rời khỏi nơi đây, vì khi Thế Tôn còn tại thế thầy đã không tôn kính Ngài đúng mực và phạm vào rất nhiều lầm lỗi.

Đương nhiên là ngài A-nan rất bấn loạn. Ngài nghĩ: *"Khi Thế Tôn còn tại thế, mình là người quan trọng nhất. Thế mà bây giờ Ma-ha Ca-diếp lại đuổi mình đi!"*

Ngài liền đi đến một vùng khác của Ấn Độ, nơi có nhiều người đã từng nghe đức Phật thuyết giảng và muốn được học hỏi thêm nhiều hơn. Thế là ngài A-nan thuyết pháp, và các đệ tử của Ngài theo đúng pháp ấy tu tập hành trì. Nhiều người trong số họ đạt được tâm giải thoát, - kinh nghiệm chứng ngộ trực tiếp về giác tính trong sáng vốn không hề làm thay đổi bản chất của người thể nghiệm - tức là trạng thái mà chính đức Phật đã giác ngộ. Nhưng chính bản thân ngài A-nan vẫn không dành nhiều nỗ lực cho việc thực hành tu tập.

Câu chuyện tiếp tục kể rằng, trong một lần thiền tập, một trong các đệ tử của ngài A-nan đã quán thấy được tâm thức của Ngài và nhận ra là Ngài chưa đạt được giác ngộ. Vị này liền thưa với ngài A-nan:

- Bạch Tôn giả! Xin hãy tu tập thiền định! Ngài vẫn chưa được giải thoát!

Bây giờ thì ngài A-nan thật sự bối rối. Ngài nghĩ: *"Ngay cả đệ tử của ta giờ cũng đã vượt xa ta rồi!"*

Rốt cuộc Ngài ngồi xuống một gốc cây và bắt đầu thực hành theo những gì đã học. Cuối cùng, Ngài đạt được giải thoát và niềm hỷ lạc đi kèm. Sau khi giác ngộ, Ngài hiểu được vì sao ngài Ma-ha Ca-diếp đã "sa thải" mình. Không bao lâu sau, Ngài trở về gặp ngài Ma-ha Ca-diếp. Ngài Ma Ha Ca-diếp đã tổ chức một buổi lễ lớn để mừng ngài A-nan giác ngộ và chính thức công nhận ngài A-nan là người thứ nhì sẽ kế thừa Chánh pháp.

Ba giai đoạn tu tập

Trong tâm thức chúng ta...
tràn ngập những mê lầm và hoài nghi.

Sogyal Rinpoche
The Tibetan Book of Living and Dying
(Tạng thư sống chết)
Patrick Gaffney và Andrew Harvey hiệu đính

Theo hầu hết các Kinh điển Phật giáo thì việc đạt đến trạng thái giải thoát như trên phải trải qua ba giai đoạn: nghe pháp, suy ngẫm về pháp và tu tập thiền định theo đúng pháp.[1] Hai giai đoạn đầu không khác lắm với các hệ thống giáo dục hiện đại. Nghe pháp là phương tiện thiết yếu giúp ta được biết đến những sự kiện hay tư tưởng mới, bất luận là trực tiếp được nghe từ một vị thầy hay đọc được từ kinh sách. Trong những chuyến hoằng hóa đó đây, tôi đã gặp một số nhà giáo cho rằng giai đoạn tu tập này tương ứng với giai đoạn tiểu học trong nhà

[1] Các Kinh văn trong Hán tạng, chẳng hạn như kinh Thủ Lăng Nghiêm, gọi 3 giai đoạn này là văn (聞): nghe biết đến giáo pháp; tư (思): suy ngẫm, nhận hiểu sâu xa về những điều đã nghe; tu (修): thực hành tu tập, hành trì theo đúng những gì đã hiểu. Tiến trình này được thể hiện qua câu: Tùng văn, tư, tu, nhập tam-ma-địa.

trường, nhằm giúp học sinh tiếp cận với những nguyên lý căn bản, chẳng hạn như bảng cửu chương, các chuẩn mực ngữ pháp hoặc luật giao thông...

Giai đoạn thứ hai của tiến trình tu tập là suy ngẫm về pháp, nghe qua có vẻ như thật khó hiểu, nhưng về căn bản thì đó là sự suy tư sâu sắc về những gì đã học qua kinh sách hay trực tiếp nghe thầy dạy, và tìm hiểu xem liệu những gì đã học đó có phải là phương tiện đúng đắn giúp ta nhận hiểu và ứng phó với mọi sự kiện trong đời sống hay không? Hẳn nhiên là không cần phải suy ngẫm nhiều để nhận biết những điều như 9 nhân 9 đúng là 81, hoặc biển báo ở góc đường với những chữ "S," "T," "O," "P" trên nền đỏ thật sự có nghĩa là bạn phải đạp thắng xe và chờ xem có người đi bộ nào băng qua đường hoặc có chiếc xe nào đang đến gần hay không. Nhưng chúng ta sẽ phải nỗ lực nhiều hơn khi tiếp cận với những vấn đề lớn lao hơn, chẳng hạn như suy ngẫm xem liệu có phải cuộc đời mình thay đổi sắc thái hoặc chịu tác động bởi sự khó chịu hay *dukkha* (khổ đau), và nếu đúng vậy thì những tác động ấy sâu xa đến mức nào...

Việc suy ngẫm về những vấn đề lớn lao hơn như vậy có thể bắt đầu đơn giản bằng cách tự hỏi: *"Ngay lúc này đây, tôi có hài lòng với hoàn cảnh hiện tại của mình không? Tôi có thoải mái trên chiếc ghế này, với những bóng đèn trên đầu và những tiếng ồn xung quanh?"* Không cần thiết phải phân tích thật sâu xa hay quan sát lâu dài. Đây chỉ là một tiến trình tự kiểm lại cái cảm giác đang trải nghiệm cuộc sống vào lúc này, ngay tại đây.

Tiếp theo, bạn có thể tiến xa hơn bằng cách tự xét

lại những tư tưởng và cảm xúc thỉnh thoảng hoặc thường xuyên khởi lên trong sự nhận biết tỉnh thức của bạn. Bạn có đôi khi trải qua cảm giác rùng mình hối tiếc về những quyết định trong quá khứ? Hiện nay bạn có cảm thấy tức giận hay oán ghét đối với ai đó, hoặc đối với những trách nhiệm cá nhân hay nghề nghiệp của mình?

Tự quán xét mình như thế không phải là một kiểu đánh giá về đạo đức hay luân lý. Đó chỉ là những điểm khởi đầu để suy ngẫm xem liệu bạn có đang trải nghiệm một sự khó chịu nào đó trên các lãnh vực tri thức, cảm xúc hay thể chất, bất luận là những trải nghiệm riêng của bạn có tương ứng với tuệ giác căn bản theo Tứ diệu đế hay không. *"Mình đang khó chịu chăng?", "Mình đang có điều gì không hài lòng chăng?" "Mình có muốn được thêm điều gì đó từ cuộc sống này chăng?"* Từ ngữ bạn dùng để đặt thành những câu hỏi này không quan trọng. Điều bạn đang quan sát chính là những gì mà các bậc thầy của tôi gọi là bản chất trực tiếp hay thuần khiết của kinh nghiệm cá nhân.

Giai đoạn thứ ba là tu tập thiền định theo đúng pháp, đòi hỏi chúng ta bắt đầu bằng cách đơn thuần quán sát những trải nghiệm thể chất, tri thức và cảm xúc của mình mà không khởi lên sự khen chê phê phán. Sự quán sát đơn thuần không phê phán là nền tảng của thiền định, ít nhất là theo truyền thống Phật giáo. Tất nhiên là có nhiều nền văn hóa đã phát triển những hình thái thiền tập đặc biệt của riêng họ, và mỗi hình thái đều có sự độc đáo thích hợp với môi trường văn hóa đã sản sinh ra chúng. Vì được đào luyện từ những phương pháp tu tập phát triển trong truyền thống Phật giáo nên tôi không thể nói về chi tiết của những phương pháp được phát triển trong các truyền thống hay nền văn hóa khác.

Mặc dầu trong truyền thống Phật giáo có nhiều pháp môn đa dạng được đức Phật chỉ dạy, cũng như đã được phát triển và tinh luyện bởi những bậc thầy vĩ đại qua nhiều thế kỷ tại những quốc gia đạo Phật được truyền đến, nhưng căn bản của tất cả các pháp môn này đều là sự đơn thuần quán sát kinh nghiệm không phê phán. Thậm chí khi quán sát một ý nghĩ kiểu như *"Ồ, 20 năm trước tôi đã làm điều này điều kia. Tôi ngu quá nên cứ ân hận hoài, lúc ấy tôi chỉ là một đứa bé thôi mà!"*, thì đó cũng là thiền. Quán sát như thế là một sự rèn luyện việc đơn thuần quán sát tư tưởng, cảm xúc và cảm thọ khi chúng hiện khởi rồi diệt mất trong kinh nghiệm của ta.

Và đó chính là một bài luyện tập.

Vài năm trước đây, một người phương Tây đến tu viện Sherab Ling khi Đại sư Viện trưởng Tai Situ Rinpoche - một trong những bậc thầy tạo được nhiều ảnh hưởng nhất trong Phật giáo Tây Tạng - đang giảng dạy về thiền định và tánh Không. Trong lúc Ngài giảng về thiền định, có lẽ người này ngủ gục hoặc để tâm xao lãng, nhưng khi Tai Situ Rinpoche bắt đầu giảng về tánh Không, đột nhiên ông ta chú ý lắng nghe. Thế rồi ông ta nghĩ: *"Mình phải dứt bỏ 'cái tôi'. Nếu dứt bỏ được 'cái tôi', mình sẽ chứng ngộ tánh Không. Mình sẽ được giải thoát. Sẽ không còn vấn đề bất ổn nào, không còn khổ đau nào nữa. Vì thế, từ nay mình sẽ không dùng chữ 'tôi' nữa."*

Khi ông thưa với Tai Situ Rinpoche về giải pháp này, Rinpoche bảo ông rằng làm như thế không có lợi gì cả. Ngài nói: *"Cái tôi không phải là vấn đề bất ổn. Để nhận biết được tánh Không, ông phải khảo sát đến tận cội nguồn của 'cái tôi', tức là vô minh, tham ái v.v..."*

Nhưng người này không chịu nghe. Ông ta thật sự tin rằng cách đi tắt của ông ta hẳn sẽ có tác dụng nhanh chóng hơn và hiệu quả hơn so với bất kỳ phương pháp cổ xưa nào đức Phật đã dạy.

Thế là ông ngừng bặt việc dùng chữ "tôi". Thay vì nói "Tôi đi ngủ đây!" thì ông chỉ nói "Đi ngủ đây!" Nếu đi đến thành phố Beijnath gần đó thì ông nói "Đi Beijnath!"

Và sau một năm thực hành như thế, ông trở nên loạn trí. Ông không hề chứng nghiệm được tánh Không. Ông không hề dứt trừ được những nguyên nhân cội gốc của khổ đau. Ông chỉ giả vờ như mình không tồn tại.

Tôi không biết điều gì đã xảy ra cho người này sau khi rời Sherab Ling, nhưng rõ ràng là cách đi tắt của ông đã không có tác dụng. Trong thực tế, nó phản ánh một sự hiểu lầm phổ biến về Phật pháp là: để được giải thoát, ta phải dứt bỏ điều mà hiện nay thường được gọi là "tự ngã".

Tuy nhiên, gần đây tôi được biết rằng "tự ngã" là từ ngữ được dùng để chuyển dịch một cách không chính xác điều mà ban đầu nhà phân tâm học Sigmund Freud muốn nói đến như là khía cạnh nhận biết có ý thức của tâm. Đó là một loạt các chức năng bao gồm sự đưa ra quyết định, lập kế hoạch, phân tích thông tin v.v... Các chức năng này đã phối hợp với nhau để tạo một thế quân bình giữa các khuynh hướng thương và ghét theo bản năng; giữa những ký ức, tư tưởng và tập quán đã được khắc sâu trong tâm ta từ thuở bé với những tình huống cùng sự kiện diễn ra trong môi trường sống hiện nay của chúng ta. Trong các tác phẩm ban đầu, Freud đã đề cập đến tập hợp các chức năng ấy như là "cái tôi", một sự cảm nhận hợp lý về bản ngã đã phát sinh từ hoạt động duy trì thế quân bình tinh tế đó. Về sau, khi chuyển dịch ý nghĩa "cái tôi" của Freud, người ta đã thay thế bằng khái niệm "tự ngã" để giúp cho giới khoa học gia khoảng giữa thế kỷ 20 chấp nhận kiến giải của Freud dễ dàng hơn.[1]

Qua nhiều năm, khái niệm "tự ngã" và những thuật ngữ liên quan đến nó đã dần dần khoác lên một hàm nghĩa tương đối xấu. Chẳng hạn như người ta thường than phiền: *"Ồ, người ấy có một cái ngã vĩ đại quá!"*, hoặc là: *"Ồ xin lỗi nhé! Tôi đã nghĩ về cái ngã của mình hơi nhiều."* Hàm nghĩa tương đối xấu của cái "ngã" cũng đã lan tràn sang nhiều tác phẩm và bản dịch giáo pháp trong đạo Phật.

Tuy nhiên, nhìn từ góc độ triết học Phật giáo, việc thể nghiệm hay vận dụng một cảm nhận về "cái tôi" hay "bản ngã" tự nó không có gì là sai quấy hay xấu xa cả. "Bản ngã" chỉ đơn thuần là một tập hợp các chức năng được phát triển để giúp ta định hướng phạm vi của thực tại tương đối. [Nếu quy kết rằng bản ngã là xấu, thì] chúng ta cũng có thể tự buộc tội mình vì có đôi tay hay đôi chân. Vấn đề khó khăn chỉ khởi sinh khi ta trở nên bám chấp vào "cái tôi" hay "bản ngã" như là phương tiện duy nhất để

[1] Tham khảo: Bruno Bettelheim, Freud and Man's Soul (New York: Alfred A. Knopf, Inc.), 1982.

thông qua đó ta có sự liên hệ với kinh nghiệm của mình, một tình huống như đã nói, hoàn toàn có thể so sánh như việc liên hệ với kinh nghiệm bằng đôi tay hay đôi chân. Hầu hết chúng ta hẳn phải đồng ý rằng đôi tay hay đôi chân không phải là "cái ta", nhưng ta cũng sẽ không chặt đứt tay chân đi chỉ vì chúng không phải là tổng thể tạo thành con người ta cũng như [tất cả] những gì ta có khả năng trải nghiệm.

Cũng thế, mặc dầu "tự ngã", "cái tôi" hay "cảm nhận về bản ngã" có thể hiện hữu dai dẳng ở một cấp độ tương đối vi tế hơn, ta cũng không cần phải cô lập hay loại bỏ nó. Đúng hơn, ta có thể xem nó như một công cụ, hay một nhóm công cụ, để thông qua đó ta có thể liên hệ với những gì ta thể nghiệm.

Tất nhiên, chúng ta không thể chỉ một sáng thức dậy rồi tự nhủ: *"Ồ, bắt đầu từ hôm nay tôi sẽ xem cách thức nhận hiểu của mình về tất cả sự việc trong suốt cuộc đời này chỉ như một trật tự tạm thời của những điều khả hữu luôn phụ thuộc lẫn nhau."* Trí tuệ nhất thiết phải được vận dụng để trở thành một phần không thể tách rời trong chính cuộc đời ta. Hầu hết chúng ta đều thừa nhận rằng ta có cảm giác khó chịu đến một mức độ nào đó, và rằng trong một chừng mực nào đó thì kinh nghiệm của ta chịu sự chi phối bởi tâm ý. Nhưng chúng ta thường có khuynh hướng bế tắc ở chính điểm này, cho dù ta chọn cách cố gắng thay đổi tâm ý hoặc buông xuôi để mặc cho mọi tư tưởng, cảm xúc, áp lực v.v... khống chế hoàn toàn.

Vẫn còn một sự chọn lựa thứ ba - chính là giải pháp hay phương tiện do đức Phật truyền dạy: chỉ đơn thuần quán sát các tư tưởng, cảm xúc v.v... đa dạng như là những biểu hiện phong phú cho thấy tiềm năng vô hạn của chính tâm thức. Nói cách khác là dùng tâm để quán sát tâm. Đây là định nghĩa cơ bản của điều mà trong truyền thống Phật giáo thường được gọi là "thiền". Như đã đề cập từ trước, tiếng Tây Tạng gọi thiền tập là *"gom"*, mang nghĩa là *"trở nên quen thuộc với..."*. Thông qua thiền tập, ta trở nên quen thuộc với tâm thức.

Tuy nhiên vì tâm thức tương quan quá mật thiết với phương cách chúng ta liên hệ với chính mình và thế giới xung quanh, nên thật khó quán sát được nó ngay từ đầu. Theo cách nói của một trong các vị thầy tôi thì việc quán sát tâm thức cũng giống như cố nhìn vào khuôn mặt của chính mình mà không có gương soi. Ta biết ta có một khuôn mặt và ta có một ý niệm nào đó về diện mạo của mình, nhưng ý niệm ấy khá mơ hồ và bị che lấp bởi lớp lớp những ấn tượng không ngừng thay đổi tùy theo thái độ, cảm xúc của ta và các điều kiện khác nữa. Tất cả những thứ ấy đều ảnh hưởng đến ý niệm của ta về khuôn mặt mình.

Cũng giống như thế, ta biết rằng ta có một tâm thức, nhưng đặc điểm của nó không rõ nét dưới những lớp tư tưởng, cảm giác và cảm thọ chồng chất lên nhau: những tư tưởng và cảm giác *hướng về* tư tưởng, cảm giác và cảm thọ của chính mình; tư tưởng, cảm giác và cảm thọ *hướng về* những tư tưởng đang *hướng về* những tư tưởng và cảm giác khác... và cứ thế tiếp nối mãi không ngừng. Chúng chồng chất lên nhau như những chiếc xe trong một tai nạn giao thông trên xa lộ. [Đại khái có thể là một chuỗi tư tưởng diễn tiến như thế này:] *"Tôi phải lắng nghe bài thuyết giảng về tánh Không này. Tôi đã không chú ý lắng nghe đúng mức. Tôi sẽ không bao giờ học được gì cả. Những người khác đều có vẻ lắng nghe và hiểu hết. Tại sao tôi không làm được? À, có lẽ tại tôi đau lưng. Và đêm qua tôi không ngủ được nhiều. Nhưng điều này không quan trọng lắm, phải không? Dầu sao tâm tôi cũng là Không mà. Cái đau lưng của tôi cũng là Không. Nhưng tôi vẫn chả hiểu gì cả. Đối với tôi chúng chẳng có vẻ gì là Không..."* Và ngay giữa những lớp tư tưởng này, một ý tưởng không hề liên quan cũng có thể nảy sinh: *"Chẳng biết mình đã để cái điện thoại di dộng ở đâu rồi?"* Hoặc có thể đó là một ký ức: *"Cách đây 10 năm mình đã nói thế này, thế này... Thật là ngu xuẩn. Thật không thể tin được là mình đã nói như thế..."*, hay thậm chí là một sự thôi thúc: *"Ước gì lúc này mình có ngay một thỏi sô-cô-la..."*

Tâm thức luôn năng động: nó phân biệt, đánh giá, rồi trở lại phân biệt tùy theo sự đánh giá của nó - rồi lại đánh giá một lần nữa tùy theo sự phân biệt mới hoặc tinh tế hơn này. Thường thì chúng ta bị cuốn hút mê mải với những hoạt động tâm thức như vậy. Điều này có vẻ bình thường và tự nhiên như nhìn ra cửa sổ để xem xe cộ chạy trên đường phố đông đúc. Ngay cả khi con đường nơi ta sống không nhiều xe cộ, ta cũng có khuynh hướng nhìn ra cửa sổ để tìm hiểu thời tiết: Có tuyết không? Có mưa không? Trời trong sáng hay âm u? Có thể ta sẽ đi từ cửa sổ này đến cửa sổ khác để nhìn ra sân trước, sân sau, lối xe vào nhà ở bên này hoặc căn nhà hàng xóm ở bên kia...

Khi vướng vào thói quen nhìn qua cửa sổ và xác định kinh nghiệm của mình bằng những gì nhìn thấy bên ngoài cửa sổ, ta không nhận ra được là chính cánh cửa sổ đã giúp ta nhìn thấy quang cảnh. Hướng tâm vào trong để quán sát tâm cũng giống như chú ý nhìn cánh cửa sổ thay vì chỉ tập trung nơi cảnh vật bên ngoài. Làm như thế, ta dần dần nhận ra rằng cánh cửa sổ và cảnh vật mà ta nhìn thấy bên ngoài đều đồng thời hiện hữu. Thí dụ như nếu nhìn qua cửa sổ về một hướng, ta sẽ thấy xe cộ, mây, mưa v.v... theo một cách nhất định. Nếu nhìn về hướng khác, ta sẽ thấy mọi thứ hơi khác đi: những cụm mây có vẻ như gần hơn hay đen sậm hơn, trong khi xe cộ và người ta lại có vẻ như lớn hơn hoặc nhỏ hơn.

Tuy nhiên, nếu lùi ra xa một bước và nhìn toàn thể cánh cửa sổ, ta có thể bắt đầu nhận ra rằng những quang cảnh bị giới hạn, hay chỉ hiện ra theo một hướng nhìn, chính là những khía cạnh khác nhau của một toàn cảnh bao la hơn nhiều. Tâm thức ta có cả một phạm trù mênh mông không giới hạn của những tư tưởng, cảm xúc và cảm thọ lướt qua, có thể nhận biết được qua "cửa sổ tâm thức" mà không ảnh hưởng gì đến tự thân tâm thức.

Cách đây hơn 25 thế kỷ, đức Phật đã chỉ dạy một số phương pháp thực hành nhằm giúp ta "lùi lại" một bước và quán sát tâm thức. Trong những trang sách tiếp theo đây, chúng ta sẽ khảo sát ba phương pháp căn bản nhất trong số đó, có thể được thực hành bất cứ lúc nào, bất kỳ ở đâu và dành cho bất cứ ai - cho dầu người ấy có tự thấy mình là một Phật tử hay không. Tuy nhiên, trước khi khởi sự thực hành các phương pháp đó, việc khảo sát một vài chỉ dẫn cơ bản có thể là hữu ích.

Thuần phục ngựa

Muốn tâm an tĩnh
thì thân phải được kiểm thúc.

Đức Gyalwa Karmapa đời thứ 9
Mahamudra: The Ocean of Definitive Meaning (Đại thủ ấn - Liễu nghĩa hải)
Elizabeth M. Callahan dịch sang Anh ngữ

Khi còn bé, tôi thích nhìn trộm cha tôi và các môn đệ của Ngài, nhất là khi họ ngồi thiền. Một cảm giác an bình, định tĩnh bao phủ căn phòng xà gỗ bé nhỏ, dù có đông người đến đâu (và thường thì rất đông). Tôi để ý rằng hầu hết mọi người đều có một thế ngồi nhất định nào đó: chân tréo, tay đặt trong lòng hay trên đầu gối, lưng thẳng, mắt nhắm hờ, miệng hé mở. Mỗi khi tôi trốn nhà tìm lên một trong những hang động trên núi và giả vờ như ngồi thiền, tôi đều cố bắt chước theo thế ngồi ấy, mặc dầu tôi cũng không hiểu tại sao việc ngồi kiểu này hay kiểu khác lại là điều đặc biệt quan trọng.

Tuy nhiên, khi bắt đầu được chính thức chỉ dẫn, tôi đã học một thí dụ vốn được trao truyền từ nhiều thế hệ các bậc thầy và môn đệ trong Phật giáo Tây Tạng. Trong thí dụ này, thiền tập được so sánh với mối quan hệ giữa con ngựa và người cưỡi ngựa. *"Người cưỡi ngựa"* là tâm thức và *"con ngựa"* là thân thể. Trong khi một kỵ mã điềm tĩnh có thể thuần phục con ngựa bất kham, thì một con ngựa đằm tính cũng có thể giúp người kỵ mã bất an được vững tâm hơn.

Khi mới bắt đầu tập thiền, tâm thức ta giống như người kỵ mã rất nóng nảy, khích động, có khi quá rối loạn, nó nhảy nhót tứ tung giữa các tư tưởng, cảm xúc và cảm thọ. Có khi quá mệt mỏi vì đã nhảy nhót tứ tung như thế, nó trở nên trì độn, không tập trung hay kiệt sức. Vì thế khi mới bắt đầu, có thể nói rằng điều quan trọng là phải ngồi trên một con ngựa đằm tính, hay là phải xác lập một thế ngồi cho phép thân thể đồng thời vừa buông thư lại vừa tỉnh giác. Nếu quá buông lỏng, "con ngựa" sẽ đứng ngay lại, có thể là chỉ mải mê gặm cỏ. Còn nếu quá tỉnh giác, con ngựa có thể trở nên khích động bởi mọi vật xung quanh hay bởi tính khí, tâm trạng của người kỵ mã. Chúng ta cần tìm một sự quân bình cho thân thể, không quá buông lỏng (hay "phóng dật", như thường được gọi trong các kinh văn Phật giáo), vừa không quá tỉnh giác, không quá "căng thẳng". Chúng ta cần phải thuần phục con ngựa trước khi bắt đầu cưỡi lên nó.

Có một phương pháp thuần phục [thân] được áp dụng chính thức trong thời khóa tu tập và một phương pháp có thể áp dụng ngoài thời khóa. Phương pháp chính thức dùng trong thời khóa có tên là "thế ngồi 7 điểm" hay là "7 tư thế của thân". Trải qua nhiều thế kỷ, phương pháp này được gọi là *"thế ngồi 7 điểm Vairochana"*, một từ ngữ tiếng Sanskrit có thể được dịch nôm na là "nguồn tỏa sáng" hay "mặt trời", một khía cạnh trong khả năng "bừng sáng" của chúng ta, bằng vào kinh nghiệm thay vì là tư tưởng hay khái niệm.

Điểm thứ nhất của thế ngồi này là tạo ra một nền tảng vững chắc, hay một cái neo liên kết bạn với môi trường mà bạn đang thiền tập, đồng thời làm chuẩn mực cho phần còn lại của thân thể. Nếu được, bạn nên ngồi bắt tréo hai chân sao cho bàn chân này đặt trên bắp đùi của chân kia (tư thế ngồi kiết già). Nếu không làm được như vậy, bạn chỉ cần đặt nguyên cả chân này lên chân kia (tư thế ngồi bán già). Và nếu thấy khó khăn với cả hai thế ngồi này, bạn chỉ đơn giản ngồi tréo hai chân cũng được. Và nếu ngồi tréo hai chân dưới đất hay trên một cái gối (bồ đoàn) - hay thậm chí trên nệm hay giường ngủ của bạn - mà vẫn thấy khó khăn, bạn chỉ cần ngồi trên ghế với hai chân buông thõng đặt ngay ngắn trên sàn nhà, hay trên một cái gối. Nếu tư thế đặt chân hay bàn chân của bạn không hoàn toàn giống những người khác trong phòng thì cũng đừng lo. Mục đích chỉ là tạo một tư thế thân thể thoải mái và vững chãi cho bạn, phù hợp với trạng thái hiện tại của chính bạn, đang lúc này và ở đây, không quá căng thẳng cũng không quá buông lỏng.

Điểm thứ hai là đặt hai bàn tay trong lòng, lưng bàn tay này đặt trên lòng bàn tay kia. Tay nào nằm trên cũng được, và bạn có thể đổi vị trí của hai bàn tay bất cứ lúc nào. Nếu bạn thực tập ở một nơi nóng ấm và ẩm thấp chẳng hạn, sau một lúc bàn tay nằm dưới có thể quá nóng và ướt đẫm mồ hôi. Nếu bạn thực tập ở một nơi lạnh lẽo, bàn tay nằm trên có thể bị tê cóng hay ngứa ran như bị kiến bò. Để duỗi hai bàn tay úp trên hai đầu gối cũng tốt. Tất nhiên là một số người có thể có tay ngắn và chân dài, hoặc chân ngắn và tay dài: trong hai trường hợp đó, đặt tay ngay trên đầu gối có thể khó khăn. Một số người có thể phải đặt tay trên đầu gối, trong khi một số khác lại cần đặt tay ở vị trí thấp hơn đầu gối. Dầu sao đi nữa, bất kỳ bạn đặt tay ở đâu, điểm chính yếu ở đây là giữ cho chúng nằm yên.

Điểm thứ ba là giữ một khoảng cách nhỏ giữa cánh tay và thân, đồng thời thẳng vai lên và giãn ra một chút. Điểm này được nhiều kinh điển Phật giáo mô tả như là *"thẳng vai lên như cánh diều hâu"*. Câu này thường bị hiểu lầm là phải so hai vai lên thật cao... đến tận mang tai! Thật ra đó sẽ là một tư thế căng thẳng và khó duy trì, nhất là đối với những người có cánh tay vạm vỡ ép sát phần thân trên của họ. Họ sẽ nghĩ: *"Khoảng cách ở đâu? Tôi chả thấy khoảng cách ở đâu cả! Chết chưa, tôi phải tạo ra một chút khoảng cách..."* Mục đích chính của điểm thứ ba này chỉ là tạo điều kiện để ta có thể hít thở dễ dàng. Điều này có thể được hiểu theo nghĩa đen, tức là khả năng hít thở của lồng ngực không bị chèn ép, nhưng cũng có thể được hiểu theo nghĩa biểu trưng là khả năng tiếp nhận rồi buông xả mọi kinh nghiệm. Thường thì chúng ta ngồi, đứng và di chuyển với đôi vai thõng xuống hay khom về trước, làm cho phổi bị đè nén và ta không thể thở thật sâu, thật đầy lồng ngực. Như vậy, sự nhận biết của ta cũng bị nén ép, khiến ta không thể tiếp nhận hay buông xả các kinh nghiệm một cách toàn diện. Thẳng vai lên và giãn rộng ra cũng giống như ta đang chờ đón một hơi thở vào thật sâu, hoặc tiếp nhận những kinh nghiệm bất kỳ có thể xảy ra. Đó là một cách chào đón: *"Xin chào bạn, hơi thở! Xin chào cả thế giới này! Các bạn có khỏe không? Ồ các bạn đi rồi sao! Nhưng tôi chắc chắn các bạn sẽ quay lại!"*

Điểm thứ tư là giữ cho cột sống càng thẳng càng tốt, đó là biểu hiện dứt khoát của thân thể cho thấy sự tỉnh giác, vì nó nói lên rằng: *"Tôi đang ở đây! Tôi hoàn toàn tỉnh thức! Tôi vẫn đang sống!"* Nhưng xin nhấn mạnh một lần nữa, điều quan trọng ở đây là phải tìm ra sự quân bình: không quá cứng nhắc đến nỗi gần như đang nghiêng về phía sau, nhưng cũng không buông lỏng đến độ khom về phía trước. Điều bạn phải làm là giữ cho cột sống, như kinh văn đã nói, "thẳng như một mũi tên".

Điểm thứ năm là tư thế của cổ. Sau những năm thuyết giảng nhiều nơi trên thế giới, tôi đã nhận ra những thói quen lạ lùng liên quan đến điểm này trong một số nền văn hóa. Các học viên người châu Á thường có khuynh hướng hạ cằm sát xuống ngực, mặt cau lại khẩn trương, cố giữ lại mọi thứ trong tâm. Họ giống như những "chiến binh thiền tập", cấm ngặt không cho bất kỳ tư tưởng nào đến quấy rầy tâm thức của mình. Trong khi đó, các hành giả châu Âu lại có khuynh hướng ngửa cổ ra sau, gần như đặt cả nửa đầu phía sau lên phần nhô cao của vai, phơi bày cuống họng với một nụ cười nở rộng như muốn tuyên bố với toàn thế giới: *"Tôi an tĩnh và thư giãn quá! Kinh nghiệm của tôi thật trong sáng, thật thích thú, đầy hỷ lạc!"* Người Tây Tạng - kể cả tôi - thì cứ ngoẹo đầu sang bên này rồi bên kia, khiến cho cả phần thân trên không ngừng lắc lư từ trái sang phải, có vẻ như không thể tìm ra được bất kỳ tư thế thoải mái nào: *"Có lẽ phải như thế này, không, chắc phải như thế kia, mình cũng không biết nữa!"*

Lời chỉ dẫn chính xác là vươn cổ hơi cao lên bằng cách nghiêng cằm xuống thấp hơn so với thói quen thông thường một chút, trong khi vẫn giữ cho phần đầu được phần nào tự do chuyển động. Cảm giác lúc này có thể được mô tả như là chỉ đặt nhẹ phần đầu tựa lên trên cổ.

Điểm thứ sáu là tư thế của miệng hay toàn bộ răng, môi, lưỡi và quai hàm. Nếu quan sát kỹ, ta có thể thấy mình hay có thói quen ghìm chặt môi, răng, lưỡi và hàm lại và tự bảo: *"Tôi sẽ không để bất cứ cái gì vào hay ra khỏi đây mà không có sự cho phép của tôi."* Nhưng nói như vậy cũng không có nghĩa là ta phải cố gắng hả miệng ra và nghĩ: *"Bây giờ tôi an lạc! Bây giờ tâm hồn tôi mở rộng!"* Cả hai cách đều tạo ra phần nào căng thẳng. Thay vì thế, ta có thể chỉ cần để cho miệng ở trạng thái tự nhiên như khi ta khi sắp chìm vào giấc ngủ: có thể mở hé ra đôi chút, cũng có thể hoàn toàn khép lại, nhưng không có bất kỳ sự cố gắng nào.

Điểm cuối cùng của bảy điểm là đôi mắt. Những người mới tập ngồi thiền đôi lúc thấy dễ an tĩnh hơn khi nhắm mắt lại. Lúc ban đầu thì như thế cũng tốt. Nhưng một trong những điều tôi đã học được trước đây là, khi nhắm mắt ta sẽ dễ trôi dạt vào một trạng thái buông lỏng đến nỗi tâm thức bắt đầu tản mạn hay trở nên nặng nề, trì độn. Một số người rơi hẳn vào giấc ngủ. Vì thế, sau một vài ngày thực tập, tốt hơn hết là nên giữ mắt mở để có thể duy trì sự tỉnh giác và sáng suốt. Điều này không có nghĩa là ta phải mở mắt trừng trừng không chớp nhìn thẳng trước mặt. Làm như thế sẽ là một cực đoan ngược lại, nghĩa là quá căng thẳng, cũng giống như việc cố giữ cột sống quá cứng nhắc đến nỗi nghiêng về phía sau. Chỉ cần đơn giản giữ đôi mắt mở như bình thường trong ngày.

Ngoài ra, tốt nhất là duy trì một sự chú tâm nào đó để đôi mắt đừng liên tục chuyển động, đi từ kinh nghiệm này đến kinh nghiệm khác theo kiểu như: *"Ồ, người ngồi trước mặt tôi che mất Mingyur Rinpoche rồi! Ủa, người mới ngoài cửa bước vào là ai vậy? Tại sao mấy người đó cứ thầm thì to nhỏ với nhau trong khi đáng lẽ phải tập thiền? Có phải tiếng mưa đang đập vào cửa sổ đấy không? Con chó (hay con mèo) của tôi mới đến kìa. Nó đi đâu vậy? Nó có cần ăn uống gì không nhỉ?"*

Tuy nhiên, ta không cần phải cố gắng chú tâm vào một nơi cố định. Đôi khi ta có thể hướng sự chú ý về phía dưới một chút, như nhìn xuống chóp mũi chẳng hạn. Đôi khi ta có thể nhìn thẳng về phía trước, và đôi khi có thể nhìn hơi chếch lên. Điều chủ yếu là phải chọn chú tâm vào một phạm vi khung cảnh ổn định để qua đó bạn có thể nhìn thấy nhiều sự thay đổi mà không bị chúng làm cho tán tâm.

Ngoài ra còn có một tư thế 2 điểm ngắn gọn hơn, có thể vận dụng vào những lúc không thích hợp để ngồi xuống chính thức theo thời khóa (chẳng hạn như khi đang lái xe, nấu bếp hay đi mua tạp phẩm), hoặc vì cơ thể lúc đó không có khả năng áp dụng tư thế 7 điểm. Hai điểm này rất đơn giản: một là giữ lưng thật thẳng và hai là thả lỏng cơ bắp. Cũng giống như thế ngồi 7 điểm, tư thế 2 điểm này giúp ta duy trì sự quân bình giữa trạng thái buông thư và tỉnh giác, không quá thả lỏng nhưng cũng không quá căng thẳng, một mức độ thích hợp vừa phải nằm giữa hai trạng thái đó.

Hai phương pháp *"thuần phục ngựa"* này giúp ta đối trị với khuynh hướng rất phổ biến là khòm lưng xuống khiến cho phổi và các cơ quan tiêu hóa đều bị nén ép, đồng thời cũng làm hạn chế phạm vi khả năng hoạt động của cơ thể. Các phương pháp này cũng tạo ra một tư thế chuẩn mực của cơ thể, và điều này giúp ta kéo sự tỉnh giác trở về với kinh nghiệm hiện tại mỗi khi tâm thức - người cưỡi ngựa - đi lạc lối, tản mạn hay bám chấp vào một kiến giải nhất định nào đó. Bằng vào kinh nghiệm của bản thân, tôi có thể nói rằng việc ngủ gục xuống giữa thời khóa thiền là một điều rất tốt để ngay lúc ấy giúp ta tự mình trở về với thời khắc hiện tại. Nhận biết sự căng thẳng của cơ bắp hay các phần khác trong cơ thể cũng rất hữu ích trong việc giúp nhận rõ những thói quen tinh thần và cảm xúc bắt nguồn từ sự sợ hãi, tham đắm hay các dạng thức khác của sự bám chấp vào cảm giác *"cái tôi"* luôn tách biệt với tất cả những gì *"không phải tôi"*.

Tìm được một tư thế cân bằng cho cơ thể cũng giúp ta thiết lập sự quân bình giữa ba phạm trù của kinh nghiệm mà tiếng Phạn gọi là *prana*, *nadi* và *hindu*, còn tiếng Tạng thì gọi là *lung*, *tsa* và *tigle*. *Prana* hay *lung* có thể tạm dịch là *khí*, chỉ đến nguồn năng lượng duy trì sự lưu chuyển của mọi vật. *Nadi* hay *tsa* có thể tạm dịch là *kinh mạch*, là những kênh mà qua đó năng lượng di chuyển khắp cơ thể, và *hindu* hay *tigle* có thể tạm dịch là các *giọt* hay *điểm*, là tinh chất cốt lõi của sự sinh tồn, được năng lượng thúc đẩy di chuyển trong các kinh mạch.

Trên bình diện thể chất, nói một cách giản dị thì các *giọt* hay *điểm* có thể được ví như các tế bào máu. Các *kinh mạch* có thể được ví với các động mạch, tĩnh mạch và mao mạch, thông qua đó dòng máu được đưa đến cơ bắp và các cơ quan khác nhau. *Khí* có thể được ví với năng lượng giúp tim đập và bơm máu chạy vào mạng lưới phức tạp của các động mạch, tĩnh mạch và mao mạch, trải rộng khắp các cơ bắp và cơ quan của cơ thể, rồi lại đưa máu trở về tim. Toàn bộ các yếu tố *khí*, *mạch* và *giọt* đều hoạt động cùng nhau. Nếu *khí* không hòa hợp thì sự lưu chuyển của các giọt qua các kinh mạch cũng sẽ không hòa hợp. Nếu các kinh mạch bị tắc nghẽn hay trở ngại, khí sẽ bị ngăn chặn và sự lưu chuyển của các giọt bị hạn chế. Nếu các giọt bị ảnh hưởng tác động, chẳng hạn như một sự tăng vọt chất *adrenaline* trong cơ thể, chúng sẽ không thể lưu chuyển dễ dàng qua các kinh mạch.

Trên một cấp độ tinh tế hơn, *khí*, *mạch* và *giọt* là những khía cạnh đa dạng của tâm thức. *Giọt* là hợp thể của các khái niệm (như "tôi", "anh", "điều tôi thích", "điều tôi không thích"...), *kinh mạch* là sự liên kết các khái niệm này, và khí là nguồn năng lượng duy trì sự vận hành, lưu chuyển của các khái niệm.

Có một sự nối kết giữa bình diện thể chất với cấp độ vi tế hơn của các yếu tố *khí*, *mạch* và *giọt*. Nếu ta có thể giữ được một tư thế sao cho các khía cạnh vật lý của thân thể được quân bình, đó là ta đã rộng mở tâm hồn trước tiềm năng của các khía cạnh vi tế. Nói cách khác, việc thuần phục *"ngựa"* tạo ra một nền tảng thể chất để thuần phục *"người cưỡi ngựa"*.

Thuần phục người cưỡi ngựa

An trụ như những ngọn sóng
dâng trào trên mặt biển.

Jamgon Kongtrul Lodro Thaye
Creation and Completion
(Sinh khởi và viên mãn)
Sarah Harding dịch sang Anh ngữ.

Những nguyên tắc để tìm ra một tư thế vừa thư giãn vừa tỉnh giác cho cơ thể cũng được áp dụng để tìm một sự cân bằng trong tâm thức: không quá buông lỏng, cũng không quá căng thẳng. Khi tâm bạn an trụ một cách tự nhiên, cân bằng giữa sự thư giãn và tỉnh giác, những năng lực sẵn có của tâm sẽ tự nhiên hiển lộ.

Tôi hay dùng một ví dụ so sánh rất giản dị khi thuyết giảng. Đó là chỉ ra ba phương thức phản ứng khác nhau khi tôi đang khát nước và sẵn có một ly nước ngay trước mặt.

Cách phản ứng thứ nhất là, tôi gắng hết sức lực với tay đến ly nước và tự nhủ: *"Tôi nhất định phải với tới ly nước này. Tôi phải đưa nó lên miệng. Tôi phải nuốt được một ngụm, nếu không tôi sẽ chết khát mất."*

Thế nhưng, bàn tay, cánh tay và ý muốn của tôi đều hoạt động quá mức căng thẳng đến nỗi tôi không thể nào chạm được đến ly nước cách xa tôi không đầy một thước để uống. Và cho dầu tôi có chạm được vào ly nước, tôi sẽ quá run rẩy đến nỗi có nhiều khả năng làm đổ ly nước trước khi kịp đưa lên đến miệng.

Đó là ví dụ của sự quá căng thẳng, mong muốn đạt được điều gì với một khát vọng quá mãnh liệt đến nỗi sự quá sức đó ngăn trở sự thành tựu.

Tiếp đến, tôi minh họa cực đoan đối nghịch với trường hợp trên bằng cách phản ứng thứ hai: uể oải nhấc cánh tay lên và nói một cách mệt mỏi: *"Ồ, tôi muốn uống nước nhưng không muốn với tới cái ly... Cái ly xa quá và tôi phải cố sức nhiều quá! Có lẽ tôi sẽ uống sau vậy. Có lẽ tối nay, hoặc cũng có thể sau đó nữa."*

Đó là một ví dụ cho sự quá buông lỏng: không đạt được điều gì chỉ vì điều đó có vẻ như đòi hỏi quá nhiều nỗ lực.

Cuối cùng, tôi minh họa phương thức nằm giữa hai cực đoan trên. Trong trường hợp này, tôi có thể nói: *"Có một ly nước. Chỉ cần thong thả đưa tay ra phía trước, cầm lấy ly nước và uống."*

Cũng giống như trong trường hợp chọn tư thế của thân thể, điểm chính yếu trong "tư thế" của tâm là tìm một sự quân bình. Nếu tâm bạn quá căng thẳng, quá chuyên chú, cuối cùng bạn sẽ trở nên quá lo lắng không biết liệu mình ngồi thiền có giỏi không. Trong đầu bạn tràn ngập các ý nghĩ như: *"Tôi nhất định phải quán sát tâm. Tôi phải thấy được trọn cánh cửa sổ. Nếu không làm được, tôi sẽ là một kẻ thất bại..."*

Nếu quá buông lỏng tâm, ta sẽ bị lôi cuốn đi bởi sự tán loạn hoặc rơi vào trạng thái hôn trầm. *"Ồ, có lẽ tôi nên ngồi thiền nhưng điều đó mất nhiều thì giờ quá. Phải rồi, phải rồi, có một tư tưởng, có một cảm giác, có một cảm thọ... nhưng việc gì tôi phải quan tâm đến chúng nhỉ? Rồi chúng cũng sẽ trở lại thôi!"*

Phương thức lý tưởng nằm ở giữa hai cực đoan này, chỉ đơn thuần nhận biết: *"À, có một niệm tưởng. Có một cảm giác. Có một cảm thọ. Ồ, bây giờ nó biến đi rồi! À, nó trở lại rồi kìa! Ừ, nó lại đi mất rồi. Giờ nó trở lại rồi đấy!"*

Chúng ta có thể xem sự xuất hiện và biến mất này như một trò chơi, theo cách như những đứa trẻ con nhìn lên đám mây. Một đứa trong bọn có thể kêu lên: *"Các bạn nhìn thấy gì?"* Và một đứa khác trả lời: *"Tớ thấy con rồng!"* Nhưng những đứa khác có thể thêm vào tùy theo ấn tượng của chúng: *"Tớ thấy con ngựa!"*, *"Tớ thấy con chim!"* Đứa thiếu trí tưởng tượng nhất trong đám trẻ có thể nói: *"Tớ chẳng thấy gì cả, chỉ là một đám mây thôi!"*

Điều đặc biệt quan trọng trong giai đoạn ban đầu là "trò chơi" này phải ngắn ngủi thôi - theo Kinh điển Phật giáo thì chỉ nên ngắn ngủi như thời gian nhai nuốt một miếng cơm, uống một ngụm trà, hay đi lại vài ba bước trong phòng... Tất nhiên, cũng giống như phải nhai nuốt nhiều miếng cơm mới hết phần cơm trong chén, phải uống nhiều ngụm trà mới cạn một tách trà, hoặc phải bước nhiều bước mới hết chiều ngang căn phòng, nên những trò chơi ngắn ngủi này có thể được lặp lại nhiều lần mỗi ngày.

Khi thực hành theo cách như thế, việc tập thiền sẽ trở thành một phần trong ngày của bạn, chứ không phải chỉ là việc bạn làm vì cho rằng sẽ tốt cho bạn. Dần dần, bạn sẽ thấy dễ dàng hơn trong việc duy trì thời khóa thiền tập lâu hơn - và bạn sẽ mong đợi bất kỳ điều gì trong ba giai đoạn tu tập cơ bản mà bạn chọn lựa vì thấy tự thân chúng thật thú vị chứ không phải như một nhiệm vụ phải thi hành.

7. TÂM CHUYÊN CHÚ AN ĐỊNH

Để thấy ngọn núi bên kia,
bạn phải nhìn ngọn núi ở bên này.

Ngài Dusum Khyenpa
Quoted in Mahamudra:
The Ocean of Definitive Meaning
Trích từ Đại thủ ấn, Liễu nghĩa hải
Elizabeth M. Callahan dịch sang Anh ngữ.

Nếu để yên buông thả, tâm thức sẽ giống như một chú chim hiếu động, chuyền từ cành này sang cành khác, hoặc lao vút từ trên cây xuống đất rồi lại bay lên một cây khác. Trong ví dụ so sánh này, các cành cây, mặt đất và cây khác biểu hiện cho những thôi thúc ta nhận được từ năm giác quan, cũng như những tư tưởng và cảm xúc. Tất cả đều có vẻ rất thú vị và có sức lôi cuốn thật mãnh liệt. Và vì luôn có những điều gì đó đang xảy ra bên trong cũng như xung quanh ta, nên rất khó để chú chim hiếu động đáng thương kia có thể đứng yên. Chẳng trách gì có quá nhiều người gặp tôi đã than phiền là lúc nào cũng bị căng thẳng. Cái kiểu chuyền nhảy lung tung khắp nơi như thế khi các giác quan của ta luôn tràn ngập thông tin, và tư tưởng, cảm xúc thì luôn đòi hỏi được nhận biết, khiến cho ta thật khó duy trì được sự thư giãn và chú tâm.

Pháp tu đầu tiên trong số những thực hành căn bản mà tôi được học lúc còn bé - cũng là điều mà hầu hết các bậc thầy dạy cho người mới nhập môn - là nhằm giúp chú chim nhỏ bé có thể đậu yên lại. Trong tiếng Sanskrit, pháp tu này được gọi là *shamatha* (thiền chỉ) - với âm *th* là một biến âm hơi khác đi của âm *t* - và tiếng Tây Tạng gọi là *shinay*.

Các âm tiết *shama*- (Sanskrit) và *shi*- (Tạng) có thể được hiểu theo nhiều cách khác nhau, bao hàm các nghĩa như "an bình", "buông thư" hoặc "dừng lắng" khi nói về một sự phấn khích tinh thần hay tình cảm, cảm giác. Có lẽ các từ ngữ hiện đại tương đương là *"hạ nhiệt"* hay *"giảm stress"*.

Âm tiết *-tha* trong tiếng Sanskrit, cũng như âm tiết *-nay* trong tiếng Tạng, có nghĩa là *"dừng trụ", "ở lại"*. Nói cách khác, *shamata* hay *shinay* có nghĩa là dừng trụ trong một trạng thái buông thư hay *"giảm stress"*, giúp cho chú chim nhỏ bé có thể tạm thời đậu yên một lúc trên cành cây.

Hầu hết chúng ta khi nhìn hay nghe điều gì, hoặc quan sát một niệm tưởng hay cảm xúc, đều kèm theo một sự phê phán nào đó về kinh nghiệm ấy. Sự phê phán này có thể được hiểu dưới ba dạng "cành cây" căn bản: Cành *"tôi thích"*, cành *"tôi không thích"* và cành *"tôi không biết"*. Trên mỗi cành này lại mọc vươn ra những cành nhỏ hơn được gán các *"nhãn"* khác nhau như: "tốt", "xấu", "dễ chịu", "khó chịu", "tôi thích vì...", "tôi không thích vì...", "có thể tốt hay xấu", "có thể thú vị hoặc không thú vị", "có thể tốt và xấu, dễ chịu và khó chịu" và "chẳng xấu cũng chẳng tốt, không dễ chịu cũng không khó chịu". Các khả năng tính tượng trưng bởi tất cả các cành cây này lôi cuốn chú chim nhỏ nhảy nhót chuyền từ cành này sang cành khác, tìm tòi khám phá mỗi cành cây ấy.

Sự thực hành thiền chỉ (*shamatha* hay *shinay*) đòi hỏi phải buông xả mọi sự phê phán đánh giá, chỉ đơn thuần quan sát hay chú tâm vào những gì ta thấy từ bất kỳ "cành cây" nào ta đang "đậu" trên đó. Có thể ta nhìn thấy cả một quang cảnh đầy cành và lá xanh. Nhưng thay vì chuyền từ cành này sang cành khác để nhìn cho rõ hơn, ta chỉ cần nhìn vào mỗi một cành cây hay lá cây, chú ý đến hình dạng hay màu sắc của nó. Hãy ở yên trên một cành cây thôi. Hòa nhập vào kinh nghiệm của mình theo cách này cho phép ta phân biệt được giữa các phê phán đánh giá của mình với kinh nghiệm "thấy" đơn thuần.

Thực hành này bao hàm một ý nghĩa sâu sắc về cách chúng ta tiếp cận với cảm xúc phiền não và những vấn đề bất ổn khác nhau trong đời sống hằng ngày. Trong hầu hết trường hợp, kinh nghiệm cảm nhận của chúng ta bị ảnh hưởng bởi "cành cây" ta đang "đậu" và toàn cảnh cây lá trước mắt ta. Nhưng nếu chúng ta nhìn vào kinh nghiệm một cách trực tiếp, ta sẽ có thể thấy biết đúng thật mỗi cành cây, lá cây và các ý niệm phê phán đánh giá cũng đúng thật như chúng đang hiện khởi - không trộn lẫn tất cả như một hỗn thể, mà là những khía cạnh khác nhau được phân biệt rõ của kinh nghiệm. Trong khoảnh khắc dừng lắng chỉ đơn thuần tỉnh giác, chúng ta không chỉ rộng mở bản thân mình với khả năng vượt qua những cách suy nghĩ, cảm xúc và phản ứng theo thói quen đối với những cảm thọ vật chất, mà còn đáp ứng một cách hoàn toàn mới mẻ với mỗi một kinh nghiệm khi chúng hiện khởi.

Nhận thức đơn thuần này là sự hiển lộ phẩm tính trong sáng của tánh Phật trong ta: khả năng nhận biết là mình đang thấy nhưng không có bất kỳ khái niệm nào đi kèm hay che mờ cái thấy của ta. Chúng ta có thể nhận biết những khái niệm như "tôi thích", "tôi không thích" v.v... là khác biệt với các cành cây, hoa lá... [được ta nhìn thấy]. Vì sự trong sáng vốn là vô hạn nên ta có thể cùng lúc tiếp nhận tất cả các thứ khác nhau này mà không trộn lẫn chúng với nhau. Thật ra, sự trong sáng vốn luôn vận hành, ngay cả khi ta không có chủ ý chú tâm đến nó: khi ta nhận biết mình đang đói hay mệt mỏi, khi ta nhận biết mình đang kẹt xe, hay phân biệt quả ớt với hộp phó mát... Không có sự trong sáng, ta sẽ không có khả năng suy nghĩ, cảm giác hay nhận thức gì cả. Thực hành tu tập *shamata* hay *shinay* giúp ta phát triển và trân quý sự trong sáng vốn có của mình.

Có nhiều phương pháp tập thiền *shamata* hay *shinay*. Trong những năm qua, có nhiều người muốn tôi đưa ra một hướng dẫn cụ thể từng bước một. Họ hỏi: *"Trước hết tôi phải làm gì? Rồi tiếp sau đó...?"*

Trong những trang sách tiếp theo sau đây, tôi sẽ cố gắng miêu tả phương thức thực hành cụ thể theo từng bước áp dụng cho mỗi một pháp tu cơ bản.

Bước thứ nhất:
Thiền không đối tượng - Sự chú tâm đơn thuần

Phương pháp cơ bản nhất để đạt đến sự chú tâm được gọi là "không đối tượng", nghĩa là không chú ý vào bất kỳ một khung cảnh hay khía cạnh nào của kinh nghiệm, mà chỉ quan sát và ngạc nhiên vui thích với sự hiện khởi rồi mất đi của một toàn cảnh bao la. Trong một chuyến du hóa gần đây ở *Rio de Janeiro* (Brasil), tôi thường tập thể thao bằng cách chạy bộ qua một ngọn đồi cao gần nơi tôi ở. Ngọn đồi này phủ đầy những cây ăn trái đủ loại rậm rạp như rừng. Khoảng giữa đường lên đồi, tôi thường thấm mệt, choáng ngợp vì thời tiết quá nóng ẩm và độ cao của ngọn đồi cũng như trước khung cảnh chỉ thuần một tán lá xanh đủ loại trải rộng. Nhưng ở một vài nơi thường có sẵn ghế hay băng gỗ để ngồi. Tôi thường ngồi lên ghế và nghỉ ngơi, chỉ đơn thuần nhận biết sự mệt mỏi của thân thể và phong cảnh xung quanh.

Bạn không cần phải chạy bộ trên mấy ngọn đồi ở *Rio de Janeiro* để có được cảm giác buông thư và tỉnh giác rộng mở ấy. Bạn có thể trải nghiệm như thế sau khi rửa xong một đống chén bát thật to. Sau khi rửa xong, bạn có thể ngả người trong ghế tựa và thở ra một hơi dài thật nhẹ nhõm. Thân thể bạn có thể mệt mỏi, nhưng tâm thức lúc ấy thật an ổn, hoàn toàn rộng mở, hoàn toàn buông thư, và bạn thể nhập trọn vẹn vào giây phút hiện tại của hơi thở ra nhẹ nhõm đó. Có thể mấy đứa con của bạn đang ồn ào ở phòng bên cạnh, hoặc có thể bạn đang xem ti-vi với màn hình luôn thay đổi và ngắt quãng bởi những đoạn phim quảng cáo. Nhưng những điều đó không hề ảnh hưởng đến cảm giác buông thư nhẹ nhõm của bạn. Tư tưởng, cảm giác và cảm thọ có thể đến rồi đi, nhưng bạn chỉ đơn thuần quán sát chúng. Bạn chú ý đến chúng một cách nhẹ nhàng, ôn hòa - hay như trong truyền thống Phật giáo thường gọi là sự chú ý đơn thuần. Khi bạn thư giãn với cảm giác buông thư nhẹ nhõm, bạn không làm gì khác hơn là an trụ trong hiện tại rộng mở. Quá khứ - việc rửa chén bát hay chạy bộ trong một khu rừng ở Nam Mỹ - đã qua, và tương lai - những chồng chén khác, khu rừng khác, hóa đơn phải trả, con cái phải dạy dỗ... - còn chưa đến. Ngay tại đây, vào lúc này chỉ có duy nhất cảm giác nhẹ nhõm của hiện tại.

Đó là cách thức để an trụ trong sự chú tâm không đối tượng: như thể bạn vừa mới hoàn tất một công việc lâu dài, lớn lao hoặc khó khăn. Hãy buông xả và thư giãn. Bạn không cần phải ngăn chặn bất kỳ tư tưởng, cảm xúc hay cảm thọ nào khi chúng nảy sinh, mà cũng không cần phải chạy đuổi theo chúng. Hãy an trú trong giây phút hiện tại của sự buông thư nhẹ nhõm. Nếu tư tưởng, cảm xúc và cảm thọ nảy sinh, chỉ đơn giản là hãy để mình nhận biết chúng, thế thôi.

Sự chú tâm không đối tượng không có nghĩa là buông thả tâm thức lang thang không mục đích trong những tưởng tượng, ký ức hay mơ mộng. Bạn có thể không bám víu vào bất kỳ sự việc cụ thể nào, nhưng bạn vẫn tỉnh giác, vẫn hiện hữu cùng với những gì đang xảy ra bây giờ và ở đây. Lấy ví dụ như gần đây, lúc xuống phi trường Denver

(Mỹ) chờ đổi máy bay, tôi đã thấy rất nhiều xe con thoi chở khách qua lại trên một đoạn đường ray ngay bên trên đầu, đưa hành khách đi từ trạm này sang trạm khác. Tôi ngồi trên ghế nhìn những chuyến xe qua lại, hài lòng với việc ngắm nhìn chúng đơn giản như những trình hiện đi qua sự nhận biết. Không cần thiết phải đứng lên chạy theo mỗi chuyến xe và thắc mắc: *"Nó đi đâu vậy? Nó từ đâu đến? Từ điểm đầu đến trạm cuối phải mất bao lâu?"* Không, tôi chỉ đơn thuần nhìn những chuyến xe đi ngang qua thôi.

Khi tu tập ở cấp độ chú tâm không đối tượng, chúng ta thực sự trụ tâm trong sự trong sáng tự nhiên của nó, không hề bị biến đổi bởi sự đi qua của những tư tưởng, cảm giác và cảm thọ vật chất. Sự trong sáng tự nhiên này luôn hiện hữu với chúng ta cũng như không gian luôn hiện hữu quanh ta. Trong một ý nghĩa nào đó, sự chú tâm không đối tượng cũng giống như để mình nhận biết những *"cành cây, tán lá"* ngay trước mặt và đồng thời cũng nhận biết khoảng không gian ngay từ đầu đã tạo điều kiện để ta nhìn thấy cành và lá cây ấy. Tư tưởng, cảm xúc, cảm thọ chuyển biến và dao động trong sự tỉnh giác đơn thuần cũng giống như cành, lá cây lay động trong không gian. Hơn thế nữa, cũng giống như không gian không hề được xác định bởi những vật thể di chuyển trong đó, tâm tỉnh giác đơn thuần cũng không hề được xác định hay giới hạn bởi các tư tưởng, cảm xúc và cảm thọ mà tâm ấy nhận biết. Sự tỉnh giác chỉ đơn thuần hiện hữu, thế thôi.

Sự chú tâm không đối tượng là an trụ trong sự hiện hữu đơn thuần này, chỉ đơn giản quán sát các tư tưởng, cảm xúc, trình hiện v.v... khi chúng hiện khởi trên nền hay bên trong bối cảnh "không gian". Một số người thấy sự thực hành này dễ dàng như ngồi xuống ghế sau khi rửa chén. Một số khác lại thấy thật khó khăn. Bản thân tôi cũng đã từng thấy rất khó. Mỗi khi cha tôi và các bậc thầy khác cố gắng giảng giải về sự chú tâm không đối tượng, tôi luôn thấy khó hiểu và hơi bực tức nữa. Tôi đã không thể nào hiểu được làm sao lại có thể quán sát bất kỳ điều gì đang diễn ra như thể đó chỉ là một cuốn phim, hay nói theo như nhiều kinh văn Phật giáo thì chỉ là "bóng trăng đáy nước". Trong những lúc vô cùng bất an, các tư tưởng, cảm giác và cảm thọ trong cơ thể của tôi không giống như bóng trăng phản chiếu chút nào. Chúng dường như cực kỳ chắc thật. May mắn thay, còn có những bước tu tập khác để chúng ta có thể được dẫn dắt vào tiến trình của sự nhận thức đơn thuần.

Bước thứ hai: Chú tâm vào hình sắc

Là những chúng sinh mang thân thể hình sắc, tất nhiên là hầu hết các trải nghiệm của chúng ta đều được đưa vào qua một trong các khả năng nhận biết như: mắt thấy, tai nghe, mũi ngửi, lưỡi nếm và thân xúc chạm. Nhưng vì khả năng nhận biết của năm giác quan - hay nói theo Kinh điển Phật giáo là năm thức - chỉ có thể đơn thuần ghi nhận mọi sự nhận biết [mà không có sự phân tích, xử lý thông tin], nên trong Phật học có thêm một thức thứ sáu là *ý thức*. Khả năng nhận biết thứ sáu, hay thức thứ sáu này, không nên nhầm lẫn với năng lực siêu nhiên,[1] tức là khả năng thấy biết được việc tương lai, hay bất kỳ khả năng bí ẩn nào khác. Ý thức rất tương tự với điều mà các nhà khoa học thần kinh miêu tả như khả năng tổ chức thông tin đã nhận được qua các giác quan và hình thành một khái niệm hay hình ảnh tương ứng trong tâm trí.

Ý thức giống như chú chim hiếu động đã được miêu tả trong phần trước, bay nhảy từ cành này sang cành khác, có thể nói là thu nhận quang cảnh nhìn từ mỗi cành cây. Nó cố gắng nhận hiểu ý nghĩa của những thông tin nhận được và bị thôi thúc phải đáp ứng. Tuy nhiên, ta có thể dạy cho chú chim này biết đậu yên một lúc, bằng cách chủ động tập trung sự chú ý vào một giác quan nào đó.

Nhưng điều đó diễn ra như thế nào?

Trong tiến trình kinh nghiệm hằng ngày, tâm thức vốn có khuynh hướng bám víu vào thông tin đến từ các giác quan. Tuy nhiên, thông thường thì chính các thông tin này lại là nguyên nhân làm ta phân tán tâm ý. Vì là những chúng sinh mang thân thể hình sắc, nên ta sẽ thấy việc cố gắng tách rời hoàn toàn khỏi các giác quan hay ngăn chặn những thông tin nhận được từ đó là hoàn toàn vô ích. Phương thức thực tiễn hơn là thân thiện với các thông tin ấy và sử dụng chúng như một phương tiện để làm lắng dịu tâm thức. Như tôi đã được học, sự thân thiện này được

[1]Nguyên tác dùng ESP, tức dạng viết tắt của Extrasensory perception, dùng chỉ chung các năng lực siêu nhiên, và được giải thích ở đây là khả năng thấy biết trong tương lai. Trong tiếng Việt cũng thường gặp cách dùng "giác quan thứ sáu" để chỉ năng lực cảm nhận siêu nhiên, khác thường.

thiết lập dễ dàng nhất bằng cách chú tâm vào khía cạnh nhìn thấy được của đối tượng, thí dụ như một bông hồng. Những gì ta suy nghĩ hay cảm nhận về đối tượng ấy không quan trọng: "bông hồng đẹp", "bông hồng xấu", "bông hồng chẳng biết đẹp hay xấu". Nếu ta chỉ đơn thuần nhìn vào nó đúng thật như nó đang hiện hữu, ta có thể bắt đầu tách rời được những ý kiến đánh giá của mình ra khỏi kinh nghiệm "thấy" đơn thuần. Bản thân những ý kiến đánh giá của ta tự chúng không có gì là tốt, xấu hay lẫn lộn. Nhưng khi ta trộn lẫn chúng vào với một đối tượng, tâm thức ta sẽ trở nên rối rắm. Chúng ta sẽ bắt đầu tự hỏi: *"Bông hồng này đẹp hay xấu? Lần cuối tôi thấy một bông hồng là lúc nào nhỉ?"*... Chú chim hiếu động sẽ bắt đầu chuyền từ cành này sang cành khác, cố *"nhận hiểu"* về bông hồng. Thế nhưng, tự thân bông hồng không phải để cho ta nhận hiểu, chỉ để ta đơn thuần nhìn thấy mà thôi.

Thuật ngữ để chỉ việc dùng thị giác như một phương tiện dừng lắng tâm gọi là *"quán niệm sắc tướng"*. Nghe có vẻ hơi đáng ngại, phải không? Rất nghiêm chỉnh và chính xác! Nhưng thật ra thì quán sắc tướng rất đơn giản. Trong thực tế, ta vẫn thực hành pháp này cả ngày một cách không chủ ý, mỗi khi ta nhìn một vật gì, chẳng hạn như màn ảnh ti-vi, một chồng chén thật cao chưa rửa trong bồn nước hay một người đứng xếp hàng trước mặt khi đi mua thực phẩm. Quán sắc tướng chỉ đơn giản là nâng cao quá trình không chủ ý đó lên mức độ của sự tỉnh giác chủ động. Khi chỉ nhìn vào một đối tượng nhất định với sự chú ý đơn thuần, chú chim hiếu động sẽ đậu yên trên cành cây của nó.

Bất luận đối tượng nào mà bạn chọn để nhìn vào - một bông hồng, màn ảnh ti-vi hay người xếp hàng trước mặt bạn trong tiệm thực phẩm chờ tính tiền - hẳn bạn đã nhận thấy là đối tượng ấy luôn có hai khía cạnh: hình dáng và màu sắc. Bạn có thể chú tâm vào khía cạnh nào tùy thích. Tự thân sự chú tâm ấy không quan trọng: có người thích hình dáng, người khác lại thích màu sắc. Mục đích ở đây chỉ đơn giản là đặt sự chú ý của bạn vào màu sắc hoặc hình dáng của đối tượng, hướng sự tỉnh giác vào chỗ đơn thuần nhận biết hình dạng hay màu sắc đó mà thôi. Không cần phải nỗ lực tập trung chăm chú đến mức nhận biết từng chi tiết. Nếu cố làm như thế bạn sẽ căng thẳng, trong khi mục đích của việc quán niệm sắc tướng là buông thư. Hãy thả lỏng sự chú tâm của mình, chỉ giữ vừa đủ sự chú ý để đơn thuần nhận biết bất kỳ đối tượng nào mà bạn nhìn vào. Đối tượng của thị giác chỉ được dùng như một điểm hướng về để giúp tâm có thể dừng lắng, một khởi điểm giúp chú chim nhỏ thôi chuyền cành - ít nhất là trong chốc lát - và hoàn toàn đậu yên.

Thực hành phương pháp này như thế nào?

Trước hết, tùy hoàn cảnh, hãy chọn bất kỳ tư thế nào bạn thấy thuận tiện hay thoải mái nhất. Sau đó, hãy để tâm buông thư một lúc trong sự chuyên chú không đối tượng. Chỉ đơn thuần quán sát tất cả các tư tưởng, cảm thọ v.v... khi chúng hiện khởi. Tiếp theo, chọn một đối tượng để nhìn - màu tóc của ai đó, hoặc kiểu tóc của người ấy, một bông hồng, một quả đào, hay mặt bàn làm việc của bạn - và chỉ hướng sự chú tâm vào đấy, nhận biết hình dáng hoặc màu sắc của đối tượng. Bạn không cần phải căng mắt ra nhìn, và nếu cần chớp mắt thì cứ chớp mắt.

(Thật ra, nếu không chớp mắt thì rất có thể mắt bạn sẽ khó chịu và khi ấy nhìn bất kỳ vật gì cũng thấy có vẻ như vật ấy gây khó chịu cho bạn.) Sau một lúc nhìn vào người hay vật nào đó, bạn hãy để tâm trở lại buông thư trong sự chuyên chú không đối tượng. Sau đó trở lại chú ý vào đối tượng trong một lúc, rồi lại buông thư tâm...

Mỗi khi tu tập dùng đối tượng hình sắc để giúp cho việc an trụ tâm, tôi lại nhớ đến một trong những bài học đầu tiên tôi đã học được từ cha tôi: sự luân phiên thay đổi giữa thiền quán có đối tượng và loại thiền quán không đối tượng như đã được miêu tả ở phần trước sẽ mang lại lợi ích rất lớn lao. Khi trụ tâm vào một đối tượng, bạn sẽ thấy nó như một cái gì khác biệt hay chia tách với bản thân mình. Nhưng khi bạn buông thư và chỉ trụ tâm trong sự chuyên chú đơn thuần, dần dần bạn sẽ bắt đầu nhận ra rằng bất kỳ điều gì bạn thấy và thấy bằng bất kỳ cách nào, cũng chỉ là một hình ảnh tạo thành bởi tư tưởng, ký ức và những giới hạn quy định bởi các giác quan của ta. Nói cách khác, không có sự khác biệt nào giữa những gì được thấy và tâm thức đang nhìn thấy nó.

Bước thứ ba: Chú tâm vào âm thanh

Việc chú tâm vào âm thanh rất tương tự với chú tâm vào hình sắc, chỉ khác là bạn sử dụng thính giác thay vì thị giác. Hãy bắt đầu bằng cách thuần phục *"con ngựa thân thể"* của mình qua việc chọn một tư thế thích hợp nhất, thế ngồi bảy điểm hoặc tư thế hai điểm.

Sau đó dành một chút thì giờ để *"điều phục người cưỡi ngựa"* bằng cách để tâm buông thư trong sự chuyên chú không đối tượng, đơn thuần rộng mở sự nhận biết của mình đến bất kỳ điều gì đang xảy ra mà không dính mắc vào một điều cụ thể nào cả.

Kế tiếp, hãy dần dần chú tâm vào những âm thanh đang ở gần sự nhận biết của bạn, như tiếng tim đập hay tiếng hơi thở. Bạn cũng có thể thay thế bằng cách chú tâm đến những âm thanh tự nhiên xung quanh mình, như tiếng mưa vỗ vào kính cửa sổ, âm thanh từ ti-vi hay tiếng nhạc vọng sang từ nhà hàng xóm, tiếng động cơ máy bay ngang qua trên bầu trời hay thậm chí tiếng hót líu lo của những chú chim hiếu động bên ngoài.

Không cần thiết phải cố gắng xác định những âm thanh đó là gì, cũng không cần thiết phải nghe cho thật rõ một âm thanh cụ thể nào. Trong thực tế, sẽ dễ dàng hơn khi để mình nhận biết mọi âm thanh bạn nghe được. Điểm cốt yếu là duy trì một nhận thức giản dị và đơn thuần về âm thanh khi nó đập vào tai bạn. Giống như những đối tượng hình sắc, âm thanh cũng chỉ được dùng làm một điểm hướng về để giúp tâm dừng lắng.

Tương tự như với pháp quán hình sắc, rất có thể bạn sẽ thấy mỗi lần thiền tập chỉ chú tâm đến âm thanh xung quanh được một vài giây và rồi tâm thức bắt đầu tản mạn. Điều này rất bình thường và thật ra rất tốt! Sự tản mạn này có tác dụng như một tín hiệu (cũng như việc ngủ gục xuống trên bồ đoàn) báo rằng bạn đã trở nên quá thả lỏng, quá buông thư! Con ngựa đã chở người kỵ mã chạy rong, hay có lẽ người kỵ mã đã chạy rong cùng với con ngựa. Khi khám phá là tâm đang tản mạn, bạn chỉ cần đưa mình về với sự chuyên chú rộng mở và trở lại chú tâm vào các âm thanh một lần nữa. Hãy để tâm mình luân phiên thay đổi giữa sự chú tâm vào âm thanh và sự đơn thuần để an trụ trong trạng thái buông thư của thiền rộng mở.

Một trong những lợi điểm của thiền quán âm thanh là nó có thể giúp bạn dần dần buông bỏ thói quen gán ghép ý nghĩa cho những âm thanh đa dạng mà bạn nghe được. Nhờ tu tập, bạn sẽ biết cách lắng nghe mà không cần thiết phải đáp ứng bằng cảm xúc với những nội dung được nghe. Khi quen dần với sự đơn thuần chú ý đến âm thanh chỉ đơn giản [vì đó] là âm thanh, bạn sẽ thấy mình có khả năng lắng nghe những lời chỉ trích mà không giận dữ hay bào chữa, và có thể nghe những lời khen ngợi mà không trở nên quá tự mãn hay phấn khích.

Có một thanh niên khi đến dự một buổi lễ lớn ở Serab Ling đã tìm gặp tôi để trình bày một bất ổn với âm thanh. Anh ta giải thích: *"Con nhạy cảm lắm. Con cần sự yên tĩnh để có thể tu tập thiền. Con đã thử bằng cách đóng kín các cửa sổ, nhét bông gòn vào tai, nhưng tiếng động vẫn cứ lọt vào, chúng làm cho con không tập trung được. Ban đêm thì tệ hại hơn nhiều với tiếng sủa của cả một bầy chó!"* (Có rất nhiều chó hoang sống quanh tu viện và chúng có thói quen sủa không ngừng, cắn lộn với nhau và tự bảo vệ chống lại những con thú săn mồi khác.)

Người thanh niên nói tiếp: *"Con không ngủ được, vì như đã nói, con rất nhạy cảm với âm thanh. Con thật sự muốn tham dự vào khóa thiền tập thể hôm nay, nhưng con không sao ngủ được. Con phải làm gì đây?"*

Tôi dạy anh ta thiền quán âm thanh, dùng âm thanh làm phương tiện để chú tâm và dừng lắng tâm.

Tuy nhiên ngày hôm sau, anh ta trở lại phòng tôi và nói: *"Điều thầy dạy có giúp được con đôi chút nhưng không nhiều lắm. Mấy con chó làm con thức cả đêm. Như con đã cố giải thích, con thật sự nhạy cảm với âm thanh."*

Tôi bảo anh ta: *"Vậy thì tôi cũng không làm được gì nhiều hơn. Tôi không thể giết mấy con chó và cũng không thể chữa cho anh bệnh nhạy cảm với âm thanh."*

Ngay lúc ấy, tiếng cồng rền vang cho buổi lễ Puja, một loại lễ hội cúng dường tập thể giống như những nghi lễ cử hành trong các truyền thống tôn giáo khác. Lễ hội cúng dường Puja của Tây Tạng thường luôn đi kèm với tiếng trống, kèn, chập chõa và tiếng xướng tụng tập thể, tất cả hợp thành một sự ồn náo. Những âm thanh hỗn tạp chói tai này ngày xưa thường làm cho tôi kinh hoàng đến mức lên cơn bất an hay khủng hoảng. Thế nhưng khi nhìn về phía sau chánh điện, tôi thấy anh chàng *"quá nhạy cảm với âm thanh"* đang ngồi xếp bằng ngủ, cả người ngã gục xuống phía trước. Giữa lúc âm thanh buổi lễ đạt đến chỗ cao trào, ầm ĩ nhất, anh ta vẫn ngủ say sưa. Vào lúc kết thúc nghi lễ, chúng tôi lại gặp nhau nơi cửa chánh điện. Tôi hỏi anh chàng làm sao lại có thể ngủ được trong tất cả sự nhộn nhịp rộn ràng ấy. Anh suy nghĩ một lúc rồi trả lời: *"Con nghĩ là vì con đã không thấy chống kháng với những âm thanh loại này. Chúng chỉ là một phần của lễ hội cúng dường thôi mà."*

Tôi gợi ý: *"Có lẽ vì anh đã quá mệt sau nhiều đêm không ngủ chăng?"*

Anh ta đáp: *"Không, con nghĩ rằng con vừa mới học biết được rằng sự nhạy cảm của con với âm thanh chỉ là một câu chuyện do con tự đặt ra và ám ảnh mình, một ý niệm có lẽ đã được nhét vào đầu con từ thuở nhỏ."*

Tôi hỏi: *"Thế thì đêm nay anh định sẽ làm gì?"* Anh ta mỉm cười: *"Có lẽ con sẽ lắng nghe lũ chó như thể đó là một loại lễ hội Puja của chúng."*

Hôm sau anh ta đến phòng tôi, hãnh diện kể rằng anh đã ngủ như một đứa bé. Anh nói: *"Con nghĩ là con đã từ bỏ được sự bám chấp vào ý tưởng mình quá nhạy cảm với âm thanh."*

Tôi thích câu chuyện này vì nó minh họa cho một nguyên tắc quan trọng. Chúng ta bị cảm thọ quấy nhiễu tùy theo mức độ ta chống kháng với chúng. Anh thanh niên này, qua tu tập đã phát hiện được rằng âm thanh mà ta nghe cũng giống như âm nhạc của một lễ hội Puja toàn cầu: Một buổi lễ mừng cho khả năng nghe của chúng ta!

Bước thứ tư: Chú tâm vào kinh nghiệm của thân

Nếu bạn đang đọc cuốn sách này, thì rất có khả năng là bạn đang sống trong một thân thể vật chất. Trong một chừng mực nào đó, chúng ta có khuynh hướng xem việc có thân này như một điều hạn chế. Giá như được tự do bay bềnh bồng mà không có những sự khống chế của các nhu cầu hay đòi hỏi thể chất, không có các thôi thúc của tham, sân, si, chẳng phải là thích thú lắm sao? Thế nhưng, trạng thái có thân của chúng ta là một sự may mắn khó nhận biết, một nền tảng lợi lạc để qua đó ta có thể khám phá các năng lực tiềm tàng của tánh giác.

Có một phương cách để đạt đến những năng lực tiềm tàng ấy. Đó là chú tâm vào các cảm thọ của cơ thể, một tiến trình có lẽ dễ dàng đạt được nhất thông qua việc theo dõi hơi thở. Bạn không phải làm gì khác hơn là nhẹ nhàng chú ý vào động tác thở ra, thở vào đơn giản của mình. Bạn có thể hướng sự chú tâm vào luồng không khí đi qua mũi, hay đến cảm giác của buồng phổi khi hơi thở ra vào.

Việc chú tâm vào hơi thở sẽ đặc biệt hữu ích khi bạn cảm thấy mình đang căng thẳng hay phân tán tư tưởng. Thao tác đơn giản hướng sự chú ý vào hơi thở sẽ tạo ra một trạng thái bình thản và tỉnh giác, giúp bạn có được một khoảng dừng trước bất kỳ vấn đề nào đang phải đương đầu và ứng xử một cách bình tĩnh, khách quan hơn. Nếu đang bị chìm đắm trong các tình cảnh, sự kiện hay những niệm tưởng quá sống động, những cảm xúc quá mạnh mẽ, bạn chỉ cần đơn giản hướng sự chú ý vào cảm giác đang thở. Sẽ không ai nhận biết là bạn đang thiền tập. Rất có thể là người ta thậm chí còn chẳng lưu tâm chút nào đến việc bạn đang thở!

Còn có một phương pháp trang trọng hơn để sử dụng cảm thọ của thân trong lúc thở như một điểm chú tâm để dừng lắng. Lúc mới bắt đầu tu học, tôi đã thấy phương pháp này đặc biệt hữu hiệu, nhất là khi cơn bất an hay khủng hoảng có nguy cơ lấn lướt.

Với phương pháp này, dù với tư thế 7 điểm hay tư thế 2 điểm, bạn chỉ đơn giản đếm những hơi thở ra vào. Sau một lần thở vào và thở ra, hãy đếm "một", lần tiếp theo, hãy đếm "hai", và cứ tiếp tục như thế cho đến số 21, rồi bắt đầu trở lại từ số một.

Việc sử dụng hơi thở làm điểm chú tâm có thể được mở rộng đến các khía cạnh khác nữa của kinh nghiệm thể chất. Trong nhiều năm qua, tôi đã gặp rất nhiều người phải sống với sự đau đớn liên tục trong cơ thể, có thể là do hệ quả của một tai nạn, hay của một căn bệnh mạn tính. Ta có thể dễ dàng hiểu được là sự đau đớn họ đang chịu đựng làm cho họ khó lòng tập trung vào bất kỳ điều gì ngoài cơn đau của họ. Nhưng chính sự đau đớn đó tự nó có thể là một đối tượng chú tâm, dẫn đến một nhận biết rộng mở hơn về sự đau đớn như là một biểu hiện của tâm thức.

Tôi đã thấy được tiềm năng này khi nhìn cha tôi chết. Sự đau đớn đã hủy hoại thân thể Ngài đến nỗi Ngài không thể tự mình đại, tiểu tiện nên phải có người giúp. Nhưng Ngài đã tiếp cận mỗi thời khắc đau đớn ấy như một sự khám phá, một điểm tập trung của sự nhận biết để thông qua đó tâm thức Ngài trở nên thư giãn hơn, vững chãi hơn. Thậm chí vào những giây phút cuối cùng, Ngài quán sát tiến trình tê liệt của tay chân, sự tắc nghẽn của buồng phổi, sự chậm dần của nhịp tim với sự ngạc nhiên thích thú kiểu như trẻ thơ, như thể nói lên rằng: *"Những kinh nghiệm này không tốt cũng không xấu. Chúng chỉ là những gì đang xảy ra trong thời khắc hiện tại này thôi mà!"* Ngay cả nơi lằn ranh của sự sống chết, bất kỳ kinh nghiệm thể chất nào cũng được Ngài xem như cơ hội để an trụ tâm.

Ngài thật may mắn đã thực hành lâu ngày các phương pháp vận dụng cảm thọ của cơ thể như một điểm chú tâm để an trụ vào. Nhưng khi nhìn Ngài hấp hối, tôi nhớ lại một vài bài học đầu tiên, Ngài đã dạy cho tôi tập dùng cảm thọ của thân thể làm nền tảng để an trụ tâm thức - nói cách khác là dựa vào cảm thọ của thân thể và quan hệ với nó, không phải như một mối đe dọa hay kẻ thù, mà đúng hơn là một cơ hội để nhận biết sự nhận biết của mình.

Cũng giống như những pháp thực hành chú tâm khác, tốt nhất là bạn hãy chọn một tư thế ổn định và an trụ một lúc trong thiền *shinay* không đối tượng, rồi nhẹ nhàng hướng sự chú ý của bạn đến cảm thọ ở một vùng cụ thể nào đó trên thân thể: cổ, đầu gối, hai tay hay vùng trán. Có thể là cảm thọ ở bất kỳ nơi nào trong những vùng nói trên vốn đã rõ rệt, nhưng chúng ta thường có khuynh hướng tránh né, chống kháng hay chú ý đến nó như là một điều kiện quy định kinh nghiệm của ta. Thay vì làm thế, hãy nhẹ nhàng hướng sự chú ý của bạn đến vùng cơ thể ấy.

Có thể bạn đang có cảm giác nhoi nhói hay âm ấm, hoặc cũng có thể hơi căng thẳng. Bất kể cảm giác của bạn thế nào, chỉ cần để mình nhận biết cảm giác ấy trong một vài phút. Chỉ đơn thuần nhận biết nó, nhẹ nhàng hướng sự chú ý đến cảm thọ mà không đánh giá đó là tốt hay xấu, dễ chịu hay khó chịu. Cảm thọ là cảm thọ, đúng thật như nó đang hiện hữu. Dần dần, qua việc quan sát cảm thọ trên cơ thể bằng cách này, bạn có thể bắt đầu nhận thấy rằng những sự đánh giá và phê phán của mình về cảm thọ là những yếu tố được góp thêm, những sự diễn dịch được chồng lặp lên sự nhận biết đơn thuần đối với bản thân cảm thọ. Sau một lúc, hãy buông xả sự chú ý vào cảm thọ của cơ thể và để tâm thức an tĩnh trong trạng thái tự nhiên của nó. Rồi trở lại chú ý vào các cảm thọ của cơ thể.

Khi đã trải qua một thời gian hướng sự chú ý nhận biết vào những cảm thọ trên một vùng của thân thể, bạn có thể mở rộng tiến trình này bằng cách nhẹ nhàng hướng sự chú ý đi khắp toàn thân. Đôi khi tôi gọi tiến trình mở rộng sự chú ý đến các cảm thọ khắp thân thể là lối *"thực tập máy quét"*, vì nó gợi tôi nhớ lại lúc nằm giữa một trong những cỗ máy MRI và fMRI có thể rà quét toàn thân. Tuy nhiên, trong trường hợp này thì cỗ máy quét không nằm bên ngoài, mà chính là tâm thức, là tánh giác của bạn.

Khi tôi mới bắt đầu tu tập sự chú ý nhận biết trên bình diện cảm thọ vật lý, tôi nhận thấy khi cố tránh né một cảm thọ nào đó thì sức mạnh chi phối của nó đối với tôi lại càng tăng thêm. Tôi đã tích cực hòa nhập với những gì đang xảy ra đúng lúc đó, vào thời điểm đó. Tôi đang chiến đấu với chính sự nhận biết của mình. Sự chú ý của tôi bị phân chia giữa sự chống lại một cảm thọ đau đớn với sự buông xuôi bị chế ngự hoàn toàn. Qua sự dẫn dắt của các bậc thầy, tôi bắt đầu quán sát đồng thời hai sự thôi thúc xung đột ấy. Dần dần - nhưng không dễ dàng chút nào - tôi bắt đầu thấy được tâm thức mình bị lôi cuốn hoàn toàn vào một cuộc chiến giữa sự né tránh và chấp nhận. Tiến trình quán sát cuộc chiến này trở nên thú vị hơn là tham gia vào cuộc chiến. Sự quán sát đơn thuần dần dần tự nó trở nên rất cuốn hút.

Những cảm thọ vật lý như lạnh, nóng, đói, đầy bụng, nặng nề, chóng mặt - hay nhức đầu, đau răng, nghẹt mũi, rát cổ, đau đầu gối hay đau lưng - thường có khuynh hướng được nhận biết trực tiếp. Bởi vì sự đau đớn và khó chịu được cảm nhận một cách quá dữ dội, nên chúng thực sự là phương tiện rất hữu hiệu giúp ta hướng sự chú ý vào tâm thức đang nhận biết đau đớn: không có đau đớn thì không có sự nhận biết tâm thức đang trải nghiệm nỗi đau.

Điều này không có nghĩa là chúng ta nên nghĩ rằng việc chú ý đến nỗi đau sẽ làm cho nỗi đau tan biến. Nếu nghĩ như thế, ta sẽ làm tăng thêm sức mạnh của sự hy vọng và sợ hãi: hy vọng nỗi đau sẽ tan biến và sợ hãi là nó sẽ còn đó. Cách tốt nhất là chỉ quán sát tâm thức đang trải nghiệm nỗi đau, một việc không phải bao giờ cũng dễ dàng. Trong thực tế, tu tập quán sát các cảm thọ đau đớn là điều phức tạp. Đôi khi nỗi đau ta cảm thấy sẽ thay đổi giữa những vùng cơ thể khác nhau. Đôi khi nó hoàn toàn biến mất, và trong trường hợp ấy sẽ không còn đối tượng để thiền quán, và đôi khi sự đau đớn lại trở nên kịch liệt đến nỗi ta hoàn toàn bị nó chế ngự. Đặc biệt trong hai trường hợp vừa kể ra cuối cùng này, hãy dừng ngay việc chú tâm đến cảm thọ đau đớn. Nên chuyển sang một pháp quán niệm chú tâm khác, chẳng hạn như quán sắc tướng hoặc âm thanh. Hoặc chỉ cần ngừng hẳn việc quán sát và làm một việc gì đó hoàn toàn khác biệt, như đi dạo một vòng nếu có thể, hay đọc sách, xem ti-vi...

Tất nhiên, nếu bạn bị đau đớn kịch liệt hay kéo dài thì việc tham khảo ý kiến bác sĩ là rất quan trọng. Những triệu chứng này có thể là dấu hiệu của một vấn đề sức khỏe nghiêm trọng cần phải điều trị bằng y học. Chú tâm đến cảm thọ đau đớn không có nghĩa là nguyên nhân vật lý của nó sẽ biến mất. Nếu bác sĩ phát hiện một căn bệnh hiểm nghèo, hãy tuân theo những chỉ dẫn điều trị của bác sĩ bằng mọi giá. Mặc dầu sự chú tâm đến những đau đớn của thân thể có thể giúp bạn đối phó với sự đau đớn hay khó chịu của những vấn đề sức khỏe nghiêm trọng, nhưng đó không phải là sự thay thế cho việc điều trị bệnh.

Ngay cả khi đang dùng thuốc men điều trị theo toa hay chỉ dẫn của bác sĩ, có thể bạn vẫn phải chịu phần nào đau đớn. Trong trường hợp này, bạn có thể cố gắng sử dụng cảm thọ đau đớn của cơ thể như một trợ duyên cho thiền tập. Nếu sự đau đớn của bạn là triệu chứng của một căn bệnh nặng, hãy tránh chú tâm đến kết quả. Nếu bạn có động cơ tiềm ẩn là tập thiền để dứt trừ sự đau đớn, thì thật ra bạn đang củng cố thêm những thói quen tâm thần và cảm xúc đi kèm với sự hy vọng và sợ hãi. Cách tốt nhất để buông bỏ sự bám chấp vào những thói quen này là chỉ đơn thuần nỗ lực quán sát sự đau đớn một cách khách quan và cứ mặc kệ cho kết quả ra sao thì ra.

Bước thứ năm: Chú tâm vào tư tưởng

Chú tâm vào các hoạt động của nhận thức qua các giác quan là một sự chuẩn bị để trực tiếp đối phó với chính "chú chim hiếu động" - vô số những ý kiến, phán xét và khái niệm đã thôi thúc chú chim chuyền từ cành này sang cành khác.

Tư tưởng hơi khó nắm bắt hơn những đối tượng như đóa hoa, âm thanh hay các cảm thọ của cơ thể. Trước hết, tư tưởng luôn hiện khởi ào ạt và hỗn loạn, như dòng nước tuôn ào ạt xuống dốc đá. Bạn không thể thật sự nhìn thấy chúng. Nhưng nếu chú ý đến chúng, theo cách mà bạn chú ý đến các âm thanh và hình ảnh, bạn có thể đạt đến chỗ nhận biết sự thoáng qua của chúng. Khi làm như thế, bạn trở nên tỉnh giác về tâm thức mà mọi tư tưởng đang sinh khởi rồi diệt mất trong đó. Như cha tôi vẫn thường nói: *"Suy tư là một hoạt động tự nhiên, là sự biểu hiện khả năng sáng tạo ra bất cứ điều gì của tâm thức."*

Chú tâm đến tư tưởng không nhằm mục đích ngăn chúng lại, mà chỉ đơn thuần quán sát chúng. Cũng như việc dành thời gian ngắm một bông hồng hay lắng nghe một âm thanh, quán sát tư tưởng không có nghĩa là phân tích bản thân những tư tưởng ấy. Thay vì vậy, điều nhấn mạnh ở đây là hành vi quán sát, vốn sẽ tự nhiên làm cho tâm thức người quán sát được an bình và ổn định.

Bạn có thể làm chủ tư tưởng của mình thay vì để cho chúng sai sử. Nếu có 100 tư tưởng đi qua tâm thức trong thời gian một phút, bạn có 100 đối tượng trợ duyên cho thiền quán. Nếu chú chim hiếu động chuyền từ cành này sang cành khác, điều ấy rất tuyệt. Bạn chỉ cần quán sát chú chim vụt bay đây đó. Mỗi bước nhảy, mỗi lần đập cánh bay của chú đều là trợ duyên cho thiền quán. Bạn không cần phải bám víu vào sự nhận biết một tư tưởng hay quá tập trung vào tư tưởng ấy đến mức cố xua đuổi nó đi. Tư tưởng đến và đi, như một câu ngạn ngữ Phật giáo cổ xưa đã miêu tả *"như những bông tuyết rơi lên tảng đá nóng"*. Bất kỳ điều gì đi qua tâm thức, chỉ cần quán sát nó đến rồi đi, một cách nhẹ nhàng, không bám chấp, như cách bạn đã nhẹ nhàng đặt sự chú ý vào các sắc tướng, âm thanh hay cảm thọ của cơ thể.

Hầu hết chúng ta thường thấy tư tưởng có vẻ như rất chắc thật. Chúng ta trở nên bám chấp vào chúng, hoặc sợ hãi chúng. Trong cả hai trường hợp, ta đều để cho chúng khống chế mình. Càng tin vào sự chắc thật của chúng, sức mạnh khống chế sẽ càng lớn hơn. Nhưng khi ta khởi sự quán sát các tư tưởng của mình, sức mạnh khống chế ấy sẽ bắt đầu suy yếu.

Đôi khi, nếu quán sát tư tưởng thì bạn lại bắt đầu nhận thấy chúng hiện khởi và biến mất thật nhanh chóng, để lại những khoảng trống nhỏ ở giữa. Ban đầu, khoảng trống giữa hai tư tưởng có thể không dài lắm. Nhưng với sự tu tập, các khoảng trống ấy sẽ ngày càng dài hơn và tâm thức bạn bắt đầu an trụ một cách an bình hơn, rộng mở hơn trong sự chú tâm không đối tượng.

Đôi khi, cách thực tập quán sát tư tưởng đơn giản trở nên gần giống như việc xem ti-vi hay chiếu bóng. Trên màn ảnh có rất nhiều điều đang diễn ra, nhưng bạn thực sự không ở trên màn ảnh đó. Có một khoảng cách nhỏ giữa bản thân bạn và những gì bạn đang xem. Khi thực tập quán sát tư tưởng, bạn có thể trải nghiệm cùng một khoảng cách giống như thế giữa bản thân và các tư tưởng của bạn. Bạn không thực sự tạo ra khoảng cách ấy vì nó vốn luôn hiện diện; bạn chỉ để mình nhận biết nó, thế thôi.

Bất kỳ kinh nghiệm nào xảy đến cho bạn cũng tốt cả, và chắc chắn là kinh nghiệm sẽ biến đổi qua thời gian thiền tập. Có khi bạn sẽ quán sát được các tư tưởng rất chặt chẽ, nhìn thấy chúng đến và đi, nhận ra những khoảng trống giữa chúng. Nhưng cũng có khi bạn chỉ quán sát được chúng với khoảng cách nhỏ như đã đề cập ở trên. Việc tu tập thiền quán - hay phương pháp tu tập - dễ hơn rất nhiều so với phần đông chúng ta vẫn tưởng. Bất kỳ kinh nghiệm nào bạn trải qua, miễn là bạn duy trì được sự tỉnh giác nhận biết về những gì đang xảy ra, đó chính là thiền! Đó là sự chuyển biến từ nhận hiểu sang trực nghiệm.

Việc quán sát tư tưởng chỉ không còn là thiền nữa khi bạn cố gắng kiểm soát hay làm thay đổi tư tưởng của mình. Nhưng nếu như bạn có phần nào tỉnh giác về sự cố gắng kiểm soát tư tưởng như thế, thì đó vẫn là thiền. Bạn đang giải quyết vấn đề tâm thức của chính mình, nên không ai có thể phê phán bạn, không ai có quyền đánh giá về kinh nghiệm của riêng bạn. Thiền tập là một tiến trình độc đáo cá biệt, không bao giờ có kinh nghiệm hoàn toàn giống nhau ở hai người.

Nếu tiếp tục tu tập, chắc chắn bạn sẽ thấy kinh nghiệm của mình thay đổi, có khi là trong từng ngày, qua từng giây phút. Đôi khi bạn có thể thấy các niệm tưởng của mình rất rõ ràng và dễ quán sát. Đôi khi chúng tràn qua ào ạt như dòng nước đổ xuống vách đá. Cũng có những lúc bạn thấy tâm thức nặng nề và mơ hồ. Như vậy cũng tốt thôi. Bạn có thể đơn giản quán sát sự nặng nề hay rối rắm ấy. Hướng sự chú ý đơn thuần vào bất kỳ điều gì bạn đang trải nghiệm, bất kỳ lúc nào, đó chính là thiền tập, hay phương pháp tu tập. Ngay cả những tư tưởng kiểu như: *"Tôi không thể thiền được"*, hoặc *"Tâm tôi quá động loạn"*, *"Tôi mệt quá, tôi có bắt buộc phải ngồi thiền không?"*... cũng có thể làm trợ duyên cho thiền quán, miễn là bạn quán sát chúng.

Đặc biệt với những ai mới tập thiền thì việc đơn thuần quán sát các niệm tưởng đi kèm với những kinh nghiệm khó chịu hay có nội dung cảm xúc mạnh là điều rất khó khăn. Điều này lại càng đúng hơn nếu các tư tưởng ấy liên quan đến những niềm tin đã tồn tại lâu dài: [chẳng hạn như những mặc cảm] cho rằng ta sẽ luôn cô đơn, sẽ không bao giờ được người khác yêu thích, hoặc cho rằng người có quyền lực - như cha hoặc mẹ, vợ hoặc chồng, hay người quản lý trong công việc - là "kẻ thù", luôn chèn ép ta theo một cách nào đó. Cụ thể là khi có những tư tưởng khó chịu, tốt nhất nên tránh chú tâm đến đối tượng của những tư tưởng ấy - một cuộc tranh cãi, những ký ức không vui, hay một chuỗi sự kiện dẫn đến sự hình thành những tư tưởng nhất định. Hãy quán sát chính các niệm tưởng này chứ không phải là các nhân duyên đã làm sinh khởi chúng.

Có một câu chuyện rất xưa được rút ra từ kinh điển, trong đó đức Phật đã chỉ rõ sự vô ích của việc truy tìm nguyên nhân làm sinh khởi những tư tưởng nào đó bằng cách so sánh với chuyện một người lính bị trúng tên độc trong một trận chiến. Người thầy thuốc đến rút mũi tên ra, nhưng người lính nói: *"Hãy khoan, trước khi ông rút mũi tên này ra, tôi cần biết họ tên người đã bắn tôi, quê hắn ở đâu và tên họ cha mẹ, ông bà nội ngoại của hắn. Tôi cũng cần biết cây tên làm bằng gỗ gì, mũi nhọn của tên làm bằng loại nguyên liệu có những tính chất gì và chiếc lông gắn ở chuôi mũi tên là lông chim gì..."* Cho đến lúc vị thầy thuốc đi tìm được lời đáp cho tất cả những câu hỏi ấy và trở lại thì hẳn anh lính đã chết rồi. Đó là minh họa cho sự đau khổ tự tạo, một loại màn tri kiến che phủ đã ngăn cản ta ứng phó với những hoàn cảnh đau đớn một cách đơn giản và trực tiếp.

Ý nghĩa đạo lý của câu chuyện này là hãy buông bỏ mọi sự kiếm tìm lý do hay tình tiết và chỉ đơn thuần trực tiếp quán sát kinh nghiệm. Hãy nhổ *"mũi tên khổ đau"* ra ngay bây giờ và gác lại việc đặt mọi câu hỏi về sau. Nhưng một khi *"mũi tên"* đã được nhổ ra, những câu hỏi ấy đều sẽ trở nên vô nghĩa.

Cách tốt nhất để đối phó với các tư tưởng là tạo một khoảng dừng và để tâm buông thư trong thiền không đối tượng (*shinay*) chừng một phút, sau đó hướng sự chú ý đến từng tư tưởng và những ý nghĩ xoay quanh nó. Trực tiếp quán sát cả hai như vậy trong vài ba phút, cũng giống như quán sát hình dạng hay màu sắc trong pháp thiền chú tâm vào sắc tướng. Tiếp đến, để tâm buông thư trong trạng thái nhận biết đơn giản về sự chú ý đơn thuần, luân phiên thay đổi giữa sự chú tâm vào niệm tưởng và phạm trù rộng lớn hơn của sự chú tâm không đối tượng. Bằng cách này, bạn sẽ tránh được sự bám chấp quá chặt vào việc quán sát tư tưởng, trong khi có thể lặp lại cùng tiến trình ấy một cách rộng mở hơn, mới mẻ hơn.

Hãy bắt đầu bằng cách giữ thân ngay ngắn trong một tư thế thư giãn và tỉnh giác. Sau đó, an trụ một lúc trong sự chú tâm không đối tượng, rồi bắt đầu quán sát các tư tưởng của bạn. Đừng cố gắng thực hành quá lâu - chỉ vài ba phút thôi - và luân phiên thay đổi giữa sự chú tâm không đối tượng với sự chú tâm vào tư tưởng.

Buông thư tâm thức một lúc trong sự chú tâm không đối tượng...

Quán sát tư tưởng trong khoảng chừng một phút...

Rồi buông thư trong sự chú tâm không đối tượng...

Cuối tiến trình này, hãy tự xét lại xem kinh nghiệm quán xét tư tưởng vừa qua như thế nào. Các niệm tưởng có tuôn tràn ào ạt như nước đổ xuống vách đá? Bạn có thể thấy được các niệm tưởng một cách rõ ràng? Hay chúng mơ hồ, không thể phân biệt? Chúng có biến mất ngay khi bạn cố quán sát chúng? Bạn có trải nghiệm được khoảng trống nào [giữa các niệm tưởng] không?

Bất luận kinh nghiệm của bạn thế nào, chính *ý hướng* quán sát đã là thiền tập rồi. Tư tưởng của bạn có thể hiện khởi ào ạt như nước đổ xuống vách đá; chúng cũng có thể mờ mịt, không thể phân biệt; hoặc có thể chúng bẽn lẽn không chịu hiện ra. Nhưng với thời gian, ý hướng quán sát những kinh nghiệm đa dạng như thế sẽ làm thay đổi mối quan hệ giữa bạn với chúng.

Bước thứ sáu : Chú tâm vào cảm xúc

Cảm xúc thường sống động và dai dẳng. Nhưng chính những đặc tính này có thể rất hữu ích như những trợ duyên cho sự tu tập. Chính cường độ và tính dai dẳng tự chúng có thể là mục tiêu chú ý để ta quán sát tâm thức. Nhưng đồng thời cũng những đặc tính ấy có thể làm cho việc tu tập cảm xúc có phần khó khăn ngay trước mắt. Đôi khi, một cảm xúc hay khuynh hướng cảm xúc tồn tại dai dẳng quá sâu thẳm trong nhận thức đến nỗi ta không dễ dàng nhận ra được ảnh hưởng chi phối của nó. Vì vậy, điều quan trọng là trước hết phải tu tập những bước đầu tiên của sự chú tâm. Nhờ sự tu tập như thế, bạn có thể quen thuộc phần nào với sự an định nhận thức đến mức có thể quán sát bất kỳ điều gì đi qua tâm trí mà không quá bám chấp hay sân hận.

Lúc mới bắt đầu tu tập, cha tôi và các bậc thầy khác đã giúp tôi thấy rõ rằng có ba loại cảm xúc căn bản nhất: thiện, bất thiện và vô ký. Mỗi loại cảm xúc này tương ứng với ba "ngăn chứa" chính yếu để qua đó ta nhìn nhận chính mình và kinh nghiệm của mình: đó là các ngăn chứa "những thứ tôi thích", "những thứ tôi không thích" và "những thứ tôi chẳng biết có thích hay không".

Những cảm xúc "thiện", hay ta có thể gọi là những cảm xúc "tích cực, có tính cách xây dựng", như lòng bi mẫn, tình thân hữu và sự trung thực, làm tăng sức mạnh cho tâm hồn, cho ta thêm niềm tin và năng lực để giúp đỡ những người đang cần được giúp đỡ. Những cảm xúc "bất thiện", như sợ hãi, giận dữ, buồn rầu, đố kỵ và tham muốn, có khuynh hướng làm cho tâm suy yếu, mất niềm tin và tăng thêm sợ hãi. Vì thế chúng thường được gọi là những cảm xúc "tiêu cực, phá hoại". Trong khi đó, những trạng thái cảm xúc ít nhiều trung tính thì căn bản là các loại thái độ ta thường có đối với một cây bút chì, một mảnh giấy hay một cái kẹp giấy.

Phương pháp để quán sát cảm xúc như trợ duyên cho sự tu tập thiền quán thay đổi khác biệt tùy theo từng loại cảm xúc mà bạn đang trải nghiệm. Nếu là một cảm xúc thiện, bạn có thể chú tâm vào cả cảm xúc lẫn đối tượng của nó. Chẳng hạn, nếu bạn thấy thương yêu một em bé, bạn có thể hướng sự chú tâm của mình vào em bé và cả cảm xúc thương yêu đối với em. Nếu bạn khởi lòng bi mẫn đối với một người đang gặp khó khăn, bạn có thể hướng tâm vào người đang cần giúp đỡ đó và cả cảm xúc bi mẫn của mình. Bằng cách này, đối tượng của cảm xúc trở thành trợ duyên cho chính cảm xúc ấy, trong khi cảm xúc ấy lại trở thành trợ duyên giúp bạn chú tâm vào đối tượng đã khơi dậy nó.

Ngược lại, sự chú tâm vào một cảm xúc bất thiện thường có khuynh hướng củng cố ý niệm rằng chính người khác, hoàn cảnh hay sự vật bên ngoài nào đó là nguyên nhân làm sinh khởi cảm xúc bất thiện ấy. Cho dù bạn có cố gắng thế nào đi chăng nữa để nuôi dưỡng tâm từ bi, sự tin cậy hay bất kỳ cảm xúc hiền thiện nào khác, hầu như bạn vẫn sẽ luôn tự động liên kết đối tượng bên ngoài ấy với cảm xúc bất thiện đã sinh khởi: *"Người ấy (hay hoàn cảnh, sự vật ấy) đã làm ta đau khổ. Hãy chống lại! Phải cố làm thay đổi! Hãy tránh đi thôi!"* Đôi khi tôi cũng nhận ra khuynh hướng này khi người khác nói về ai đó mà họ đang yêu say đắm. Họ cảm thấy bị cuốn hút mãnh liệt. Nhưng càng đeo đuổi thì người kia lại càng có khuynh hướng tránh né. Thế là người đeo đuổi bắt đầu cảm thấy bản thân mình có điều gì đó bất ổn hay không đáng yêu. Hoặc là người mà họ đang yêu say đắm kia là một người nhẫn tâm, khó tin cậy hay từ trong bản chất có gì đó khiếm khuyết. Trong thực tế, không có gì bất ổn hay xấu xa nơi người đang yêu cũng như người được yêu. Cả hai đều biểu hiện khả năng vô hạn của tánh Phật nơi họ: say mê hay không say mê, tham luyến hay không tham luyến... Thế những chúng ta lại có khuynh hướng quy những sự biểu hiện ấy về cá nhân mình, như một cách xác định mình và những mối quan hệ của mình.

Cách tiếp cận thực tiễn hơn với cảm xúc cũng tương tự như cách quán sát tư tưởng, đó là chỉ đơn thuần chú tâm vào chính cảm xúc đó thay vì đối tượng của nó. Chỉ quán sát cảm xúc đó mà thôi, không dùng lý trí phân tích nó. Đừng cố nắm giữ nó, cũng không cưỡng lại nó. Chỉ đơn thuần quán sát nó thôi. Khi bạn làm như thế, cảm xúc sẽ không còn có vẻ cứng chắc, bền vững hay thật có như lúc nó vừa sinh khởi.

Tuy nhiên, có đôi khi đối tượng liên kết với một cảm xúc phiền não - dù đó là một người, một địa điểm hay một sự kiện - lại quá sống động, hiện hữu quá rõ rệt đến mức không thể phớt lờ được. Trong trường hợp đó, dù sao cũng không nên tìm cách đè nén nó. Hãy hướng sự chú ý vào những cảm nhận về đối tượng của cảm xúc ấy theo những phương pháp chú tâm đã được đề cập trong phần trước. Bằng cách đó, đối tượng của cảm xúc có thể tự nó trở thành một trợ duyên rất mạnh mẽ cho thiền quán cũng giống như chính cảm xúc ấy.

Nào, chúng ta hãy bắt đầu vận dụng phương pháp chú tâm quán sát cảm xúc. Đừng thực tập lâu, một hay hai phút là đủ, và nên luân phiên thay đổi giữa sự chú tâm không đối tượng và sự chú tâm vào cảm xúc.

Hãy bắt đầu bằng việc *"thuần phục con ngựa"*, nghĩa là chọn một tư thế thân thể thật thư giãn và tỉnh giác. Tiếp đó, an trụ trong sự chú tâm không đối tượng một lúc.

Rồi hướng sự chú ý vào bất kỳ cảm xúc nào bạn đang cảm nhận. Tất nhiên, bạn có thể đang trải qua cùng lúc nhiều cảm xúc, vì thế hãy để sự chú ý của mình hoàn toàn hướng trọn vào cảm xúc nào sống động, mạnh mẽ nhất vào lúc ấy. Một số cảm xúc như ganh tị, chán nản, giận dữ hoặc tham luyến có thể đặc biệt mãnh liệt, nên điều quan trọng là chỉ nhẹ nhàng quán sát chúng. Đừng cố phân tích hay tìm hiểu việc vì sao và bằng cách nào chúng đã sinh khởi. Điểm chính yếu là chỉ đơn thuần để mình nhận biết chúng thôi.

Hãy buông thư trong sự chú tâm không đối tượng...

Hãy theo dõi cảm xúc của mình trong chừng một phút..

Rồi lại buông thư trong sự chú tâm không đối tượng...

Đến cuối tiến trình này, hãy tự xem xét lại kinh nghiệm quán sát cảm xúc của bạn đã diễn ra như thế nào? Chúng có kéo dài không? Có thay đổi không? Có thật rõ rệt không? Chúng có biến mất ngay khi bạn cố quán sát chúng? Bạn có trải nghiệm được bất kỳ khoảng trống nào giữa những cảm xúc? Phần lớn chúng là những cảm xúc thiện hay bất thiện?

Khi quán sát cảm xúc bằng cách này, ta bắt đầu thấy được rằng mỗi loại cảm xúc đều có tiềm năng làm nền tảng để nhận biết cái tâm thức đang nhận biết cảm xúc. Đôi khi, những cảm xúc của ta được biểu lộ qua hành vi. Trong trường hợp của những cảm xúc thiện hoặc có tính xây dựng, như ta sẽ phát hiện, tác dụng lợi lạc có thể sẽ rất lớn, không những cho bản thân ta mà cả cho những người quanh ta nữa. Tuy nhiên, phần đông chúng ta bị vướng mắc trong một trạng thái lẫn lộn giữa những cảm xúc thiện và bất thiện. Thông thường thì những khuynh hướng này chồng chất lên nhau thành nhiều lớp, như những lớp đá khác nhau trong vách núi *Grand Canyon*. Lợi ích của việc quán xét trực tiếp mỗi lớp cảm xúc này là giúp ta nhận biết được mỗi một cảm xúc đều là sự biểu hiện khả năng thấy của chúng ta.

Những pháp tu tập được trình bày tiếp theo sau đây sẽ là phương tiện giúp ta đối phó với các lớp cảm xúc ấy và xuyên phá sự cứng chắc giả tạo của chúng.

8. TUỆ GIÁC

Theo sau một hoạt động trí não đòi hỏi sự tập trung, dường như trực giác sẽ thay thế và có thể phát sinh những tuệ giác bất ngờ sáng rõ, đem lại biết bao niềm vui thích.

Fritjof Capra

Ngày xưa, các hành giả Phật giáo rất thường đến ngồi thiền trong các bãi tử thi, nơi có đầy dẫy những bộ xương người và xác chết thối rữa. Các vị sẽ ở lại đó qua đêm - thời gian mà nhiều người cho là đáng sợ và nhiều bất trắc nhất, vì ngay cả với những đêm trăng tròn thì cảnh vật ở đó cũng mơ hồ, và những âm thanh như tiếng gió rít qua các bộ xương khô hay tiếng tru dài của một con chó cũng thật khó xác định rõ. Mục đích của việc tu tập như thế là để đối mặt với sự bám chấp vào thân thể, vào những tham cầu, hy vọng và sợ hãi của chính mình, và từ đó đạt được một trải nghiệm sâu sắc về vô thường và tánh Không.

Gần đây tôi được nghe có một vị tăng tìm đến bãi tử thi ở Ấn Độ và cắm con dao *phurba* - một con dao dùng trong các nghi lễ và tượng trưng cho sự ổn định của tánh giác - xuống đất trước một đống xương người. Thầy ngồi xuống lặng lẽ nhìn đống xương, quán niệm về tính chất vô thường của đời sống và về tánh Không, cội nguồn sinh khởi mọi kinh nghiệm. Thế rồi thầy nghe một tiếng động gần đó, một tiếng rú làm thầy hoảng sợ. Thầy định đứng dậy bỏ chạy, nhưng trước đó trong bóng tối chẳng biết thế nào mà thầy lại cắm con dao *phurba* đúng trên vạt áo mình, khiến nó giữ chặt thầy lại nơi ấy. Thầy không thể bỏ chạy, không thể di chuyển được và vô cùng kinh hãi. Thầy nghĩ: *"Thôi rồi, mình chết chắc rồi!"* Nhưng chỉ một thoáng ngay sau đó, thầy chợt nhận ra: *"Ồ, nhưng đó chính là điều mình đến đây để học!"* [Ngay khi ấy, thầy trực nhận ra là] không hề có *"cái tôi"* này đối với người khác, không có *"cái ta"* của tự thân mình, cũng không có *"ông tăng"* - chỉ có một bộ xương được bao bọc bởi những da thịt đang chờ thối rữa, chuyển động bởi các tư tưởng, cảm xúc và cảm thọ thể chất. Thầy nhổ con dao *phurba* lên và cất bước đi về tu viện của mình, nhưng với một kinh nghiệm sâu sắc hơn về tánh Không.

Điều này không có nghĩa là để hiểu về tánh Không và vô thường thì bạn nhất thiết phải tìm đến một nghĩa địa, rồi cắm một con dao xuyên qua lai quần hoặc vạt áo hay chiếc giày của bạn, rồi trải nghiệm sự kinh hoàng vì bị giữ chặt không xê dịch được. Chúng ta đã trải nghiệm quá đủ về sự kinh hoàng cũng như bất trắc, những tham chấp, sân hận... trong đời sống hằng ngày, ở sở làm, trong các mối quan hệ và lúc nhìn con cái rời nhà đến trường. Vấn đề ở đây là: Ai đang trải nghiệm sự kinh hoàng? Ai chịu bất trắc? Sự tham luyến - hay ganh tị, rối rắm, cô đơn hoặc tuyệt vọng - nằm ở đâu? Những thân phận khác biệt - như mẹ, con, ông chủ, đầy tớ v.v... - từ đâu đến? Trôi qua rồi chúng đi về đâu? Khi ta thể nghiệm chúng thì thực sự chúng tồn tại ở đâu?

Từ khái niệm đến thể nghiệm

Chỉ riêng sự hiểu rõ tâm thức
đã bao trùm hết mọi hiểu biết.

Jamgon Kongtrul Lodro Thaye
The Outline of Essential Points
(Yếu điểm đề cương)
Maria Montenegro dịch sang Anh ngữ

Sự hiểu biết như một tấm bản đồ. Nó cho ta thấy nơi ta cần đến và chỉ dẫn cách thức để ta đi đến đó. Tuy nhiên, tấm bản đồ không phải là cuộc hành trình. Sự hiểu biết qua tri thức về tánh Không có được từ việc chia chẻ sự vật thành những phần càng lúc càng nhỏ hơn, qua đó thừa nhận bản chất vô thường và tương thuộc [của tất cả các pháp] (như được miêu tả ở trên) là điều mà chúng ta có thể gọi là "thiền phân tích" [hay quán chiếu]. Ở mức độ phân tích thì hiển nhiên "ta" không phải là chân, tay hay bộ não của ta. Nhưng mức độ phân tích quán chiếu như thế chỉ tương ứng với bước đầu tiên của cuộc hành trình.

Tôi được biết có một số người khi nghe về tánh Không thì lập tức nhận ra ngay rằng những khái niệm vốn được trân quý như "ta" và "kẻ khác", cùng với những "ngăn chứa khái niệm" như *"tôi thích"*, *"tôi không thích"*, *"tôi chẳng biết có thích hay không"* cũng như những "ngăn chứa" nhỏ hơn bên trong chúng liền tan biến tức thì. Tôi không phải là một trong số ít người may mắn ấy. Tôi cần nỗ lực mới hiểu được và vẫn còn đang phải tiếp tục nỗ lực. Còn có những "ngăn chứa khái niệm" nhỏ hơn nằm trong những ngăn chứa lớn cần phải được khám phá. Việc đạt được phần nào ổn định trong sự thể nghiệm tính hợp nhất giữa sự trong sáng và tánh Không là một tiến trình cần có thời gian.

Tuy nhiên, trong những năm qua, tôi đã học biết được rằng tiến trình hiển lộ dần dần này không phải chướng ngại, mà là một cơ hội để khám phá các cấp độ ngày càng sâu thẳm hơn của tánh giác. Làm thế nào bạn có thể áp đặt giới hạn lên một điều mà về bản chất vốn là vô hạn?

May mắn thay, tôi đã học được một phương tiện, hay phương pháp để xuyên qua các khái niệm nhằm tiếp cận, dầu chỉ tạm thời, với một kinh nghiệm trực tiếp về sự hợp nhất giữa tánh Không và sự trong sáng. Tiếng Sanskrit gọi phương pháp này là *vipashyana* và tiếng Tây Tạng là *lhaktong*. Theo truyền thống, chữ này thường được dịch là *"thiền minh sát tuệ"*, nhưng nó thật sự mang nghĩa gần như là *"cái thấy siêu việt"* hay *"cái nhìn thấu suốt"*.

Chúng ta nhìn thấu suốt cái gì ? Đó là tất cả các khái niệm của mình: "tôi" và "của tôi", "họ" và "của họ" và các ý niệm thường đáng sợ, rất kiên cố về "thực tại".

Thiền *vipashyana* hay *lhaktong* không chỉ là một sự luyện tập lý trí. Đó là một sự tu tập ở cấp độ sâu thẳm nhất trong tâm thức, khá giống với việc dùng cảm giác nhận biết đường đi xuyên qua một căn phòng tối om để tìm lối ra. Với từng bước đi mò mẫm, bạn tự hỏi: *"Tôi đang ở đâu?"* hay *"Sự giận dữ ở đâu?"* hoặc *"Người tôi đang giận là ai?"* Khi được kết hợp với sự hiểu biết về tánh Không và phương pháp chú tâm, pháp thiền *vihashyana* hay *lhaktong* cống hiến một phương pháp thể nghiệm để phá trừ sự bám chấp vào những khái niệm như *"tôi"*, *"của tôi"*, *"bạn"*, *"của bạn"*, *"họ"*, *"của họ"*, *"giận dữ"*, *"đố kỵ"* v.v... Chúng ta đạt đến chỗ đối diện trực tiếp với sự tự do của tỉnh giác, không bị giới hạn bởi các tập quán tinh thần hay cảm xúc.

Mặc dầu chúng ta bị các điều kiện nhân duyên tác động đến mức đã tự đồng hóa với các tư tưởng đi qua sự tỉnh giác của mình thay vì với chính sự tỉnh giác ấy, nhưng sự tỉnh giác, vốn là bản chất chân thật của chúng ta, lại vô cùng linh hoạt. Nó có khả năng đón nhận bất kỳ và đủ loại kinh nghiệm - ngay cả những ngộ nhận về chính nó như là hạn hẹp, vướng mắc, xấu xí, bất an, cô đơn hay sợ hãi. Khi ta bắt đầu tự đồng nhất với tánh giác ban sơ vượt ngoài thời gian đó, thay vì với những tư tưởng, cảm giác và cảm thọ đi ngang qua nó, đó là ta đã có bước đi đầu tiên hướng đến đối diện với sự tự do của bản thể chân thật.

Một cô thiền sinh đã diễn đạt điều ấy như sau:

"Khi con đang trong thời kỳ ly hôn, con đã nỗ lực rất nhiều để nhận biết sự đau khổ mà con đang trải nghiệm. Con đã chia chẻ nó thành nhiều phần nhỏ, quán sát các tư tưởng sinh khởi trong tâm và những cảm thọ trong thân.

Con đã nghĩ rất nhiều đến nỗi khổ mà người sắp trở thành "chồng cũ" của con hẳn là đang chịu đựng, đến nỗi khổ của những người khác trong hoàn cảnh giống như chúng con hẳn cũng phải chịu đựng, và con nhận ra rằng con không cô độc, không phải người duy nhất khổ đau. Rồi con nghĩ đến những gì họ có thể đang phải chịu đựng mà không có sự lợi lạc của việc quán sát nỗi sầu não, lo âu hay bất kỳ điều gì khác; và ý nghĩ đó khiến con mong muốn cho họ cảm thấy bớt khổ hơn.

"Quán niệm khổ đau theo cách như thế, dần dần con đạt đến sự trải nghiệm - không chỉ đơn thuần bằng lý trí, mà là một sự nhận hiểu bằng trực giác, theo kiểu như: 'À, sự việc là như vậy đó' - rằng con không phải là nỗi khổ đau của mình. Bất kỳ con là ai, là cái gì, con vẫn chính là người quán sát những tư tưởng, cảm giác của mình và các cảm thọ vật lý vốn thường đi kèm. Tất nhiên là có những lúc con cảm thấy đau khổ hoặc cô đơn, và cảm thấy nằng nặng nơi tim hoặc nơi bụng, tự hỏi liệu mình có mắc phải một lỗi lầm nghiêm trọng hay không, và ước gì mình có thể quay ngược thời gian lại. Nhưng khi con quán sát những điều đang diễn ra trong tâm thức và cơ thể, con nhận ra là có một ai đó - hay cái gì đó - lớn lao hơn là những kinh nghiệm này. 'Cái gì đó' chính là 'người quán sát', một sự hiện diện của tâm thức chưa từng bị khuấy động bởi tư tưởng, cảm giác và cảm thọ, chỉ quán sát tất cả mà không phán xét tốt hay xấu.

"Rồi con bắt đầu tìm kiếm 'người quán sát' mà không tìm ra được! Nhưng không phải vì thế mà không có ai ở đấy - vì vẫn có sự hiện diện của nhận biết - nhưng con không gọi tên được. Thậm chí gọi là 'sự nhận biết' cũng

có vẻ không phù hợp. Dường như chữ này nhỏ nhoi quá. Rồi chỉ trong một vài giây hay hơn nữa, dường như 'kẻ quán sát', 'hành động quán sát' và 'đối tượng quan sát' đều không khác gì nhau.

"Ồ, con biết là con diễn tả không được hay lắm, nhưng lúc ấy chỉ có một cảm giác về sự to lớn. Thật quá khó đến nỗi không thể giải thích bằng lời!"

Thực ra cô đã diễn tả điều ấy rất hay - hoặc hay nhất trong khả năng của cô - vì kinh nghiệm về tánh Không không thể diễn tả trọn vẹn bằng ngôn từ. Trong truyền thống Phật giáo, kinh nghiệm này thường được ví với việc cho người câm ăn kẹo: người này cảm nhận được vị ngọt của kẹo nhưng không thể diễn tả. Trong ngôn ngữ hiện đại, ta có thể gọi kinh nghiệm này là *"cái nhìn hồn nhiên"* như đã đề cập trong một phần trước, đó là khi ta đứng trước một phong cảnh quá bao la đến nỗi chỉ có *"cái thấy"* được nhận biết: trong một khoảnh khắc, không còn sự phân biệt giữa *"người thấy"*, *"đối tượng thấy"* và *"hành động thấy"*.

Đôi khi ta tình cờ kinh nghiệm được *"cái nhìn hồn nhiên"* ấy vào buổi sáng khi mới thức giấc. Trong một vài giây mất hết phương hướng, ta không thể kết nối bất kỳ khái niệm nào với *"người đang thấy"*, *"cái đang được thấy"* và *"hành động thấy"*. Trong khoảnh khắc ấy chỉ có sự nhận biết đơn thuần, một sự rộng mở phi khái niệm, siêu việt hết thảy những phạm trù "ở đây", "bây giờ", "cái này" hay "cái kia".

Thế rồi thói quen của cách nhìn tương đối ào ạt trở về, và ta bắt đầu nghĩ: *"Phải rồi, tôi là tôi. Kia là chồng tôi (hay vợ tôi, hay con chó, con mèo) đang nằm bên cạnh tôi trên giường. Kia là những bức tường của phòng ngủ, trần nhà, cửa sổ và màn cửa. Đó là cái đèn trên bàn ngủ cạnh giường. Có một tủ đựng quần áo đằng kia..."* Cùng lúc đó, trong tâm ta sinh khởi các tư tưởng và cảm giác về chính bản thân mình, về căn phòng, về ngày sắp đến hay những ngày đã qua, về những người mà ta rất có thể sẽ gặp hay muốn gặp, về những người đã mất v.v... Hoàn toàn không chủ ý, ta bị cuốn hút vào tiến trình hình thành các khái niệm phân biệt. Đôi khi chậm chạp, đôi khi nhanh chóng, ta bắt đầu bám chấp vào các khái niệm phân biệt như những tiêu chuẩn tham chiếu có tính quyết định được củng cố để định hướng trong thế giới nội tâm cũng như ngoại tại của chúng ta.

Sự bám chấp vào những [khái niệm] phân biệt này như là tuyệt đối thay vì tương đối có lẽ là mô tả căn bản nhất của thuật ngữ *samsara* (luân hồi) trong tiếng Sanskrit, và trong tiếng Tây Tạng được gọi là *khorlo.* Cả hai từ ngữ này đều có thể được hiểu như là sự xoay tròn trên một bánh xe không ngừng quay theo một hướng. Chúng ta có cảm giác chuyển động và thay đổi, nhưng thật ra ta chỉ lặp lại cùng những mô thức tâm thần và cảm xúc dưới những hình thái khác nhau mà thôi.

Việc thoát ra khỏi sự lặp lại tinh thần và cảm xúc này trong tiếng Sanskrit thường được gọi là *nirvana* (Niết-bàn) và trong tiếng Tây Tạng là *nyang-day.* Cả hai từ ngữ này đều chỉ đến sự chứng ngộ - thông qua kinh nghiệm trực tiếp - bản chất tự do sẵn có của mình - một sự an bình tuyệt hảo của tâm thức đã vượt thoát khỏi mọi khái niệm, bám chấp, sân hận v.v... Tuy nhiên, có một sự nhận hiểu sai lầm rất phổ biến về giáo pháp của chư Phật, đó là để đạt đến Niết-bàn ta phải từ chối luân hồi, phải xóa bỏ nó, trốn tránh nó, thoát ra khỏi nó. Luân hồi là kẻ thù! Luân hồi là ông chủ khống chế ta!

Thế nhưng, *samsara* hay luân hồi không phải là kẻ thù, cũng không phải ông chủ khống chế ta. Nó cũng không phải là một "nơi chốn" trong không gian như thường bị hiểu lầm. *Samsara* có lẽ nên được hiểu một cách chính xác hơn như một cách nhìn về thực tại mà theo đó chúng ta trở nên bám chấp trong nỗ lực xác định chính mình, người khác và thế giới xung quanh, trong khi ta lại đang trôi lăn trong một cảnh giới có đặc điểm là [tất cả đều] vô thường và tương thuộc.

Cho dầu là một thực trạng không thoải mái, nhưng ít nhất *samsara* cũng quen thuộc với chúng ta. Trong khi đó, *vipashyana*, hay thiền minh sát tuệ, lại có vẻ như khó khăn hay thậm chí là không thoải mái khi mới tiếp cận, vì nó làm rối loạn sự bám chấp của chúng ta vào những gì quen thuộc. Lấy một thí dụ rất đơn giản, hãy hình dung kinh nghiệm của bạn như một tờ giấy đã được cuộn tròn lại trong một thời gian dài. Bạn có thể cố vuốt cho tờ giấy trải phẳng ra hết chiều dài của nó, nhưng chắc hẳn nó sẽ có khuynh hướng cuộn tròn trở lại. Để nhìn thấy trọn vẹn tờ giấy, bạn phải ghim giữ ở cả hai đầu. Có như thế bạn mới nhìn thấy được trọn vẹn tờ giấy thay vì chỉ một vài dòng chữ trên ấy. Có rất nhiều điều để đọc thêm ngoài vài ba chữ mà ta vẫn quen đọc.

Bây giờ, hãy hình dung tờ giấy được vuốt phẳng ra không ngừng - trải dài ra mãi mà không có điểm cuối cùng. Những chữ viết không phải là tờ giấy, và hành vi đọc chữ trên giấy cũng không phải là tờ giấy. Tất cả đều đồng thời sinh khởi: những chữ viết, tờ giấy và hành vi đọc chữ trên giấy.

Tất nhiên đây chỉ là một thí dụ so sánh, nhưng có lẽ nó giúp giải thích rằng những biểu hiện của luân hồi (*samsara*) và ngay cả sự bám chấp của ta vào chúng chỉ tồn tại được vì nền tảng kinh nghiệm của chúng ta là Niết-bàn (*nirvana*), khả năng trải nghiệm bất kỳ điều gì kết hợp với khả năng nhận biết tất cả mọi trình hiện. Luân hồi là một sự hiển lộ của Niết-bàn, cũng như thực tại tương đối là sự hiển lộ của thực tại tuyệt đối. Chúng ta chỉ cần tu tập để nhận biết được rằng, ngay cả sự bám chấp của ta vào những tiêu chuẩn tham chiếu nhất định nào đó của thực tại tương đối cũng chỉ có được nhờ vào sự kết hợp giữa tánh Không và sự trong sáng.

Cũng như với thiền chỉ (*shinay* hay *shamata*), có những bước tu tập nhất định có thể giúp ta đạt được tuệ giác, tức là sự trực nghiệm tánh Không và sự trong sáng. Tôi không nói rằng quá trình phát triển kinh nghiệm trực tiếp ấy là đơn giản hay dễ dàng. Thật ra, quá trình này nên được thực hiện hết sức chậm chạp, một cách tuần tự, từng chút một. Không có phương pháp nào nhanh chóng và dễ dàng để vượt qua những tập quán tinh thần và cảm xúc vốn đã tích lũy trong suốt cả một đời. Nhưng chính hành trình phát triển ấy tự nó sẽ mang lại cho ta nhiều phần thưởng.

Bây giờ, chúng ta hãy nhìn vào tiến trình tu tập ấy.

Nhân vô ngã

Ta là ai? Câu hỏi này ám ảnh chúng ta, thường xuyên nhất ở một cấp độ vi tế, gần như với mọi thời khắc trong đời sống hằng ngày. Tuy nhiên, dầu có nỗ lực đến mấy, ta cũng không thể thực sự tìm ra được một "cái ta", có phải thế không? Những quan điểm của chúng ta thay đổi và các mối quan hệ giữa ta với người khác phản ánh những khía cạnh khác nhau của "cái ta". Thân thể ta biến đổi không ngừng. Vì vậy ta bắt đầu đi tìm một "cái ta" có tự tính, không thể bị chi phối bởi các hoàn cảnh. Ta hành động như thể có một "cái ta" để bảo vệ, né tránh khổ đau và cầu tìm sự thoải mái, ổn định. Khi có điều gì đau đớn hoặc khó chịu, ta tìm cách thoát ra khỏi đó, và khi có điều gì vui thích, ta tìm cách bám víu vào. Tiến trình này hàm ý là, bằng cách nào đó, sự khổ đau hay vui thú, thoải mái hay khó chịu v.v... là thuộc về bên ngoài "cái ta" này.

Nhưng lạ lùng thay, bất luận quán sát các phản ứng của mình sâu xa đến đâu, ta cũng không có được một hình ảnh rõ rệt về "cái ta" này thật sự là gì. Nó ở đâu? Nó có một hình dạng, màu sắc hay bất kỳ chiều kích vật lý xác định nào không? Ta có thể nói gì về một "cái ta" thường hằng, không chịu ảnh hưởng bởi kinh nghiệm của mình?

Để vượt qua kinh nghiệm về "cái ta" này, không cần thiết phải suy đoán là "cái ta" có thực sự tồn tại hay không. Sự suy đoán như thế có thể thú vị trên phương diện triết học, nhưng không có ích gì lắm trong việc đối phó với kinh nghiệm đang diễn ra trong từng giây phút. Tu tập tuệ giác là tự quán chiếu bản thân xem sự tồn tại của một "cái ta" không phụ thuộc vào hoàn cảnh có đáng cho ta đầu tư vào như một tiêu chuẩn tham chiếu có giá trị của kinh nghiệm hay không.

Để bắt đầu việc quán chiếu ấy, dĩ nhiên điều tất yếu là phải chọn một tư thế cho cơ thể vừa thư giãn vừa tỉnh giác. Sau đó, buông thư tâm trong sự chuyên chú không đối tượng đã được mô tả ở trước. Rồi bắt đầu xét tìm "cái tôi", người đang quán sát sự đi qua của những tư tưởng, cảm xúc và cảm thọ v.v...

Trước hết, quá trình này có thể cần đến một kiểu phân tích nào đó.

"Cái tôi" có phải là bàn tay tôi không? Hay là bàn chân?

"Cái tôi" có phải là sự khó chịu tôi đang cảm nhận vì ngồi tréo chân?

"Cái tôi" có phải là các niệm tưởng đang sinh khởi hay các cảm xúc tôi đang có?

Trong tất cả những thứ ấy, có gì là "cái tôi" không?

Rồi từ quá trình phân tích này, ta có thể quay sang tìm kiếm "cái tôi".

"Cái tôi" ở đâu?

"Cái tôi" là gì?

Đừng tiếp tục sự tìm kiếm này quá lâu, vì ta sẽ rất dễ bị cám dỗ rơi vào một lập trường khái niệm hay triết học. Điểm chính yếu của bài tập này chỉ đơn giản là giúp bạn phát hiện trong kinh nghiệm bản thân một cảm giác giải thoát khỏi ý niệm về một "cái tôi" thường hằng, nguyên khối và tự tồn không phụ thuộc. Tánh Không như đã bàn thảo ở trước không phải là một quyết định của ta về bản chất của thực tại tuyệt đối, hay một tuệ giác đạt được thông qua sự phân tích hay các lập luận triết học. Nó là một trải nghiệm mà một khi đã nếm qua rồi có thể làm thay đổi cả cuộc đời bạn, mở ra những chân trời và khả năng tính mới. Đó là tâm điểm của sự tu tập tuệ giác.

Pháp vô ngã

Kết hợp thiền chỉ (*shamata* hay *shinay*) với sự hiểu biết về *tánh Không* không có nghĩa là ta phủ nhận thực tại tương đối. Thực tại tương đối là cái khuôn khổ cho ta hoạt động trong thế giới này. Phủ nhận khuôn khổ đó - như đã thấy trong trường hợp anh chàng không muốn nói chữ "tôi" nữa - là con đường dẫn đến sự điên loạn. Nhưng có một cấp độ kinh nghiệm thứ ba mà tôi gọi là *"thực tại tương đối giả"*, trong đó các khái niệm, cảm giác và nhận thức bị trói chặt trong cách nhìn nhận của chúng ta về chính mình, về người khác, cảm giác và hoàn cảnh. *Thực tại tương đối giả* là nguồn gốc chính yếu của sự khổ đau tự tạo. Khổ đau này sinh khởi từ sự bám chấp vào các quan niệm, cảm giác và nhận thức về ta và người khác như là những đặc tính quan trọng nhất.

Sau khi đạt được đôi chút kinh nghiệm về *"nhân vô ngã"* - tức là *"người quan sát"*, như cô học trò tôi đã gọi -

ta có thể bắt đầu xem xét về tánh Không của sự vật hay con người mà ta đang quan sát, tức là đối tượng của nhận thức. Có lẽ tiến trình này sẽ đạt hiệu quả cao nhất thông qua việc khảo sát kinh nghiệm của mình với mục đích nhận ra rằng sự phân chia mỗi khoảnh khắc nhận thức thành *"người quan sát"* - hay *"người theo dõi"* - và những gì mà người này nhận biết được căn bản chỉ là một sự tạo tác về mặt khái niệm.

Đức Phật thường thuyết giảng về sự phân chia nhận thức này qua [so sánh với] trường hợp của một giấc mơ. Trong giấc mơ, bạn có một nhận thức của "cái ta" và một nhận thức của "người khác". Tất nhiên là phần lớn những thí dụ của đức Phật đều có liên quan đến những điều kiện phổ biến của con người vào thời ấy, chẳng hạn như việc có thể bị cọp hay sư tử tấn công. Tôi nghĩ là hiện nay những việc như thế không còn là mối lo đối với hầu hết chúng ta, cho dù tôi cũng có nghe rất nhiều người kể về những giấc mơ như bị quái vật rượt đuổi hay đi lạc trong một căn nhà hoặc một vùng rộng lớn.

Một thí dụ gần với thời hiện đại hơn có thể là trong một giấc mơ bạn thấy ai đó tặng cho bạn một chiếc đồng hồ đeo tay thật đẹp, thật đắt tiền, một chiếc hiệu Rolex chẳng hạn, như tôi có nghe nói đó là một hiệu đồng hồ rất đẹp và rất đắt. Trong giấc mơ bạn có thể sung sướng đến run lên vì nhận được một chiếc Rolex mà chẳng phải trả một đồng nào, dù là "tiền trong mơ". Có thể bạn sẽ tìm cách để khoe nó, chẳng hạn như lúc nói chuyện với ai đó trong mộng, bạn cố ý gãi vào cổ tay có đeo đồng hồ, hoặc đưa tay chỉ trỏ cái gì đó theo cách để khoe cái đồng hồ ra.

Nhưng rồi có một tên cướp đến gần bạn, chém vào cổ tay bạn và giật cái đồng hồ Rolex. Sự đau đớn mà bạn cảm nhận trong mơ rất thật và nỗi buồn khổ vì mất đồng hồ có lẽ cũng kinh khủng lắm. Bạn không có "bảo hiểm trong mộng" để được bồi thường một chiếc đồng hồ Rolex mới, và tay bạn đang chảy máu. Bạn có thể tỉnh dậy vào lúc này, toàn thân đẫm mồ hôi hoặc đang khóc, vì tất cả đều có vẻ mãnh liệt quá, chắc thật quá.

Nhưng chiếc đồng hồ Rolex chỉ là một giấc mơ thôi, phải không? Và niềm vui, sự đau đớn cũng như nỗi buồn bạn trải qua đều là một phần của giấc mơ. Trong bối cảnh của giấc mơ, chúng hiển hiện rất thật. Nhưng khi tỉnh mộng, bạn đã không hề có cái đồng hồ Rolex nào, cũng không có tên cướp và bàn tay hoặc cổ tay bạn không hề bị chém. Chiếc đồng hồ Rolex, tên trộm, vết thương v.v... đã xảy ra như sự biểu hiện của tánh Không và sự trong sáng vốn sẵn có của tâm thức bạn.

Theo cách tương tự như thế, bất kỳ điều gì ta trải nghiệm trong thực tại tương đối đều có thể so sánh với kinh nghiệm ta trải qua trong một giấc mơ: rất sinh động, rất thật, nhưng xét đến cùng chỉ là những phản chiếu của sự hợp nhất giữa tánh Không và sự trong sáng.

Chúng ta có thể "tỉnh dậy" - có thể nói như vậy - giữa giấc mơ của thực tại tương đối và nhận biết rằng bất kỳ điều gì mình đang trải nghiệm đều là sự hợp nhất giữa tánh Không và sự trong sáng. Tu tập tuệ giác giúp ta có cơ hội nhận biết, trên bình diện kinh nghiệm, rằng nhận thức ảnh hưởng chi phối kinh nghiệm của ta sâu xa như thế nào. Nói cách khác, những con người hay sự vật được ta nhận thức, phần lớn đều là sự tạo tác của chính tâm thức ta.

Cũng giống như khi tu tập tuệ giác về "cái tôi", hãy bắt đầu bằng cách chọn một tư thế cơ thể thư giãn và tỉnh giác, rồi dành một chút thời gian để an trụ trong sự chú tâm không đối tượng. Sau đó, nhẹ nhàng hướng sự chú tâm vào một đối tượng: một hình ảnh, âm thanh hay cảm thọ thể chất. Dễ chịu quá phải không? Thật là khoan khoái.

Nhưng những hình ảnh, âm thanh và cảm thọ ấy thực sự đang diễn ra ở đâu? Ở một chỗ nào đó trong não? Hay ở đâu đó "ngoài kia", bên ngoài thân thể ta?

Thay vì phân tích tìm xem chúng đang xảy ra ở đâu, hãy đơn thuần nhìn (hoặc lắng nghe, cảm nhận) như thể chúng là những hình chiếu trong tấm gương tâm thức. Đối tượng của sự nhận biết, sự nhận biết đối tượng và người đang nhận biết, tất cả đều xảy ra đồng thời - giống như khi ta nhìn vào một tấm gương bình thường vậy. Nếu không có tấm gương thì sẽ không có gì để thấy, không có người nhìn thì sẽ không có ai thấy. Kết hợp cả hai yếu tố thì sự thấy mới có thể xảy ra.

Tu tập tuệ giác cống hiến cho ta một phương thức liên hệ với kinh nghiệm bằng cách hướng tâm vào trong để quán sát chính tâm thức đang trải nghiệm. Quá trình này có thể là khó hiểu cho đến khi bạn tự mình thực hành. Tất nhiên là phải thực tập một thời gian, và sự nhận biết tâm thức sẽ khởi sinh đồng thời với kinh nghiệm - cái cảm giác "lớn lao" như được miêu tả trong phần trên bởi cô thiền sinh đang trải qua ly hôn - và ban đầu có thể chỉ kéo dài chừng một vài giây thôi. Trong những trường hợp ấy, ta rất dễ rơi vào cạm bẫy tự nhủ rằng: "Thành công rồi! Ta đã thực sự hiểu được tánh Không! Bây giờ ta có thể tiếp tục sống một cuộc sống hoàn toàn giải thoát!"

Cạm bẫy này đặc biệt mãnh liệt khi ta quán chiếu các niệm tưởng và cảm xúc, cũng như trong cách ta quan hệ với người khác và với những hoàn cảnh khác nhau. Những thoáng tuệ giác ngắn ngủi có thể đông cứng lại thành khái niệm và dẫn dắt ta vào những con đường nhận thức hay hành vi có thể có hại cho chính mình và cho người khác. Có câu chuyện rất xa xưa về một hành giả đã trải qua nhiều năm thiền quán về tánh Không trong hang động. Trong hang ấy có rất nhiều chuột. Một hôm, có con chuột khá lớn bò lên phiến đá mà ông dùng làm bàn ăn. Ông nghĩ: "A! Con chuột này là Không!"

Rồi ông chộp lấy chiếc giày và đập chết con chuột, rồi nghĩ tiếp: "Con chuột là Không, chiếc giày là Không và hành vi giết chuột cũng là Không!"

Thế nhưng điều ông ta đã thực sự làm là biến ý niệm về tánh Không thành một khái niệm cứng chắc rằng "không có gì tồn tại", cho nên ông ta có quyền làm bất kỳ điều gì mình muốn, cảm nhận bất kỳ điều gì mình cảm nhận mà không phải lãnh chịu hệ quả.

Khi ta hướng tâm vào trong để quán sát tâm - bất luận là trong tiến trình đi tìm "cái ta", "người khác", hoặc các niệm tưởng hay cảm giác - ta có thể bắt đầu, rất chậm chạp, nhìn thấy được chính tự thân tâm thức. Chúng ta trở nên rộng mở hơn để chấp nhận việc tâm thức - sự hợp nhất giữa tánh Không và sự trong sáng - có khả năng phản chiếu bất cứ điều gì. Ta sẽ không vướng mắc trong việc chỉ nhìn thấy mỗi một sự việc, mà có được khả năng thấy biết rất nhiều khả năng có thể xảy ra.

9. SỰ CẢM THÔNG

***Mỗi con người là một phần
của cái toàn thể
mà ta gọi là vũ trụ.***

Albert Einstein
Trong một đoạn thư trích dẫn bởi Howard Eves,
Mathematical Circles Adieu

Những người xung quanh ta, những hoàn cảnh ta phải đối mặt và những thông tin từ chính các giác quan của ta - chỉ rõ rằng ta là ai và như thế nào - không những là những điều phải chịu sự biến đổi, mà còn có thể được xác định bằng nhiều vai trò khác nhau, và chính những vai trò này cũng phải chịu sự thay đổi. Tôi là một người cha (hay người mẹ). Tôi là một người chồng (hay người vợ). Tôi là người làm công phải làm một số việc nào đó theo sự đòi hỏi của ông chủ và những người làm việc chung với tôi.

Tuy nhiên, nằm sâu trong cách chúng ta quen liên hệ

với chính mình, với người khác, với sự vật và hoàn cảnh, là một kiểu cô đơn cách biệt - cảm giác thấy mình là một thực thể tồn tại cách biệt - đã ngăn cản sự kết nối giữa ta với người khác. Chính cái cảm giác vi tế về sự khác nhau hay cách biệt [với người khác] luôn có mặt ở trọng tâm của rất nhiều bất ổn cá nhân hay giữa các cá nhân. Trong việc tu tập sự cảm thông, chúng ta xem bất kỳ khó khăn khủng hoảng nào đến với ta đều như điểm khởi đầu giúp ta nhận hiểu sự tương đồng giữa ta và người khác. Điều đó sẽ giúp tâm thức ta dần dần mở rộng để đón nhận một kinh nghiệm sâu sắc của sự vô úy và tự tin đồng thời chuyển hóa những bất ổn cá nhân thành tâm nguyện vị tha mạnh mẽ.

Có một câu chuyện rất xưa được kể lại trong nhiều bản kinh, về một người đàn bà rất đau khổ vì cái chết của đứa con trai nhỏ. Bà không thể chấp nhận rằng con mình đã chết, nên chạy khắp từ nhà này sang nhà khác trong làng, van xin một loại thuốc để cứu sống đứa con. Dĩ nhiên là không ai có thể giúp bà được. Mọi người vạch rõ cho bà hiểu là cậu bé đã chết và cố giúp bà chấp nhận hoàn cảnh. Tuy nhiên, có một người hiểu rằng tâm thức bà bị khổ đau làm cho xáo trộn, nên khuyên bà đi tìm gặp đức Phật - vị y sĩ tài ba nhất - đang trú ngụ trong một tu viện gần đấy.

Ôm chặt xác con trong lòng, bà chạy đến chỗ đức Phật và cầu xin Ngài ban thuốc cứu sống con mình. Lúc ấy, đức Phật đang thuyết giảng trước một số rất đông người, nhưng người đàn bà cố chen qua đám đông để đi vào. Thấy được nỗi khổ đau của bà, đức Phật đáp lại lời thỉnh cầu bằng cách nói với bà: *"Bà hãy trở về làng và mang đến đây cho ta một ít hạt mù tạt, nhưng phải xin từ một nhà nào mà ở đó chưa từng có người chết.”*

Bà chạy trở về làng và đi đến từng nhà láng giềng để xin hạt mù tạt. Ai cũng vui lòng đưa cho bà, nhưng rồi bà phải hỏi: *“Trong nhà này đã từng có ai chết hay chưa?”*

Mọi người đều nhìn bà một cách kỳ quặc. Một số người chỉ gật đầu, một số người khác đáp là có, và có những người kể cho bà nghe người thân của họ đã chết vào lúc nào, trong hoàn cảnh nào.

Cho đến khi bà đi hết một vòng khắp làng, bà chợt hiểu ra bằng một thể nghiệm sâu sắc hơn cả ngôn từ, rằng bà không phải là người duy nhất trên thế gian này phải khổ đau vì mất mát người thân yêu. Sự thay đổi, mất mát và khổ đau là vấn đề chung của tất cả mọi người.

Tuy vẫn còn đau đớn vì cái chết của đứa con trai, nhưng bà đã nhận ra rằng bà không phải là người duy nhất khổ đau. [Lớp vỏ bao bọc hạn chế] con tim bà vỡ ra và lòng bà rộng mở. Lo việc mai táng đứa con xong, bà xuất gia theo đức Phật và tăng chúng. Bà dành trọn cuộc đời để giúp đỡ người khác đạt đến sự nhận biết [về khổ đau] giống như mình.

Cẩm nang hạnh phúc

Khi tâm bi mẫn được phát triển,
ta thấy tất cả mọi sinh linh
đều bình đẳng, và mỗi một sinh linh
đều mong cầu hạnh phúc.

Ngài Kalu Rinpoche
The Dharma That Illuminates All Beings Impartially Like the Light of the Sun and the Moon
(Phật pháp soi sáng mọi hữu tình như mặt trời và mặt trăng)
Janet Gyatso dịch sang Anh ngữ

Chúng ta rất dễ cho rằng mình là người duy nhất phải chịu đau khổ, trong khi người khác lại sinh ra với một cuốn "cẩm nang hạnh phúc" - như đã nói ở trước - mà vì một sai sót ngẫu nhiên nào đó nên ta chẳng bao giờ có được. Tôi cũng từng rơi vào niềm tin sai lầm ấy như bất kỳ ai khác. Lúc còn trẻ, nỗi bất an phải thường xuyên chịu đựng đã khiến tôi luôn cảm thấy cô đơn, yếu đuối và ngu ngốc. Tuy nhiên, khi bắt đầu tu tập hạnh từ bi, tôi thấy cảm giác cách biệt của mình bắt đầu tan biến dần. Đồng thời tôi cũng dần dần cảm thấy tự tin, thậm chí thấy mình có ích nữa. Tôi bắt đầu nhận ra rằng tôi không phải người duy nhất có cảm giác sợ sệt và yếu đuối. Trải qua thời gian, tôi bắt đầu thấy rằng việc quan tâm đến sự an vui của người khác là điều thiết yếu trong tiến trình khám phá sự bình an của chính tâm thức mình.

Khi đã phần nào ổn định được tâm thức thông qua sự đơn thuần chú ý vào kinh nghiệm bản thân, ta có thể bắt đầu mở rộng hơn sự chú ý của mình một chút. Chúng ta có thể làm tan rã vọng tưởng về sự tồn tại độc lập của "cái ta" và người khác nhờ vào sự tu tập pháp tu được gọi là hạnh từ bi theo Phật giáo truyền thống, và nếu theo ngôn ngữ hiện đại thì pháp tu này có thể được nhận hiểu dễ dàng hơn như là *"sự cảm thông"*: tức là khả năng tự đặt mình vào hoàn cảnh của người khác hay thấu hiểu được những gì họ đang trải qua.

Nhiều người đã hỏi tại sao sự tu tập cảm thông với người khác lại được gọi là tâm từ và tâm bi? Tại sao không phải là một trong hai tâm ấy?

Theo kiến giải Phật giáo, sự cảm thông với người khác có hai khía cạnh. *Từ* là tâm nguyện mong muốn sao cho mọi người đều đạt được hạnh phúc trong đời này cũng như những nỗ lực của ta để thành tựu tâm nguyện ấy. *Bi* là tâm nguyện muốn cứu mọi người thoát khỏi những khổ đau căn bản do vô minh: không nhận biết bản tánh chân thật của chính mình - và những nỗ lực của ta nhằm giúp họ thoát khỏi nỗi khổ đau căn bản ấy.

Sự khao khát hạnh phúc và ước nguyện thoát khỏi khổ đau là hai điểm quan tâm chung của tất cả mọi chúng sinh hữu tình, tuy không nhất thiết phải được nói ra hay nhận biết, và không phải lúc nào cũng nằm trong phạm trù ngôn ngữ phức tạp của ý thức nhân loại. Khổ đau và những nhân duyên của khổ đau đã được bàn luận rất chi tiết ở phần trước. Hạnh phúc là một từ ngữ mang nghĩa phổ quát hơn nhiều, và trong chừng mực đơn giản nhất có thể được hiểu như là "sự nhiêu ích". Điều này nghĩa là có được một nơi ăn chốn ở, sống no đủ và không có mối đe dọa gây tổn hại. Đến như loài kiến, mà theo tôi biết là không có cấu trúc sinh lý nào để ghi nhận khổ đau, thì công việc hằng ngày của chúng vẫn là thu nhặt thức ăn mang về tổ và thực hiện đầy đủ những chức năng khác để góp phần vào sự sinh tồn của bản thân cũng như của cả đàn.

Theo như tôi đã được học, đối với hầu hết chúng ta, tâm từ bi được phát triển qua từng giai đoạn. Tiến trình này bắt đầu - như thí dụ người phụ nữ mất con kể trên - với sự nhận biết những khổ đau cũng như ước nguyện được thoát khổ của chính bản thân mình. Dần dần, chúng ta mở rộng sự mong cầu được hạnh phúc cũng như thoát khỏi khổ đau từ bản thân ta đến với tất cả mọi người. Con đường đi lên chầm chậm và kiên định này đưa chúng ta từ sự nhận biết những khó khăn của chính mình đến sự bừng tỉnh về một tiềm năng sâu xa thâm diệu hơn so với những gì ta có thể hình dung được khi ngồi trong xe hơi giữa dòng giao thông tắt nghẽn và nguyền rủa những nguyên nhân gây tắt đường, hoặc những lúc đứng xếp hàng ở ngân hàng và tuyệt vọng mong mỏi cho dòng người nhích tới trước nhanh hơn.

Giai đoạn đầu tiên thường gọi là "tâm từ bi bình thường", được bắt đầu bằng sự tu tập phát triển tâm từ bi đối với chính mình và mở rộng đến những người ta quen biết.

Giai đoạn thứ hai, thường gọi là "tâm từ bi vô lượng", là sự mở rộng tâm nguyện mong cầu hạnh phúc và thoát khỏi khổ đau đến với tất cả những người ta không quen biết.

Giai đoạn thứ ba được gọi là "tâm Bồ-đề", là tâm thức tỉnh giác được sự khổ đau của tất cả chúng sinh và tự nhiên hành động để giúp giảm nhẹ những khổ đau ấy.

Tâm từ bi bình thường: Chú tâm đến chính mình

Tâm từ bi bình thường bao gồm nhiều giai đoạn. Giai đoạn thứ nhất là học cách phát triển một cảm giác trìu mến đối với chính mình và trân trọng những phẩm tính tốt đẹp mà mình đang có. Điều này không có nghĩa là ta phải cảm thấy tự thương hại, cũng không có nghĩa là ta phải diễn đi diễn lại trong đầu những tình huống khổ đau hoặc tiếc nuối và mãi nghĩ đến việc phải chi hoàn cảnh này hay hoàn cảnh kia khác đi thì mọi sự sẽ thay đổi như thế nào! Thay vì vậy, hãy quán sát kinh nghiệm của chính mình ngay lúc này như một đối tượng của sự tập trung suy nghiệm. Ta không tìm kiếm cái khái niệm về "cái tôi" mà là kinh nghiệm đang được sống ngay trong giây phút hiện tại này. Bạn tự nghĩ: *"Nếu như tôi đạt được hạnh phúc và nhân duyên của hạnh phúc, điều đó sẽ vô cùng tuyệt diệu!"* Có lẽ phương pháp đơn giản nhất để làm được điều này là một kiểu cải biến của *"phương pháp máy quét"* đã mô tả ở phần thiền *shamata*, tu tập chú tâm vào các cảm thọ của thân thể.

Hãy bắt đầu bằng việc *"thuần phục con ngựa"*. Nếu hành trì chính thức theo thời khóa, hãy cố hết sức để áp dụng thế ngồi 7 điểm. Nếu không được như vậy, hãy giữ lưng thật thẳng và thư giãn, quân bình toàn thân. Hãy *"điều phục người cưỡi ngựa"* bằng cách để tâm buông thư trong trạng thái chuyên chú không đối tượng.

Sau một lúc, bắt đầu thực hiện nhanh một *"bài tập rà quét"*. Lần này thay vì chú tâm đến chính cảm thọ, hãy nhẹ nhàng để cho mình nhận biết rằng ta có một thân thể cũng như một tâm thức có khả năng nhận biết từng phần của nó. Hãy để mình nhận biết rằng những sự thật hết sức cơ bản về sự hiện hữu của mình tự nó đã là điều tuyệt vời biết bao, và việc có được thân người cùng một tâm thức có khả năng nhận biết về thân ấy là điều quý giá biết bao! Sự trân quý giá trị của những món quà này sẽ gieo trồng hạt nhân hạnh phúc và giảm nhẹ khổ đau. Trong sự đơn thuần nhận biết rằng bạn đang còn được sống và tỉnh giác vốn đã sẵn có một sự giảm nhẹ khổ đau như thế.

Hãy trụ yên trong trạng thái đơn thuần biết trân quý như thế một lúc, rồi nhẹ nhàng khởi lên ý nghĩ: *"Giá như lúc nào tôi cũng có thể được tận hưởng cảm nhận như thế này về sự sống cơ bản thì tuyệt vời biết bao! Giá như lúc nào tôi cũng có thể được tận hưởng cảm giác khoan khoái và tất cả những nhân duyên giúp tôi được hài lòng, rộng mở đón nhận tất cả mọi điều có thể xảy ra."* Tất nhiên, từ ngữ bạn chọn có thể thay đổi tùy theo tính khí riêng của bạn. Trong cách diễn đạt truyền thống của Phật giáo, những ý tưởng trên được bày tỏ như một lời cầu khấn hay phát nguyện:

"Nguyện cho con đạt được hạnh phúc và gieo nhân hạnh phúc. Nguyện cho con được giải thoát khổ đau và không còn tạo nhân khổ đau."

Nhưng ý nghĩa về cơ bản vẫn là như nhau. Bạn hãy chọn những cách diễn đạt nào có hiệu quả đối với bạn.

Thế rồi hãy để tâm an trụ, rộng mở và thư giãn.

Khi tu tập theo thời khóa, đừng cố hành trì phép tu tập này kéo dài hơn một vài phút, hoặc không lâu hơn một vài giây nếu bạn thực tập ngoài thời khóa. Bạn có thể kinh ngạc trước sức sống của mình và tâm tỉnh giác ngay vào những lúc ở trong tiệm tạp hóa, lúc đang bị kẹt xe hoặc lúc đang rửa chén... Điều rất quan trọng là phải thực tập với những quãng thời gian ngắn và để tâm buông thư sau đó. Nếu không, sự quý giá [mà bạn vừa nhận biết] có khả năng trở thành một khái niệm hơn là một kinh nghiệm. Trải qua thời gian, khi bạn tuần tự thực hành pháp tu tập này lặp lại nhiều lần, một phạm trù của những điều có thể xảy ra sẽ mở rộng.

Tâm từ bi bình thường: Chú tâm đến người thân

Một khi bạn trở nên phần nào quen thuộc với kinh nghiệm an lạc của chính mình, bạn có thể mở rộng khả năng ấy đến những người khác. Thật ra, việc nhận biết khổ đau của người khác có thể giúp chuyển hóa kinh nghiệm của chính bạn. Tôi có người bạn ở Nepal đã đến New York City với hy vọng tìm được một công việc khá hơn, thu nhập cao hơn. Ở Nepal, anh giữ địa vị cao trong một xưởng dệt thảm. Nhưng đến New York, công việc tốt nhất mà anh tìm được là làm công cho một tiệm sửa xe -

thật là một tình huống "xuống chó" nhục nhã so với công việc trước đây ở Nepal. Đôi lúc anh quá phiền muộn đến nỗi bật khóc, cho đến khi có một người quản lý nhìn thấy và bảo: *"Tại sao anh khóc? Anh không được khóc. Khách hàng của chúng ta sẽ nghĩ thế nào [khi thấy anh khóc]?"*

Một hôm, anh để ý thấy có một người mới đến nhận việc ở tiệm sửa xe, đội chiếc nón thật rộng vành. Nhìn kỹ lại, anh nhận ra người đội chiếc nón to ấy chính là ông chủ của xưởng dệt thảm ở Nepal. Ông đã đóng cửa xưởng dệt và đến New York cũng với hy vọng kiếm được nhiều tiền hơn, nhưng rồi cuối cùng cũng rơi vào hoàn cảnh phải làm việc như một người lao động không chuyên môn với đồng lương ít ỏi hơn so với số tiền ông từng kiếm được ở Nepal.

Ngay lập tức, bạn tôi nhận ra rằng anh không phải là người duy nhất gặp nghịch cảnh. Anh không còn cô đơn.

Đây là giai đoạn thứ hai của tâm từ bi bình thường: chúng ta thừa nhận rằng bất kỳ điều gì đang diễn ra trong tâm trí người khác đều có thể là rất tương đồng với những gì đang diễn ra trong tâm trí của chính ta. Khi ghi nhớ việc này, dần dần ta nhận biết được là không có lý do gì để ta phải sợ sệt bất kỳ ai hay điều gì. Trong hầu hết các trường hợp, chúng ta sợ hãi vì không nhận biết được rằng bất cứ người hay vật nào mà ta đang đối phó đều cũng chỉ giống như ta: một sinh vật chỉ mong muốn được hạnh phúc.

Kinh điển Phật giáo dạy rằng, trước hết ta nên chọn mẹ mình làm đối tượng thiền quán, vì mẹ là người đã đối xử tốt nhất với ta, đã cưu mang và đưa ta vào đời. Hầu hết các nền văn hóa Á Đông và cũng như Âu Tây, theo truyền thống thường khuyến khích sự tôn kính, nếu không phải là yêu mến, đối với cả cha lẫn mẹ để đền đáp lại những hy sinh mà hai vị đã dành cho ta. Nhưng pháp quán truyền thống này đã thay đổi rất nhiều trong khoảng vài thế hệ gần đây. Trong những năm vừa qua, rất nhiều người đã trao đổi với tôi cho thấy họ không phải bao giờ cũng có được những liên hệ yêu thương trìu mến với cha mẹ, nhất là trong những trường hợp bị cha mẹ ngược đãi qua lời nói hay hành vi. Trong những trường hợp như thế, việc chọn cha hay mẹ làm đối tượng cho sự tu tập tâm từ bi hẳn sẽ không lợi ích lắm. Chúng ta hoàn toàn có thể chọn một đối tượng khác, như một người họ hàng tốt bụng, một người thầy đã nâng đỡ bạn, một người bạn thân, vợ hay chồng, hoặc một đứa con. Một số người chọn quán từ bi với mèo, chó hay một con vật khác được nuôi trong nhà. Đối tượng thiền quán thật ra không quan trọng. Điều quan trọng là nhẹ nhàng chú tâm đến người hay vật mà bạn cảm thấy có một mối tương quan ấm áp hay trìu mến.

Việc tu tập tâm từ bi bình thường đối với người khác khá giống với việc tu tập tâm từ bi đối với chính mình. Hãy bắt đầu bằng tư thế ngồi 7 điểm hay ít nhất là ngồi thẳng lưng và buông thư toàn thân một cách tự nhiên.

Bây giờ, hãy an trụ một lúc trong sự chú tâm không đối tượng. Hãy thư giãn trong tư thế ngồi của mình như thể bạn vừa hoàn tất một công việc thật lớn lao và chỉ quán sát tâm thức cùng tất cả những tư tưởng, cảm giác và cảm thọ đang đi ngang qua đó.

Sau khi tâm an trụ một lúc, hãy nhẹ nhàng hướng tâm đến một người hay vật mà bạn thương yêu, trìu mến hay quan tâm. Đừng ngạc nhiên nếu hình ảnh của một người hay vật mà bạn không cố ý chọn lựa lại hiện ra mạnh mẽ hơn là đối tượng mà bạn đã chọn để quán niệm. Điều này không có gì lạ, và thường xảy ra một cách hoàn toàn tự nhiên. Một đệ tử của tôi đã bắt đầu thời khóa tu tập thiền với ý định quán niệm bà cô của mình, vốn rất tốt với anh ta lúc còn nhỏ, nhưng hình ảnh liên tục hiện ra trong đầu anh lại là một con chó nhỏ anh ta nuôi lúc còn bé thơ. Đây chỉ là một điển hình về cách thức mà trí tuệ tự nhiên của tâm tự hiển lộ. Anh ta quả thật đã có rất nhiều kỷ niệm đẹp với con chó nhỏ, và khi cuối cùng anh ta chịu đầu hàng để thuận theo những kỷ niệm này thay vì cố cưỡng lại để tập trung quán niệm về bà cô, thì sự tu tập trở nên rất dễ dàng.

Hãy để cái cảm giác đầm ấm hay trìu mến ấy lắng sâu vào tâm, và xen kẽ vào đó là để tâm buông thư khoảng vài ba phút trong trạng thái chú tâm không đối tượng. Khi xen kẽ hai trạng thái này với nhau, hãy mong ước rằng đối tượng mà bạn đang quán chiếu sẽ trải nghiệm được cùng một cảm giác rộng mở và đầm ấm mà bạn cảm thấy đối với họ. Sau một thời gian thực hành luân phiên thay đổi giữa sự chú tâm không đối tượng và chuyên chú vào đối tượng thiền quán, có một vài phương cách khác để bạn có thể tiến xa hơn nữa.

Cách thứ nhất là quán tưởng đối tượng mình chọn đang ở trong một trạng thái bi thảm và đau đớn. Dĩ nhiên, nếu đối tượng ấy vốn đang chịu đau đớn, buồn khổ thì bạn chỉ cần chú tâm đến hoàn cảnh hiện tại của họ. Trong cả hai trường hợp, hình ảnh [của đối tượng mà] bạn khởi lên trong tâm sẽ làm phát sinh một cách tự nhiên tình yêu thương, đồng cảm sâu sắc, và một tâm nguyện mãnh liệt mong muốn xoa dịu nỗi đau đớn ấy.

Cách thứ hai là nhẹ nhàng hướng tâm đến người hay vật đã chọn và đồng thời tự hỏi: *"Ta muốn được hạnh phúc đến mức nào? Và ta muốn né tránh khổ đau đến mức nào?"* Hãy nghĩ đến hai vấn đề này càng cụ thể càng tốt. Thí dụ, nếu bạn bị buộc phải ở trong một chỗ rất nóng nực, bạn có muốn đến một chỗ mát mẻ, thoáng khí hơn không? Nếu bạn cảm giác đau đớn trong người, bạn có muốn hết đau không? Khi bạn nghĩ đến câu trả lời của mình, hãy dần dần chuyển sự chú ý đến đối tượng đã chọn và quán tưởng việc họ sẽ cảm thấy thế nào trong trường hợp ấy.

Thực tập như thế không những sẽ mở rộng tâm hồn bạn đối với những chúng sinh khác, mà đồng thời cũng sẽ làm tan biến đi sự đồng nhất của bạn với bất kỳ nỗi khổ niềm đau nào mà bạn đang chịu đựng vào lúc đó. Cũng giống như người bạn từ Nepal của tôi khi thấy ông chủ cũ của mình làm công trong cùng một tiệm sửa xe ở New York và giấu mặt dưới một vành nón rộng, tất cả chúng ta đều không hề đơn độc. Loài người, loài chó cho đến tất cả mọi loài chúng sinh khác đều mong cầu hạnh phúc và né tránh khổ đau theo những cách riêng, nhưng động cơ ước nguyện căn bản thì lại rất giống nhau.

Tâm từ bi bình thường:
Chú tâm đến người hay vật mà ta không ưa thích

Nuôi dưỡng tâm từ bi đối với những người bạn đã từng quen biết và quan tâm đến không phải là một điều quá khó, vì thậm chí cả khi bạn có muốn bóp cổ họ vì quá ngu xuẩn hay cứng đầu, thì căn bản là bạn vẫn yêu thương họ. Nhưng sẽ khó khăn hơn đôi chút nếu bạn phải mở rộng cùng một cảm giác đầm ấm và thân thuộc ấy đến với những người mà bạn có xích mích trên phương diện cá nhân hay nghề nghiệp, hoặc đối với những người mà vì lý do nào đó bạn thật lòng không ưa thích.

Thí dụ tôi có một người đệ tử rất sợ nhện. Anh sẽ chết khiếp khi thấy một con nhện trong góc phòng hay trên ngưỡng cửa sổ, hay tệ hơn thế nữa, như anh nói, ở bên trên bồn tắm. Con nhện không làm gì khác hơn những việc nó thường làm, tức là dệt một tấm lưới và hy vọng lôi cuốn được một con ruồi hay côn trùng nào khác (hẳn cũng có đôi chút sợ nhện), nhưng người đệ tử tôi sẽ cố tìm cách trừ khử nó một cách căng thẳng, đập nát nó với cái chổi hoặc hút nó vào máy hút bụi.

Sau một vài tháng quán sát tâm nguyện mong cầu hạnh phúc và sợ hãi đau đớn, khổ đau của chính mình, anh ta bắt đầu phát triển một quan hệ hơi khác đi đối với loài nhện. Anh phân vân tìm những cách ứng xử khác hơn mỗi lần gặp nhện. Thay vì đập chết hoặc hút nó vào máy hút bụi, anh thu hết can đảm để bắt con nhện vào một cái lọ rồi mang thả ra bên ngoài nhà. Cuối cùng, thậm chí anh còn bắt đầu nói: *"Tạm biệt nhé, chú bạn nhỏ ! Hãy đi tìm thức ăn, đi tìm hạnh phúc của chú mày... nhưng đừng tìm trong nhà tao, chịu không?"*

Tất nhiên điều này cũng không cản được nhện xuất hiện ở cửa sổ hay trong bồn tắm nhà anh, nhưng thay vì nhìn chúng như những kẻ thù, anh bắt đầu nhận ra rằng chúng cũng là những sinh vật rất giống với chính mình.

Hãy nhớ, việc bắt nhện bỏ vô lọ rồi mang thả ra bên ngoài nhà không phải là phương cách điển hình để phát triển cấp độ thứ hai của tâm từ bi bình thường, nhưng đó là một sự khởi đầu.

Để luyện tập, hãy tưởng tượng bạn đâm vào mỗi bên má một mũi kim nhọn, một bên má trái và một bên má phải. Sự đau đớn bên má phải có khác chút nào với sự đau đớn bên má trái không? Sự đau đớn bên má phải tượng trưng cho những đau đớn, buồn khổ mà bạn đang thể nghiệm. Sự đau đớn bên má trái tượng trưng cho nỗi khổ niềm đau trải nghiệm bởi một người hay vật mà bạn không ưa thích. Liệu có bên nào ít đau hơn chăng? Có thể là có, cũng có thể là không. Có thể bạn đã quá quen với mũi kim cắm vào má phải từ lâu rồi nên không còn để ý đến nữa: đó chỉ là một sự đau đớn âm ỉ. Nhưng nỗi đau gây ra bởi mũi kim cắm vào má trái mới mẻ hơn, và bạn nhận biết nó một cách thấm thía. Bạn có thể rút mũi kim bên má phải ra bằng cách thiền quán từ bi đối với chính mình hay đối với những người mà bạn yêu mến. Nhưng mũi kim bên má trái vẫn còn đó, cho đến khi nào bạn thật sự bắt đầu mở rộng ước nguyện mong cầu hạnh phúc và né tránh khổ đau đến với những người bạn không ưa thích. [Do sự không ưa thích, có thể] bạn muốn họ phải đau đớn, khổ sở. Có thể bạn ganh ghét, đố kỵ, hoặc hiềm thù họ. Thế nhưng, ai đang nhận chịu nỗi đau đớn của sự hiềm thù, đố kỵ, hằn học ấy?

Chính là bạn!

Khi tiếp cận với những người bạn không ưa thích bằng tâm từ bi, bạn còn có thêm một lợi lạc khác nữa. Giả sử người ấy đối xử với bạn hay người khác một cách độc ác. Bạn có thể ứng phó với họ một cách giận dữ, tự phòng vệ, hay thậm chí - nếu tính bạn rất trầm tĩnh - chỉ bằng lý trí khô khan. Nhưng tâm từ bi sẽ soi chiếu ánh sáng tuệ giác vào nguyên nhân đã khiến cho người ấy nói ra hay hành động gây tổn thương đến người khác. Người ấy đang khổ đau, rối rắm và mong cầu trong tuyệt vọng một cảm giác thoải mái, an ổn.

Lấy ví dụ như người đệ tử của tôi, vừa mới vào làm trong phòng tiếp thị của một công ty chế tạo lớn. Một hôm, anh bị gọi đi họp với một người phụ nữ, bà Trưởng phòng kế toán. Buổi họp bắt đầu một cách tồi tệ. Bà này tranh cãi gay gắt, miệng nói không ngừng, và nếu có ai ngắt lời hoặc đưa ra một quan điểm khác thì bà giận đỏ mặt tía tai, áp đặt quan điểm của mình một cách hùng hổ hơn.

Ngồi tựa vào lưng ghế và quan sát cảnh ấy, người đệ tử ấy bắt đầu khởi tâm từ bi đối với người phụ nữ này, và anh thấy ra được phía sau bức tường giận dữ kia là một cô bé chưa từng được ai lắng nghe. Thế là anh bắt đầu bày tỏ sự đồng ý với bà, nói rằng những nhận định của bà thật thông minh biết bao, ý kiến của bà thật hay quá. Dần dần, người phụ nữ bắt đầu thư giãn. Cơn giận dữ của bà tan biến, bà bắt đầu lắng nghe ý kiến của người khác và thực sự cân nhắc chúng. Người đệ tử của tôi và người phụ nữ ấy không trở nên đôi bạn thân thiết, nhưng sau buổi họp khởi đầu ấy, hầu như anh luôn được mời đến những buổi họp với bà và dường như luôn có khả năng làm cho bà bình tĩnh lại. Và mỗi lần anh có việc phải đến phòng kế toán, luôn có tiếng thở ra nhẹ nhõm của tất cả những nhân viên khác trong phòng này. Sự hòa hoãn của anh có ảnh hưởng mạnh mẽ đến nỗi người phụ nữ kia thường đối xử với những người khác trong phòng một cách ôn hòa hơn.

Thế là cuối cùng mọi người đều có lợi. Khi được người khác lắng nghe và trí thông minh của mình được thừa nhận, người phụ nữ đã trải nghiệm một chút giảm nhẹ sự khổ đau của chính bà. Những người làm việc dưới quyền bà không còn bị bà chỉ trích liên miên nữa nên ác cảm của họ đối với bà cũng vơi dần đi.

Và người đệ tử của tôi bắt đầu cảm thấy tự tin hơn khi thấy mình có khả năng ứng xử với những tình huống khó khăn một cách khôn ngoan sáng suốt nhờ vào tâm từ bi.

Tâm từ bi vô lượng

Tất nhiên là sinh khởi tâm từ bi đối với những người bạn đã từng quen biết không phải là một điều quá khó sau một thời gian thực tập. Nhưng mở rộng cùng một cảm giác đầm ấm và thân thuộc như thế đến với những người ta không quen biết - và trong nhiều trường hợp là không thể nào quen biết - thì cần nhiều nỗ lực hơn. Khi ta nghe kể về những thảm cảnh trên thế giới hay thậm chí ở các nhà hàng xóm, một cảm giác bất lực và vô vọng có thể sinh khởi. Chỉ vì có quá nhiều tình huống ta có thể tham gia giúp đỡ, nhưng đôi khi vì công việc và cuộc sống của gia đình cản trở nên ta không thể giúp được một cách trực tiếp.

Việc tu tập tâm từ bi vô lượng giúp ta giảm nhẹ cảm giác vô vọng ấy. Pháp tu này cũng nuôi dưỡng một cảm giác tự tin rằng bất luận rơi vào hoàn cảnh nào, hoặc phải ứng phó với bất kỳ người nào, ta cũng luôn có một nền tảng căn bản để thiết lập mối tương quan theo cách không quá sợ sệt hay tuyệt vọng. Chúng ta có thể thấy được những tiềm năng mà nếu thiếu tâm từ bi ta không thể thấy được, và bắt đầu biết trân quý những tiềm năng sẵn có trong ta.

Có một pháp tu rất hữu ích để phát khởi tâm từ bi vô lượng, ở Tây Tạng được gọi là *tonglen*, có thể tạm dịch là *"cho và nhận"*. *Tonglen* thực sự là một phép tu khá đơn giản, chỉ cần có sự kết hợp đơn giản giữa quán tưởng và hơi thở.

Vẫn như thường lệ, bước đầu tiên là tìm một tư thế thư giãn cho thân và sau đó an trụ tâm trong sự chuyên chú không đối tượng. Tiếp theo, nhẹ nhàng hướng tâm vào ý nghĩ: *"Tôi luôn mong cầu hạnh phúc và né tránh khổ đau, tất cả chúng sinh cũng như tôi không khác."*

Bạn không cần quán tưởng đến những chúng sinh cụ thể nào cả, mặc dù bạn cũng có thể bắt đầu bằng một hình dung cụ thể nếu thấy là hữu ích. Tuy nhiên, cuối cùng thì pháp tu *"cho và nhận"* này sẽ mở rộng vượt qua những gì bạn có thể hình dung để bao trùm tất cả chúng sinh, gồm cả thú vật, côn trùng và các sinh linh đã khổ đau hoặc sẽ khổ đau dưới bất kỳ hình thái nào.

Điểm cốt yếu của pháp tu này, theo như tôi đã học, chỉ đơn giản là luôn ghi nhớ đến việc trong vũ trụ có vô số chúng sinh và khởi tâm suy nghĩ rằng: *"Cũng như tôi muốn được hạnh phúc, mọi chúng sinh đều muốn được hạnh phúc. Cũng như tôi muốn né tránh khổ đau, mọi chúng sinh đều muốn né tránh khổ đau."*

Cũng giống như lúc tu tập tâm từ bi bình thường, khi bạn để cho những niệm tưởng này liên tục khởi lên trong tâm, bạn sẽ thực sự bắt đầu cảm thấy tự mình khởi tâm mong muốn mãnh liệt, cầu sao cho mọi người đều được an vui hạnh phúc và thoát khỏi khổ đau.

Bước tiếp theo là chú tâm vào hơi thở như một phương tiện để gửi đến tất cả chúng sinh bất kỳ hạnh phúc nào bạn đã và đang cảm nhận, đồng thời nhận lấy về mình những khổ đau của họ.

Khi bạn thở ra, hãy quán tưởng rằng tất cả hạnh phúc và lợi lạc mà bạn đạt được trong suốt cuộc đời mình đang tuôn tràn ra khỏi người dưới dạng một luồng ánh sáng tinh khiết. Ánh sáng này sẽ tỏa chiếu đến tất cả chúng sinh và tan hòa vào họ, thành tựu trọn vẹn tất cả các nhu cầu và xua tan mọi khổ đau.

Khi bạn thở vào, hãy hình dung những nỗi khổ niềm đau của tất cả chúng sinh hữu tình dưới dạng một luồng ánh sáng có màu khói đen nhớt nhát, trôi chảy đến và bị hút vào qua đường mũi để rồi tan loãng trong tim bạn.

Khi tiếp tục pháp tu này, hãy quán tưởng tất cả chúng sinh đều được thoát khỏi khổ đau và tràn ngập niềm hỷ lạc, hạnh phúc.

Sau khi thực hành như thế được một lúc, hãy để tâm buông thư. Sau đó lặp lại tiến trình như cũ, luân phiên xen kẽ việc thực hành *tonglen* và an tĩnh tâm.

Bạn có thể ngồi thật thẳng lưng và đặt hai bàn tay nắm nhẹ lại trên đùi, nếu thấy tư thế này giúp bạn dễ quán tưởng hơn. Khi thở ra, mở các ngón tay và trượt nhẹ hai bàn tay xuống về phía đầu gối đồng thời quán tưởng luồng ánh sáng đang tỏa chiếu ra hướng đến tất cả chúng sinh. Khi thở vào, trượt nhẹ hai bàn tay về chỗ cũ, bàn tay nhẹ nắm trở lại như thể đang kéo về ánh sáng có màu khói đen là những khổ đau của người khác rồi hòa tan tất cả vào chính bạn.

Trong vũ trụ có quá nhiều loài chúng sinh khác nhau, chúng ta thậm chí không thể hình dung ra được hết, và càng không thể cứu giúp từng sinh linh một cách trực tiếp và tức thời. Nhưng thông qua phép tu *tonglen*, bạn rộng mở tâm hồn đến với vô lượng chúng sinh và mong muốn mọi điều tốt đẹp cho họ. Kết quả cuối cùng là tâm bạn sẽ trong sáng hơn, an tĩnh hơn, tập trung, tỉnh giác hơn và bạn phát triển được khả năng giúp đỡ người khác bằng vô số phương tiện, trực tiếp cũng như gián tiếp.

Tâm Bồ-đề

Giai đoạn cuối cùng là phát tâm Bồ-đề. Tâm Bồ-đề là một từ ngữ Sanskrit thường được dịch là *"tâm giác ngộ"* hay *"tâm tỉnh giác"*. Đó là một từ được ghép bởi từ *bodhi* (xuất phát từ động từ gốc là *budh* trong tiếng Sanskrit, được dịch là *"trở nên giác ngộ, trở nên tỉnh giác, nhận biết hay thấu hiểu"*) và từ *citta* (thường được dịch là *"tâm thức"* và đôi khi là *"tâm"* trong ý nghĩa *"tâm nguyện"*).

Trong truyền thống Phật giáo, chúng ta nhận biết có hai loại tâm Bồ-đề: tuyệt đối và tương đối. *Tâm Bồ-đề tuyệt đối* chỉ cho một tâm thức trở nên hoàn toàn thanh tịnh nhờ đã thực hiện tất cả các cấp độ của sự tu tập và kết quả là thấy được bản chất của thực tại một cách trực tiếp, không còn nghi ngờ hay dao động nữa. Hạt giống tánh Phật, vốn sẵn có trong tâm thức của tất cả chúng sinh, đã mọc lên thành một thân cây nhiệm mầu vĩ đại. Với khả năng nhìn thấy và hiểu biết tất cả, tâm Bồ-đề tuyệt đối bao hàm một nhận thức nhạy bén về sự khổ đau mà tất cả chúng sinh đều phải chịu đựng khi vẫn còn vô minh không nhận biết về bản tánh chân thật của chính mình. Nó cũng bao hàm một ý nguyện cứu độ tất cả chúng sinh thoát khỏi cấp độ khổ đau sâu sắc nhất ấy. Đây là trạng thái mà đức Phật đã chứng đắc, cũng như tất cả những vị đã theo đúng con đường của Ngài và chứng đắc giác ngộ viên mãn.

Tuy nhiên, rất ít người trong chúng ta có khả năng tức thời thể nghiệm tâm Bồ-đề tuyệt đối. Khi còn tại thế, đức Phật Thích-ca đã tu tập trải qua 6 năm trước khi đạt đến sự giác ngộ viên mãn này. Theo truyền thuyết, Ngài đã thành tựu giác ngộ trong một thời gian tương đối ngắn như thế vì Ngài đã từng trải qua nhiều đời nhiều kiếp tu tập hướng đến quả Phật.

Hầu hết chúng ta cần đi theo con đường tuần tự hơn là tu tập *tâm Bồ-đề tương đối*. Pháp tu này mở rộng hơn nữa các dạng khác nhau của việc tu tập tâm từ bi theo hướng nuôi dưỡng tâm nguyện mong muốn cho tất cả chúng sinh hữu tình đều nhận biết được - không phải bằng suy luận qua lý trí, mà bằng sự tu tập thực nghiệm - sự viên mãn của tánh Phật nơi họ, và nỗ lực hành động để thành tựu tâm nguyện ấy.

Sự phát triển tâm Bồ-đề tương đối luôn bao hàm hai khía cạnh: *tâm nguyện* và *tâm hành*. *Bồ-đề tâm nguyện* là nuôi dưỡng tâm nguyện chân thành mong muốn cứu độ tất cả chúng sinh đến bờ giác ngộ, nghĩa là nhận biết được trọn vẹn về bản tánh chân thật của họ. Chúng ta bắt đầu bằng ý nguyện: *"Tôi muốn đạt đến giác ngộ viên mãn để có thể cứu giúp tất cả chúng sinh hữu tình cũng đạt được giác ngộ viên mãn như vậy."* Hầu hết các khóa hành trì trong Phật giáo đều bắt đầu bằng một lời nguyện cầu nào đó bày tỏ tâm nguyện này. Chỉ riêng việc tụng đọc lời nguyện cầu này, bằng bất cứ ngôn ngữ nào hay bất kỳ ngôn từ nào quen thuộc với bạn, tất nhiên đã là rất hữu ích, vì nó giúp ta mở rộng mục đích của việc tu tập. Nhưng những lời cầu nguyện như thế cũng như tâm nguyện của ta vẫn chỉ đơn thuần là những ngôn từ, cho đến khi nào ta thực sự dành thời gian để tu tập các tâm từ bi bình thường và tâm từ bi vô lượng. Như chúng ta đã thấy trong phần trước, không có cách nào để ta đạt được hạnh phúc trọn vẹn hay chấm dứt khổ đau của chính mình mà không trực tiếp thể nghiệm nguyện vọng thoát khổ được vui của chính mình và của người khác. Nỗ lực giải thoát cho riêng mình cũng giống như chỉ nhổ một cây kim ra khỏi má. Khi vẫn còn một cây kim cắm sâu trong má bên kia, chúng ta sẽ vẫn luôn cảm thấy khổ sở, đau đớn hay sợ sệt.

Nghe như thể là một nhiệm vụ lớn lao quá, phải không? Tự mình giác ngộ đã khó khăn lắm rồi, nói gì đến việc đưa người khác cùng lên bờ giác ngộ? Nhưng nhìn lại câu chuyện của người phụ nữ mất con, ta có thể cảm nhận được rằng, với sự hiện hữu của một bậc giác ngộ thì sự giác ngộ của mọi người khác là điều hoàn toàn có thể. Đôi khi sự giác ngộ này được thể hiện dưới hình thức vâng theo một lời khuyên, lắng nghe một bài pháp hoặc noi gương một vị thầy.

Bồ-đề tâm hành chú trọng vào con đường tu tập dẫn đến sự giác ngộ của mọi chúng sinh khác. *Bồ-đề tâm nguyện* là mong muốn đưa tất cả chúng sinh từ "bến mê" sang "bờ giác". *Bồ-đề tâm hành* là phương tiện để thực hiện tâm nguyện đó.

Có nhiều phương cách để tu tập Bồ-đề tâm hành. Chẳng hạn như tự chế để không làm những việc như trộm cắp, nói dối, nói lời vô nghĩa, hoặc cố ý gây khổ đau [cho bản thân và người khác] bằng hành động hay lời nói. Thêm vào đó là mở rộng tâm bố thí, hòa giải mọi bất hòa, nói năng từ hòa, điềm đạm thay vì *"đùng đùng nổi giận"*, và tùy hỷ với những điều tốt đẹp xảy đến cho người khác thay vì buông thả hoàn toàn theo tâm ganh ghét, đố kỵ.

Tu tập như thế sẽ mở rộng kinh nghiệm từ bi trong thiền quán đến mọi khía cạnh của đời sống hằng ngày. Điều này tạo ra một tình huống lợi lạc cho tất cả mọi người.

Chúng ta được lợi lạc vì nhận biết rằng không chỉ riêng mình ta phải chịu đựng những xúc cảm đau đớn hay những tình huống khó khăn. Và khi nhận rõ được như thế, ta bắt đầu có một sự tự tin sâu sắc hơn nơi chính mình và có khả năng ứng xử một cách chín chắn hơn, từ mẫn hơn đối với người khác.

Những người quanh ta cũng được lợi lạc vì khi ta đã phát triển một trực giác về những khổ đau của họ, ta sẽ ứng xử với họ một cách ân cần tử tế hơn, quan tâm chu đáo hơn. Và những người này, đến lượt họ, cũng sẽ ứng xử một cách từ mẫn hơn đối với bao người khác nữa.

Không một tâm nguyện nào lớn lao hơn và dũng mãnh hơn tâm nguyện đưa tất cả chúng sinh đến bờ giải thoát viên mãn, được an vui trọn vẹn nhờ nhận biết được bản tánh chân thật của chính mình. Cho dù bạn có thành tựu được tâm nguyện này hay không, điều đó không quan trọng. Chỉ riêng tâm nguyện này thôi đã có một năng lực lớn đến mức, càng nuôi dưỡng tâm nguyện ấy, tâm thức bạn sẽ càng mạnh mẽ hơn, những tập quán tinh thần và cảm xúc [không tốt] sẽ giảm thiểu, và bạn trở nên thiện xảo hơn trong việc cứu giúp người khác. Khi làm như thế, bạn tạo ra những nhân duyên cho sự an vui hạnh phúc của chính mình.

Sự hiểu biết về khổ đau và nguyên nhân của khổ đau, tiềm năng sẵn có trong ta, và phương tiện để chuyển hóa sự hiểu biết ấy thành kinh nghiệm thực tế, có thể được xem là quyển *Cẩm nang hạnh phúc* mà ta nghĩ rằng mình đã bị thiếu sót lúc sinh ra.

Thế nhưng, như nhiều người đã hỏi, làm sao có thể ứng dụng những bài học về sự hiểu biết và kinh nghiệm này vào những tình huống của riêng mình? Chúng ta phải làm gì để đối phó với những nỗi lo sợ, buồn đau, đố kỵ, giận dữ hay tuyệt vọng?

Để trả lời những câu hỏi này, ta phải nghiên cứu sâu hơn một chút nữa, sử dụng chính đời sống của ta làm môi trường thực nghiệm.

PHẦN BA
ỨNG DỤNG PHẬT PHÁP

Hạt giống hàm chứa trong quả xoài,
hay các loại cây tương tự,
luôn sẵn có tính chất bất diệt
là nảy mầm thành cây mới.

The Mahayana Uttaratantra Shastra
(Đại thừa Tối thượng luận)
Bồ Tát Di-lặc
Rosemarie Fuchs dịch sang Anh ngữ

10. PHIỀN NÃO CHÍNH LÀ BỒ-ĐỀ

Mọi việc đều có thể được vận dụng như duyên khởi thiền quán.

The Tibetan Book of Living and Dying (Tạng thư sống chết)
Patrick Gaffney và Andrew Harvey dịch sang Anh ngữ.

Để vượt qua mọi bất ổn, ta cần đến những bất ổn. [Dùng bất ổn để giải quyết bất ổn,] điều này nghe có vẻ hơi lạ, thậm chí là quá mới mẻ. Nhưng vào thời của Ngài, đức Phật [đã được xem] là người hết sức cấp tiến khi đưa ra một phương thức trị liệu khổ đau khác biệt về nhiều mặt so với sự chọn lựa của một số bậc thầy đương thời.

Tôi nhớ lúc nhỏ từng được nghe về một truyền thống của các thiền giả ẩn tu Tây Tạng - những hành giả nam cũng như nữ sống cách biệt trong các hang động trên núi cao qua nhiều tháng, và thường là nhiều năm, để có thể hành trì với thời gian dài mà không bị quấy rầy. Nghe thật thú vị, phải không? Một đời sống đơn giản không bị quấy nhiễu và một môi trường hoàn hảo để phát triển tâm an bình - chỉ trừ ra một chi tiết nhỏ.

Một cuộc sống như thế là quá đỗi bình lặng.

Đời sống cô độc trong hang núi không cho ta nhiều cơ hội để đấu tranh với những tư tưởng, cảm xúc phiền não và các dạng khác của khổ đau (*dukkha*). Vì thế, thỉnh thoảng các vị thiền giả ẩn tu này thường xuống núi, đi vào một nơi phố thị hay thôn xóm và nói hay làm những điều kỳ quặc. Người dân ở phố thị hay thôn xóm đó thường sẽ giận dữ đến mức quát tháo, mắng nhiếc hay thậm chí đánh đập các ngài. Nhưng đối với các vị thiền giả này, những sự xúc phạm qua lời nói đầy khích động hay hành vi [thô bạo] mà các ngài phải hứng chịu đều trở thành trợ duyên cho thiền quán. Đó là những cơ hội giúp phát triển sự kiên định tinh thần và cảm xúc, và giúp xuyên phá sâu hơn vào những tầng lớp vọng tưởng về tự tánh của chính mình, tự tánh của người khác và tự tánh của những thể nghiệm.

Khi tuệ giác phát triển, sự nhận biết của các ngài về trạng thái khổ đau cơ bản và những nguyên nhân của nó càng thêm sâu sắc, và các ngài phát triển được một nhận thức nhạy bén chuẩn xác hơn về sự mê muội đang khống chế cuộc sống của rất nhiều người: nỗi khổ đau tự tạo bắt nguồn từ niềm tin vào các tính chất thường hằng, tự tồn tại không phụ thuộc và đơn nhất [của vạn pháp]. Các ngài khởi tâm thương xót vô hạn như rạn vỡ cả con tim đối với những người còn mê muội như thế, và từ đó rộng mở một thể nghiệm tự thân sâu sắc về tâm từ bi. Các ngài thường sẽ ngồi yên trong nhiều giờ, thực hành một số các pháp tu như đã trình bày ở phần trước, để hồi hướng những lợi lạc mà các ngài đã có được đến với những người đã giúp các ngài qua việc mắng nhiếc hay đánh đập.

Tất nhiên, phần đông chúng ta không phải là những thiền giả ẩn tu. Và riêng ở phương diện này thì chúng ta thực sự rất may mắn! Chúng ta không cần phải đi tìm những bất ổn hay phải thu xếp để được gặp chúng. Ta cũng không phải tốn một đồng xu nào để mua những tư tưởng hay cảm xúc phiền não. Cuộc sống của chúng ta luôn vây quanh bởi những thử thách dưới mọi dạng thức mà ta có thể hình dung ra được.

Vậy ta phải đối phó với chúng như thế nào?

Thông thường, hầu hết chúng ta cố tìm cách phủ nhận hay trừ bỏ chúng - xem chúng như "kẻ thù" - hoặc buông xuôi để chúng khống chế hoàn toàn - xem chúng như những "ông chủ" sai khiến ta!

Còn có một chọn lựa thứ ba - con đường trung đạo được minh họa bởi hành trạng của các vị thiền giả ẩn tu ngày xưa. Đó là vận dụng kinh nghiệm [phiền não của] tự thân như một phương tiện để rộng mở đón lấy sự nhận biết sâu sắc hơn về khả năng trí tuệ, từ ái và bi mẫn của chính mình.

Theo thuật ngữ Phật giáo, phương thức này thường được gọi là *"vận dụng [những phiền não] trong cuộc sống vào con đường tu tập"*.

Đó là cuộc sống hoàn toàn trong trạng thái tự nhiên của nó, ở ngay đây, vào giờ phút này. Mục đích căn bản của sự tu tập theo pháp Phật không phải là để giải quyết hay xóa bỏ các vấn đề bất ổn, mà là vận dụng chúng như một nền tảng hay tâm điểm để nhận biết tiềm năng của mình. Mỗi một tư tưởng, mỗi một cảm xúc và mỗi một cảm thọ thể chất đều là cơ hội để hướng sự chú ý của ta vào nội tâm và trở nên quen thuộc hơn nữa với cội nguồn.

Nhiều người xem việc thực hành thiền quán như một sự luyện tập - giống như đi đến phòng tập thể thao. *"Tập xong rồi! Bây giờ ta có thể tiếp tục với những chuyện khác trong đời!"* Thế nhưng, thiền quán không phải là một điều gì đó tách biệt với cuộc sống. Nó chính là cuộc sống của bạn!

Trong một ý nghĩa, chúng ta luôn luôn ở trong thiền: chú tâm vào sự rối loạn cảm xúc, vào những tư tưởng phiền não và rút ra kết luận từ những trải nghiệm tự thân rằng ta là ai, ta là gì, cũng như về bản chất của môi trường quanh ta. Kiểu thiền quán này thường tự nhiên diễn ra không cần đến sự tham gia có ý thức của ta.

Sự vận dụng [phiền não trong] cuộc sống vào con đường tu tập sẽ nâng quá trình thiền quán không ý thức ấy lên cấp độ có ý thức. Nhiều người, trong đó có tôi, vận dụng phương pháp này với hy vọng tìm được giải pháp tức thời cho những khổ đau tinh thần hay cảm xúc. Dĩ nhiên, ta cũng có thể cảm thấy được đôi chút xoa dịu tức thời, nhưng thường thì kinh nghiệm này sẽ không dài lâu. Tuy nhiên, thông thường thì người ta sẽ thất vọng khi cảm giác thư thái này tan biến, và họ nghĩ: *"Ồ, lối tu vớ vẩn theo Phật giáo này chẳng kết quả gì!"*

Nhưng nếu ta kiên trì, bắt đầu bằng cách dành một ít thời gian trong ngày để quán sát kinh nghiệm của mình, rồi có thể mở rộng các thời khóa thiền tập, ta sẽ khám phá được rằng pháp môn trị liệu của đức Phật có công năng lớn hơn nhiều chứ không chỉ là một sự xoa dịu tâm lý kiểu như thuốc *aspirin*. Khi quán sát các tư tưởng, cảm giác và cảm thọ của mình, ta sẽ khám phá được điều gì đó vô cùng quý giá.

Thỏi vàng bị chôn giấu

Trong tâm thức mỗi chúng sinh đều hàm chứa một kho báu.

The Mahayana Uttaratantra Shastra (Đại thừa Tối thượng luận) Rosemarie Fuchs dịch sang Anh ngữ

Xưa thật là xưa, có một người Ấn Độ đi ngang qua một khu đất bùn, lỡ tay làm rơi một thỏi vàng mà ông mang theo. Sau đó, khu đất bùn này đã trở thành một chỗ rất tiện lợi cho người dân trong vùng vất bỏ rác rưởi, thức ăn thừa v.v... và những thứ đó dần dần biến khu đất thành một bãi sình lầy hoang phế. Thỏi vàng nằm đó hàng thế kỷ, chôn vùi dưới những đống rác rưởi, bùn đất ngày càng nhiều hơn. Cuối cùng, có người từ cõi trời nhìn xuống và bảo một người đang đi tìm vàng: *"Nhìn kìa, có một thỏi vàng rất lớn bị chôn sâu dưới đống rác đó. Hãy đào nó lên, rồi dùng nó để làm ra một món gì có ích - một món trang sức hay gì đó - để khỏi uổng phí chất liệu quý báu ấy."*

Câu chuyện này hiển nhiên là một so sánh tương tự với sự nhận biết tánh Phật, vốn thường bị che chướng bởi những "bùn lầy" tham, sân, si và đủ loại rối loạn tinh thần cũng như cảm xúc đã nảy sinh từ ba món độc căn bản ấy.

Giáo pháp ban sơ của đức Phật cũng như luận giải của chư Tổ có rất nhiều so sánh tương tự như thế để giúp người ta hiểu được tánh Phật, vốn vượt ngoài ý nghĩa ngôn từ. Tuy nhiên ẩn dụ thỏi vàng này có vẻ như dễ hiểu nhất. Thế nên, khi giảng về đề tài này thì một trong những câu hỏi đầu tiên tôi đặt ra là: *"Phẩm tính của vàng là gì?"*

Có rất nhiều câu trả lời khác nhau như:

- Sáng óng ánh
- Không bị hoen rỉ
- Bền chắc
- Quý giá
- Hiếm có
- Đắt tiền
- Toàn hảo...

Tất cả những câu trả lời trên đây đều rất hợp lý.

Thế rồi tôi đặt câu hỏi thứ hai: *"Có sự khác biệt nào giữa một thỏi vàng chôn trong đống bùn rác qua nhiều thế kỷ với thỏi vàng đã được đào lên và chùi rửa sạch sẽ?"*

Câu trả lời luôn luôn là: *"Không có."*

Hàng thế kỷ chôn lấp trong bùn *không thể* làm thay đổi bản chất của vàng, cũng như những phiền não cảm xúc hay tinh thần *không thể* làm thay đổi chân tính cốt yếu của chúng ta. Nhưng cũng giống như một lớp bùn dày có thể làm cho thỏi vàng ròng trông giống như một cục đá tầm thường, những vọng tưởng và tham chấp có thể che lấp chân tính cốt yếu của ta. Trong một ý nghĩa, chúng ta thường có khuynh hướng thấy chính mình như cục đá bị bùn đất bao phủ.

Cũng như những người đi đào vàng cạo bỏ lớp bùn nhơ để làm hiển lộ dầu chỉ một phần nhỏ của thỏi vàng ròng, để có thể thoáng thấy "thỏi vàng" tánh Phật, ta phải bắt đầu cạo bỏ đi những "bùn đất" đang che phủ nó.

Đối với hầu hết chúng ta, đây là một tiến trình dài lâu và tuần tự. Ta cần nhiều thời gian để thích nghi với những ý tưởng mới mẻ và có thể là không mấy dễ chịu về bản thể của chính mình và thực tại mà ta đang sống trong đó. Ta cũng cần có thời gian để nuôi dưỡng, qua sự tu tập, một mối quan hệ tỉnh giác hơn và ít phê phán hơn đối với vô số các dạng khổ đau tự tạo đã chiếm phần rất lớn trong sự trải nghiệm của ta.

Tôi đã lớn lên trong một nền văn hóa thấm đẫm triết học Phật giáo và các pháp môn tu tập, cũng như may mắn được thọ hưởng những nỗ lực nhẫn nại dạy dỗ của các bậc thầy thông tuệ mà tự thân các ngài đã được đào luyện trong một dòng truyền thừa không gián đoạn, với giáo pháp được truyền trao trực tiếp từ Đức Phật đến các bậc thầy tổ và qua các vị đệ tử tiếp nối cho đến tận ngày nay. Nhưng dầu có được những điều kiện may mắn quý giá dường ấy, tôi vẫn thấy khó mà hiểu được rằng bản thể cốt yếu của tôi vốn tự do, trong sáng, đầy đủ các khả năng v.v... Tôi tin lời cha tôi và các bậc thầy khác đã nói là đúng thật, chỉ có điều là bản thân tôi không tự thấy được, nhất là vào những lúc mà cảm giác bất an và những cảm xúc mãnh liệt khác kìm kẹp tôi đến ngạt thở.

Vì thế, không có gì đáng ngạc nhiên khi có người hỏi: *"Nếu thật sự tôi có tất cả những phẩm chất tuyệt vời đó thì tại sao hiện giờ tôi cảm thấy quá tồi tệ đến như thế này? Tại sao tôi quá nhiều sân hận thế này? Tại sao tôi cảm thấy quá bất an? Hay tuyệt vọng? Hay suy sụp? Tại sao tôi lúc nào cũng xung đột với chồng (hay vợ, con, bạn bè) tôi?"*

Những che chướng tánh Phật

Những gì tái sanh chính là tập khí của chúng ta.

Đức Đạt-lai Lạt-ma XIV
The Path to Tranquility
(Con đường dẫn đến sự an tĩnh)
Renuka Singh biên soạn và hiệu đính.

Có nhiều cách trả lời cho những thắc mắc như trên. Trước hết, có rất nhiều lớp bùn khô và lâu đời mà ta phải xuyên phá. Trôi lăn trong một thế giới mà mọi thứ luôn thay đổi - thay đổi trong từng giây phút, trong từng tế bào, từng nguyên tử - nên chúng ta luôn khao khát có được sự chắc chắn, ổn định và thỏa mãn. Ba món độc căn bản là tham, sân, si có thể được xem như một loạt đáp ứng cơ bản nhất cho sự khát khao này. Chúng ta khởi sinh một quan điểm khái quát có nền tảng là các khái niệm phân biệt nhị nguyên, chẳng hạn như "ta" phân biệt với "người khác", "chủ thể" phân biệt với "khách thể"... Chúng ta phán định những phân biệt này là tốt hay xấu, dễ chịu hay khó chịu... và gán cho chúng những tính chất thường hằng, đơn nhất và tự tồn tại không phụ thuộc.

Tất nhiên là tập khí sắp xếp và diễn giải kinh nghiệm

trong phạm trù tương đối như thế không phải đã phát triển chỉ trong một sớm một chiều. Chúng ta không bỗng dưng thức dậy một sáng nọ và quyết định rằng: *"À há, ta sẽ bắt đầu phán định thế giới của ta theo lối nhị nguyên."*

Như đã nói trong phần trước, thể chất sinh lý của chúng ta - sự tương quan giữa các cơ quan thụ cảm, các cấu trúc đa dạng của bộ não và những phản ứng tự động của các hệ thống khác trong cơ thể - đã tạo ra một khuynh hướng tổ chức các kinh nghiệm của ta theo cách phân biệt. Trong khi đó, các bối cảnh văn hóa và gia đình cũng như những sự kiện xảy ra trong đời sống cá nhân lại nuôi dưỡng và củng cố thêm khuynh hướng sinh lý sẵn có đó. Dần dần, một kiểu quan hệ xoay vòng luẩn quẩn được hình thành. Trong khi cảm nhận ảnh hưởng đến kinh nghiệm, thì kinh nghiệm đã qua lại ảnh hưởng đến hành vi; rồi hành vi lại củng cố thêm kinh nghiệm, và kinh nghiệm lại củng cố hơn nữa mọi cảm nhận... Từng lớp, từng lớp bùn cứ thế chồng chất dày thêm lên.

Luận A-tỳ-đạt-ma,[1] một tập hợp các bản văn giảng rộng Giáo pháp của đức Phật với nhiều chi tiết hơn về mối quan hệ giữa nhận thức, kinh nghiệm và hành vi, đã kê ra 84.000 loại phiền não về tinh thần và cảm xúc phát sinh qua đủ kiểu kết hợp rồi tái kết hợp giữa các tập quán thâm căn cố đế của tham, sân và si. Thật nhiều bùn quá! Chúng ta có thể dành trọn cả cuộc đời để sục sạo trong

[1] Abhidharma - đã được Hòa thượng Thích Minh Châu dịch từ tiếng Pali sang tiếng Việt với tựa đề là Thắng pháp tập yếu luận, gồm 2 tập. Tập 1 do Ban tu thư Đại học Vạn Hạnh xuất bản lần đầu vào năm 1966, tập 2 xuất bản năm 1973 kèm theo nhiều lần tái bản tập 1.

84.000 kiểu kết hợp này nhằm tìm ra kết hợp nào trong đó đúng với hoàn cảnh cụ thể của mình.

Tuy nhiên, một số trong các kết hợp này hình thành những liên kết rất chặt chẽ. Qua nhiều năm, tôi đã phát hiện rằng rất nhiều khốn khó mà chúng ta gặp trong đời sống có thể hiểu được dễ dàng hơn qua việc tìm hiểu xem bằng cách nào mà những kết hợp cụ thể ấy lại ảnh hưởng - ở mức độ cơ bản nhất - đến cách nhìn của ta về chính mình, về người khác, về những mối quan hệ của mình, và về những tình huống đa dạng trong đời sống hằng ngày. Đặc biệt, trong Đại Thừa Tối Thượng luận (*Mahyayana Uttaratantra Shastra*), một trong những giáo pháp đầy đủ nhất về tánh Phật [của Luận sư Di-lặc], đã liệt kê ngắn gọn một danh mục gồm năm thói quen trong việc sắp xếp kinh nghiệm đã giảm thiểu sự nhận biết về bản thể cốt yếu của ta và làm nền tảng cho phần lớn những rối loạn tinh thần và cảm xúc mà ta phải chịu đựng.

Trong từ ngữ tâm lý học hiện đại, những thói quen này thường được gọi là "sự lệch lạc" hay những "mô thức", cấu trúc nhận thức đã khóa chặt ta trong một quan điểm giới hạn và tạo ra giới hạn về chính mình, về người khác và về thế giới quanh ta. Tôi xem những thói quen này như là những *"che chướng tánh Phật"*.

Đó là những thói quen sắp xếp và đáp ứng với kinh nghiệm của mình theo cách ngăn không cho ta trải nghiệm cuộc sống với một sự tỉnh giác sâu sắc về tự do, trong sáng, trí tuệ và những điều kỳ diệu, siêu việt các mô thức trị liệu tâm lý thông thường vốn chỉ nhắm đến việc giúp ta trở thành một người "tạm ổn" hay bình thường mà thôi.

Pháp môn trị liệu của đức Phật vượt xa mức độ giúp ta biết cách để trở thành "tạm ổn". Mục tiêu của Ngài là giúp ta trở thành một vị Phật: đánh thức khả năng tiếp cận mọi kinh nghiệm - như sự buồn đau, hổ thẹn, ganh tỵ, thất vọng, bệnh hoạn và ngay cả cái chết - với một cách nhìn hồn nhiên ta có được khi lần đầu tiên nhìn thấy [một toàn cảnh cực kỳ bao la hùng vĩ], chẳng hạn như Grand Canyon, Yellowstone National Park hay phong cảnh trên đỉnh tháp Taipei 101. Trước khi sự sợ hãi, phê phán, bất an hay quan điểm kịp xen vào, có một khoảnh khắc nhận biết trực tiếp rất tinh khôi, siêu việt bất kỳ sự phân biệt nào giữa kinh nghiệm và chủ thể kinh nghiệm.

Phần miêu tả những kết hợp che chướng tánh Phật bằng tiếng Phạn và tiếng Tây Tạng, như trong Đại thừa Tối thượng luận, là một bản văn rất dài. Để giới thiệu, tôi nghĩ có lẽ tốt hơn hết là nên cô đúc lại để giúp người nghe trong thời đại này nhận hiểu dễ dàng hơn.

Hiểu một cách thuần túy theo nghĩa đen, sự che chướng tánh Phật đầu tiên được gọi là "nhu nhược" hay "nhút nhát". Ở mức độ nhận hiểu sâu xa hơn, thuật ngữ này chỉ đến một khuynh hướng đã được khắc sâu trong tâm thức là luôn tự phê phán, chỉ trích chính mình, cường điệu hóa những gì ta thấy như là khuyết điểm trong tư tưởng, tình cảm, tính cách hay hành vi của mình. Trong mắt ta, ta tự thấy mình thiếu năng lực, kém cỏi hoặc "xấu xa".

Tôi nhớ đến một sự kiện xảy ra năm tôi 23 tuổi, trong chuyến đi giảng pháp đầu tiên đến Bắc Mỹ. Theo dự tính thì anh tôi, Tsoknyi Rinpoche, là người đi thuyết giảng, nhưng có những Phật sự khác khiến anh không đi được nên tôi thay thế. Sau tuần thứ hai của chuyến đi, có một phụ nữ được đưa vào phòng tham vấn riêng. Sau vài lời giới thiệu ban đầu, người phụ nữ ngồi xuống. Để giúp bà được thoải mái, tôi hỏi một vài câu chung chung như là: Bà thấy những buổi giảng chung như thế nào, có hiểu được những gì tôi muốn nói không, và có điều gì cụ thể cần hỏi không...

Sau những trao đổi ban đầu ấy, bà ngồi im lặng một lúc. Toàn thân bà lộ vẻ căng thẳng. Bà nhắm nghiền đôi mắt, hít vào một hơi thật sâu, thở ra rồi mở mắt.

Rồi bà nói thật nhỏ, gần như thầm thì: *"Con thù ghét chính con!"*

Nhớ lại lời thú nhận ấy, tôi thấy bà đã phải can đảm biết bao mới thốt ra được như thế. Trong những ngày đầu của chuyến đi giảng pháp ở Bắc Mỹ, tôi biết rất ít tiếng Anh và luôn cần có một người thông dịch ở bên. Vì thế, người phụ nữ đến tham vấn riêng này đã thú nhận sự bất ổn sâu xa nhất của mình không chỉ với tôi mà cả với người thông dịch cùng ngồi trong phòng.

Nhưng cho dù người thông dịch đã chuyển lời của bà rất chính xác, tôi vẫn thấy có chút hoang mang. Trong số 84.000 loại phiền não tinh thần và cảm xúc được giảng giải trong bộ A-tỳ-đạt-ma, chắc chắn phải có một loại tương ứng với sự "tự thù ghét" này. Nhưng từ ngữ này tự nó rất mới mẻ đối với tôi, và tôi đã phải lúng túng hỏi lại xem ý bà muốn nói gì.

Bà căng thẳng trở lại rồi bắt đầu khóc: *"Con không*

thể làm bất kỳ việc gì cho đúng đắn cả. Từ khi có trí nhớ đến giờ, con luôn bị mọi người chê là vụng về và ngu ngốc. Mẹ con hay rầy la vì con không dọn bàn hay rửa chén bát đúng cách. Các thầy cô giáo thì nói con sẽ không bao giờ học được. Con đã nỗ lực rất nhiều trong nhà và ở trường để làm mọi việc cho đúng đắn. Nhưng càng nỗ lực, con càng căm ghét bản thân vì quá vụng về và ngu ngốc. Con có được một công việc tạm ổn, nhưng con cứ luôn lo sợ là sẽ có ai đó chỉ ra một lỗi lầm của con, và vì quá lo lắng nên con đã thật sự phạm lỗi. Con tham gia trong một ban hợp ca ở nhà thờ, nhưng nếu có ai khen giọng hát của con, con không nghĩ được gì khác hơn là mình đã hát không đúng giọng và người ta nói những lời tử tế ấy chỉ vì họ thương hại con.

"Con cảm thấy mình quá bất lực, quá vô vọng. Con muốn con được là một người khác. Nhìn những người xung quanh cười nói, đi ăn cơm trưa hay cơm chiều với bạn bè, vui sống cuộc sống của họ, con luôn tự hỏi tại sao con không thể giống như họ? Có điều gì bất ổn với con?"

Trong khi lắng nghe bà nói, tôi nhớ lại thời thơ ấu của mình: những tư tưởng, cảm giác và thường là cả cảm thọ thể chất về sự bất an, kinh hoàng, cùng với những cảm giác thất bại đã khống chế tôi khi không thể nào hiểu được những bài học mà cha tôi và các bậc thầy khác đã giảng dạy. Sau một vài ngày nhớ lại kinh nghiệm của chính mình như thế, tôi bắt đầu thoáng hiểu ra được cảm giác *"tự thù ghét"* là như thế nào. Tôi không thể nói rằng tôi đã hình dung được một cách chính xác những tư tưởng tự phê phán và cảm xúc đã ám ảnh người phụ nữ này. *Dukkha* là một trạng thái phổ quát, nhưng dạng thức cụ thể mà nó hiển lộ lại thay đổi theo từng cá nhân. Tiến trình khảo sát nỗi tuyệt vọng của người phụ nữ này đã thách thức tôi phải lưu ý đến những gì đối với tôi là một loại ngôn ngữ mới mẻ để nói về sự không toại nguyện: những ngôn từ, cách diễn đạt và kinh nghiệm cụ thể trong đời sống của con người thuộc những nền văn hóa khác nhau.

Để có thể giúp mọi người hiểu và vận dụng được những giáo pháp và pháp môn tu tập đã được trao truyền từ các bậc thầy, tôi cần tiếp thu được loại ngôn ngữ mới mẻ này. Tôi phải diễn dịch những bài học đã được học theo cách thức sao cho có quan hệ đến những bất ổn của con người đang sống trong thế giới của những biểu hiện cá nhân và văn hóa mà tôi vừa mới thâm nhập vào.

"Tự căm ghét mình" có lẽ là một điển hình cực đoan của sự che chướng tánh Phật thứ nhất, một khuynh hướng tự hạ thấp chính mình. Qua nhiều năm, tôi đã nghe nhiều người biểu lộ những cảm xúc tương tự, tuy họ dùng những từ ngữ khác nhau và đôi khi ít khắc nghiệt hơn. Một số trong các từ ngữ ấy rất quen thuộc với tôi: mặc cảm tội lỗi, hổ thẹn hay giận dữ với chính mình vì đã không đạt được một mục đích, hoặc vì đã nói ra hay hành động một cách bốc đồng thiếu suy nghĩ.

Một số người tôi được gặp cũng đã nói về mặc cảm tự ti: một sự nghi ngờ dai dẳng về khả năng thành tựu bất kỳ điều gì, và một thói quen gần như liên tục tự hạ thấp chính mình, hay thấy rất ít khả năng thành công trong bất kỳ công việc nào mà họ tham gia.

Tôi cũng từng nghe có người nói về sự lo sợ trong khi thực hiện công việc. Đó là một cảm giác rằng công việc họ đang làm dầu thế nào cũng chưa đạt yêu cầu. Họ tự thúc bách mình phải nỗ lực và nỗ lực hơn nữa, để rồi trở thành những người theo chủ nghĩa "cầu toàn" hay "nghiện công việc". Ta cũng thấy sự thúc bách giống như thế ở những hành xử cá nhân theo lối tự buộc mình vào những hoang mang lo lắng về những gì nên làm hay không nên làm trong giao tiếp xã hội.

Có những người tôi từng tiếp chuyện nói rằng họ hoàn toàn "tê liệt" khi thấy một người họ quen biết hay quan tâm đến đang chịu sự đau đớn thể chất, cảm xúc hay tinh thần. Họ không biết phải làm gì và bị chế ngự hoàn toàn bởi - theo sự mô tả của một phụ nữ - một "cảm giác chìm đắm trong sự ghê sợ".

Những trạng thái đau đớn như tuyệt vọng, bất lực, chán nản v.v... cũng có một mối tương quan chặt chẽ với bệnh tật của cơ thể. Chẳng hạn như, bệnh trầm cảm là một rối loạn sinh lý khác xa với những cảm xúc buồn bã hay phiền muộn [thông thường]. Theo như nội dung những cuộc thảo luận giữa tôi với các chuyên gia thuộc lĩnh vực thần kinh học và tâm lý học thì hàng loạt những tâm niệm đau đớn tự trách mình sẽ tăng cường khả năng mắc bệnh, và điều này lại làm thúc đẩy những tư tưởng và cảm xúc nguy hại vốn đi kèm theo nó. Sự nghiện ngập - bất luận là nghiện rượu, ma túy, thức ăn, cờ bạc hay những hành vi tự gây hại khác - lại là một rối loạn khác mà hầu hết các y sĩ hay các nhà tâm lý học mà tôi được tiếp chuyện đều cho là cũng có căn nguyên sinh lý. Chẳng hạn như việc nghiện rượu hoặc các thứ thuốc gây nghiện có khuynh hướng đem lại một cảm giác giả tạo là sự quân bình và tự tin cho những người vốn thiếu tự tin hoặc thiếu khả năng kết nối với người khác.

Đối mặt với những hình thức khác của khổ đau tự nhiên đủ loại như bệnh tật, tai nạn, già yếu và cuối cùng là sự chết, cũng sẽ làm bộc phát [nơi những người này] một cơn bão tâm thần, cảm xúc và hành vi.

Trong năm che chướng tánh Phật, sự tự chê trách mình có lẽ dễ nhận ra nhất. Những ý niệm và cảm giác khiếm khuyết, tội lỗi, hổ thẹn v.v... "hoạt động" ở gần bề mặt của sự nhận biết. Việc nhận ra khuynh hướng phê phán người khác sẽ có phần khó khăn hơn, và khuynh hướng này chính là bản chất cốt lõi của che chướng tánh Phật thứ hai.

Tên gọi của che chướng này thường được dịch là "kiêu mạn", nghĩa là [tự thấy mình cao quý hơn và do đó] khinh thường người khác là kém cỏi hơn mình. Đây là một cực đoan trái ngược của khuynh hướng mà ta có thể gọi là sự "tự chê trách": một cách nhìn luôn soi mói chỉ trích người khác. Cách diễn đạt thu hẹp của cách nhìn này là: mọi người khác đều kém quan trọng, kém năng lực hay không xứng đáng bằng bản thân ta. Nói rộng ra thì đó là khuynh hướng luôn quy trách người khác về những khó khăn trở ngại mà ta gặp phải: một người nào đó bao giờ cũng làm kỳ đà cản mũi ta, một người nào đó hoàn toàn sai trái, xấu xa, cố chấp, ngu si hay lợi dụng ta...

Theo một ý nghĩa, khuynh hướng tự chê trách biểu hiện sự thiếu khả năng cảm thông đối với chính mình, trong khi đối cực [là khuynh hướng kiêu mạn] lại biểu hiện sự thiếu khả năng nhìn thấy bất kỳ điều gì tốt đẹp nơi người khác hay lắng nghe những gì họ muốn nói.

Đôi khi những chê trách, phê phán này biểu lộ rất rõ ràng. Hãy lấy thí dụ, khi hai người yêu nhau, luôn có một quãng thời gian ban đầu khi mỗi người đều nhìn thấy đối tượng của mình là toàn hảo - mơ ước của họ đã được thỏa mãn hoàn toàn. Nhưng rồi sau một vài tháng, sự "khiếm khuyết" bắt đầu hiện ra. Những cuộc tranh cãi xảy ra. Sự thất vọng và bất mãn lớn dần. Mỗi người đều không cưỡng được khuynh hướng mạnh mẽ luôn thấy người kia như là "kẻ xấu", là nguyên nhân gây bực bội và đau buồn. Khuynh hướng này có thể trở nên đặc biệt khổ sở nếu hai người đã cưới nhau và sống với nhau qua nhiều năm dưới cùng một mái nhà và có nhiều ràng buộc tài chính với nhau.

Những kiểu chê trách giống như thế cũng có thể sinh khởi trong môi trường nghề nghiệp. Gần đây, một học trò của tôi đã lên tiếng than rằng người đồng nghiệp của anh luôn xem thường anh, nói xấu anh và ngầm phá địa vị của anh trong cơ quan nơi cả hai cùng làm việc. Anh rất giận và bắt đầu nghĩ đến người đồng nghiệp kia như kẻ thù, là người muốn hại anh. Anh quy lỗi cho người ấy về bất kỳ khó khăn nào anh gặp trong công việc, và nghĩ về người ấy như là kẻ "thâm độc", "nham hiểm" và "cố ý phá hoại".

Tuy nhiên, sự chê trách đối với người khác đôi khi có thể biểu lộ một cách vi tế hơn. Thí dụ, gần đây một người học trò tôi kể chuyện về một phụ nữ mà anh ta quen biết, đang khóc thương vì cái chết của một người rất thân trong gia đình. Cô ta nhận được một cuộc điện thoại chia buồn của người bạn. Người này cũng có một người anh em vừa qua đời trước đó, nên khi nói chuyện với anh ta cô dễ dàng thổ lộ hết nỗi đau buồn của mình. Thế rồi, trong lúc nói chuyện cô bắt đầu nghe được tiếng lách cách của bàn phím máy tính vọng lại và nhận ra là anh ta đang xem và trả lời điện thư. Cô mô tả là đã cảm thấy đau đớn như "bị đá vào bụng". Anh bạn của cô không thật sự lắng nghe! Những mối quan tâm của riêng anh đã khiến anh không có khả năng có mặt trọn vẹn cùng nỗi khổ đau của cô bạn. Anh ta cũng không hề nhận thức được tác động tàn khốc của sự vô tình ấy đối với cô bạn, hoặc ngay cả đối với chính anh ta: không những anh ta đã không cho cô bạn được một chút từ tâm khi cô ấy đang cần, mà anh còn tự cô lập chính mình.

Cũng giống như những che chướng tánh Phật thứ nhất và thứ nhì là biểu hiện cho những cực đoan của sự chê trách, các che chướng tánh Phật thứ ba và thứ tư biểu hiện cho những cách nhìn trái ngược về bản chất của kinh nghiệm, những cách nhìn có thể nói là khiến cho hai thái độ sai lệch nói trên càng thêm kiên cố.

Che chướng tánh Phật thứ ba có thể diễn dịch theo nhiều cách như: "thấy không thật là thật", "lấy vọng làm chân", hay nói dễ dãi hơn là "thấy giả là thật". Về cơ bản, tất cả những từ ngữ ấy đều diễn đạt một sự bám víu vào niềm tin rằng những tính chất ta nhìn thấy nơi chính mình, ở người khác hay trong các hoàn cảnh là thật sự tồn tại một cách thường hằng và theo tự tính sẵn có. Thuật ngữ Phật giáo gọi khuynh hướng ấy là "chấp thường", vốn cho rằng một số khía cạnh nào đó của kinh nghiệm là tuyệt đối và bền bỉ thay vì chỉ là một sự giả hợp tạm thời của những nhân duyên. Hoặc cũng có thể miêu tả cách nhìn này một cách giản dị hơn là tất cả đều *"trong tình trạng không thể thay đổi"*. Chúng ta [mãi mãi] là chúng ta, người khác luôn tồn tại theo cách như hiện nay của họ, hoàn cảnh sẽ mãi mãi như lúc này và tất cả chỉ có thế thôi.

Che chướng tánh Phật thứ tư, *"thấy thật là không thật"*, biểu hiện một cách nhìn ngược lại: một sự phủ nhận, hay có lẽ mạnh mẽ hơn là một sự bác bỏ hoàn toàn tánh Phật. Ý tưởng cho rằng về căn bản thì bản thể ta vốn thanh tịnh, trong sáng và tự tại nghe thật thú vị, nhưng sâu thẳm trong lòng bạn lại tin rằng điều đó chỉ là ảo tưởng, chỉ là một ý tưởng được dựng lên bởi những người theo chủ thuyết thần bí.

Trong khi che chướng thứ ba có thể được mô tả như là luôn nhìn thấy một lớp bùn [bao quanh tánh Phật] thường hằng và kiên cố đến mức không thể xuyên qua, thì che chướng thứ tư có thể được diễn giải như chỉ nhìn thấy toàn là bùn [chứ không hề có tánh Phật]. Cách nhìn như vậy thường được hiểu như là chủ nghĩa hư vô: một sự tuyệt vọng ngay từ căn bản nên không thể chấp nhận - dù là trong chính bản thân mình hay nơi người khác - khả năng hiện hữu của sự tự do, trí tuệ, khả năng hay tiềm năng. Ta có thể dùng một cách diễn đạt "nôm na" hơn, đó là một "điểm mù" ngay từ căn bản [khiến ta không thể nhìn thấy bất kỳ khả năng thay đổi tốt hơn nào].

Che chướng tánh Phật thứ năm và cũng là cuối cùng có thể được xem như nền tảng của các che chướng khác, theo truyền thống thường được gọi là "bị ám ảnh bởi tự ngã" (*ngã chấp*). Theo từ ngữ hiện đại, ta có thể hiểu đó như là một kiểu "huyền thoại về cái tôi", một sự khao khát mãnh liệt là "cái tôi" và "của tôi" phải được kiên định. Hoàn cảnh của tôi, quan điểm của tôi - bất luận đó là sự tự chê trách hay chê trách người khác, là cho rằng tất cả đều không thể thay đổi hay chẳng có gì để hướng đến - ít nhất cũng cho thấy một điểm tĩnh lặng trong thế giới không ngừng biến chuyển của kinh nghiệm. Chúng ta bám víu vào quan điểm của mình, vào kịch bản tự viết của ta về hiện thực, vào những huyền thoại cá nhân, với sự liều lĩnh tuyệt vọng không khác gì một người đeo bám vào bên thành toa xe lửa siêu tốc.

Những quan hệ trong công việc

Khi con chim vút bay ngang trời cao,
có thể tạm thời không nhìn thấy được
cái bóng của nó, nhưng cái bóng ấy
vẫn luôn hiện hữu và sẽ hiện ra
khi con chim đậu xuống mặt đất.

The Treasury of Precious Qualities
(Hy hữu công đức tạng)
Nhóm phiên dịch Padmakara
dịch sang Anh ngữ.

Không có tình huống nào ta trải qua mà chỉ do duy nhất một che chướng tánh Phật tạo ra. Chúng luôn hoạt động phối hợp với nhau, như một nhóm các nhà độc tài liên minh với nhau để khẳng định quyền thống trị, không phải trên những biên giới địa lý, mà là những biên giới của tâm lý và cảm xúc. Có thể một trong 5 che chướng chiếm ưu thế hơn, nhưng tất cả đều có tác động theo những cách khác nhau làm ảnh hưởng đến cung cách suy nghĩ, cảm nhận và hành động của ta.

Chẳng hạn như một vài năm trước đây, trong một chuyến đi giảng pháp, tôi có gặp một cặp vợ chồng. Cả hai đều có công việc với thu nhập cao, có nhà ở tiện nghi, hai chiếc xe hơi, vài máy truyền hình và dàn âm thanh nổi. Qua nhiều năm, họ đã đạt đến một mức sống vượt trội hơn hẳn so với những hoàn cảnh mà tôi đã gặp ở những nơi khác trên thế giới.

Nhưng có một cuối tuần, họ lái xe đi chơi ở vùng quê và đi ngang qua một khu vực toàn những ngôi nhà thật đồ sộ, thảm cỏ vườn tược bát ngát. Và họ bắt đầu tự hỏi: Tại sao ta không dọn đến một ngôi nhà lớn hơn nhỉ? Tại sao ta không sống trong một khu vực sang trọng hơn? Có phải là ta sẽ hạnh phúc hơn không?

Lúc ấy ý nghĩ này có vẻ hợp lý, thế là họ đi mua một căn nhà lớn ở một khu vực sang trọng.

Mới dọn về nhà mới, họ bắt đầu để ý thấy các nhà láng giềng chung quanh đều có những chiếc xe vô cùng đắt tiền. Và mỗi lần đi ra, những người láng giềng ấy đều mặc những quần áo đặt may riêng rất đắt tiền. Rồi bạn bè của những người láng giềng ấy cũng ăn mặc quần áo đắt tiền, lái xe đắt tiền. Thế là vợ chồng họ cũng mua một chiếc xe mới thật đắt tiền và quần áo mới thật đắt tiền. Nhưng rồi bất kể họ đã tốn kém hết bao nhiêu đi chăng nữa, họ vẫn luôn có cảm giác như đang phải chạy đua theo những người láng giềng.

Áp lực duy trì mức sống xa hoa cuối cùng đã bắt đầu gây bất ổn trong quan hệ vợ chồng. Họ phải làm việc nhiều giờ hơn để trang trải chi phí. Họ tranh cãi nhau về vấn đề tiền bạc: phải kiếm tiền, đầu tư và chi tiêu như thế nào. Cuối cùng, sự căng thẳng quá mức đến nỗi khiến cả hai đều mất việc, và kết quả là họ luôn giận dữ, thất vọng về nhau. Họ cãi nhau kịch liệt vì mọi chuyện vụn vặt.

Trong một buổi tham vấn riêng, họ khẩn khoản hỏi tôi: *"Chúng con phải làm gì?"*

Tôi cho họ một ít đề tài để về nhà suy ngẫm. Tôi hỏi: *"Những bất ổn của quý vị bắt nguồn từ điều gì? Có phải từ căn nhà? Hay từ những chiếc xe? Hay quần áo? Hay những người láng giềng? Hãy dành một vài ngày để suy ngẫm về thực trạng của mình, rồi trở lại đây cho tôi biết quý vị đã khám phá được những gì."*

Họ đã được chỉ dẫn phương pháp quán sát tư tưởng, cảm xúc một cách đơn thuần, không phê phán, và tôi thúc giục họ hãy nhìn vào thực trạng của mình dưới ánh sáng của phương pháp này: Không quy lỗi về mình hay người khác, chỉ đơn thuần theo dõi các tư tưởng và cảm xúc đang đi ngang qua sự nhận biết của mình.

Khi họ trở lại, hóa ra vấn đề không nằm ở những chiếc xe, căn nhà, quần áo hay những người láng giềng. Người chồng nói: *"Con đã nhìn thấy những người ấy và nhà, xe của họ, rồi con cảm thấy muốn có nhiều hơn những gì mình đang có."*

Người vợ nói thêm: *"Con thèm muốn được như họ, nhưng họ không bao giờ mời chúng con đến dự những buổi tiệc mà họ tổ chức. Họ cũng không bao giờ chấp nhận chúng con như láng giềng. Con bắt đầu nghĩ: 'Những người này không tử tế. Toàn một lũ kiêu kỳ. Được rồi, mình sẽ cho họ thấy!'"*

Người chồng tiếp lời: *"Thế là chúng con mua sắm thêm nhiều thứ, những chiếc xe lớn hơn, quần áo đắt tiền hơn..."* Rồi ông nhún vai: *"Nhưng dường như điều ấy chẳng gây được chút ấn tượng nào với họ cả."*

Người vợ thở dài: *"Hết thảy những thứ ấy... chúng con chỉ vui được một lúc khi mới vừa có chúng, nhưng rồi..."*

Tôi hỏi: *"Thế khi quý vị bắt đầu tranh cãi nhau thì thế nào?"*

Người vợ lại thở dài: *"Ồ, đó là một vòng luẩn quẩn. Chúng con cứ loay hoay mãi với những ý tưởng như: Chuyện này tôi đúng, chuyện đó tôi đúng, chuyện này anh sai rồi, chuyện đó anh sai rồi... Và cứ như thế hàng mấy tháng trời."*

Với mỗi lời nhận xét đưa ra, họ vươn vai thư giãn và vẻ căng thẳng nơi khuôn mặt cũng như chân, tay họ dịu đi. Họ đã bắt đầu nhìn vào kinh nghiệm hiện tại như một sự tích lũy của tư tưởng, cảm giác được kết tụ trong nhiều năm.

Nhưng điều làm tôi kinh ngạc là *sự tương tác giữa các che chướng tánh Phật*. Đây chính là những phương thức mà sự che chướng thứ nhất (chê trách chính mình) [hay che chướng thứ hai (phê phán người khác)] và những che chướng khác tác động lẫn nhau, như che chướng thứ ba (sự tin chắc vào tính chất thường hằng, đơn nhất và tồn tại không phụ thuộc), che chướng thứ tư (sự mù quáng không thể nhìn thấy tiềm năng nội tâm của mình) và che chướng thứ năm (sự bám chấp vào một quan điểm vốn dựa trên định kiến của chính mình cho rằng sự việc phải như thế nào mới là đúng đắn và thích hợp).

Tôi hỏi: *"Thế bây giờ hai vị dự tính sẽ làm gì?"*

Họ liếc nhìn nhau. Rồi người vợ đáp: "Con không nghĩ tình thế hiện nay là thích hợp để chúng con đưa ra bất kỳ quyết định quan trọng nào. Con nghĩ, chúng con cần ít thời gian để xem lại cách nhìn của mình."

"Xem lại cách nhìn của mình" là tinh yếu của sự vận dụng [mọi tình huống trong] cuộc sống vào con đường tu tập. Điều chắc chắn là tất cả chúng ta đều sẽ trải qua những thay đổi và thử thách trong đời. Nhưng nếu ta xem lại cách thức ta nhìn vào những thay đổi và thử thách ấy, thì một điều gì đó thật tuyệt vời sẽ bắt đầu xảy ra. Những lớp bùn che chướng tiềm năng của ta sẽ trở thành mảnh đất màu mỡ để những hạt giống của trí tuệ, từ bi bắt đầu chuyển mình, bắt rễ và nảy mầm. Những che chướng tánh Phật trở thành những xuyên phá hiển bày tánh Phật.

Bằng cách nào? Bằng cách vận dụng sự hiểu biết về tình huống cơ bản của mình cùng với sự tu tập định tâm, tu tập tuệ giác và tu tập mở rộng sự cảm thông.

11. CHỌN PHƯƠNG PHÁP CHO CHÍNH MÌNH

Đối diện với khó khăn
là tiếp cận một khám phá mới.

William Thompson
Nam tước Kelvin,
các bài thuyết giảng ở Baltimore.[1]

Tôi thường thuyết giảng cho các nhóm đông người. Vì vậy, khi giảng giải về cách đối trị với tư tưởng và cảm xúc theo ba phương pháp đã trình bày ở Phần Hai, tôi thường chọn dùng những thí dụ thật đơn giản mà hầu hết mọi người đều có thể liên hệ đến thực tế, chẳng hạn như sự giận dữ, sợ hãi hay - đôi khi rút từ kinh nghiệm chính bản thân tôi - sự bất an. Tuy thế, gần như bao giờ cũng sẽ có người thưa hỏi: *"Được rồi, con đã hiểu cách đối trị với cảm xúc giận dữ và sợ hãi, nhưng con làm sao đối trị với sự ganh tị?"*

Và một người khác nữa sẽ xin được giảng giải về cách đối trị với sự trầm cảm, hay sự cô đơn, hay mặc cảm tự ti...

Thật ra, cùng những phương pháp đó có thể dùng để đối trị với bất kỳ trạng thái cảm xúc hay tâm lý nào. Đừng tưởng như có một phương pháp đặc biệt thích hợp cho sự giận dữ, một phương pháp khác cho sự đau buồn, và một

[1] Năm 1984, Ông William Thompson - về sau là Nam tước Kelvin - đã có một loạt bài giảng quan trọng về vật lý học ở Đại học Johns Hopkins, Baltimore.

phương pháp khác nữa cho sự bất an v.v... Nếu sự thật là như thế, hẳn ta phải cần đến 84.000 phương pháp khác nhau để đối trị với từng xung đột tâm lý hay cảm xúc có thể xảy ra! Thậm chí từng ấy phương pháp cũng có thể chưa đủ, vì không có hai người nào có cùng một kinh nghiệm giống hệt như nhau. Đối với một số người, có một tâm trạng cụ thể chi phối đời sống họ trong những giai đoạn kéo dài. Những cảm giác suy sụp, cô độc, tội lỗi hay lo sợ thất bại... luôn hiện diện một cách mạnh mẽ và dường như không có lối thoát. Đối với một số người khác, các tư tưởng và cảm xúc có thể đa dạng hơn. Sự đố kỵ, buồn bã, giận dữ v.v... có thể kéo dài một thời gian, rồi xen vào đó là những giai đoạn họ cảm thấy thư thái, mãn nguyện.

Một số người khác có thể không biết rõ cảm giác của mình. Như một đệ tử của tôi gần đây đã thú nhận: *"Trong một thời gian rất lâu, dường như thể ngày này qua ngày khác con mãi đi trong một màn sương hay mây mù, thực hiện công việc - như đi làm, đi chợ, trả tiền hóa đơn v.v... - nhưng lại không thực sự cảm thấy mình có liên quan đến bất kỳ công việc nào đang làm. Không có lúc nào thực sự phấn chấn vui thích, cũng chẳng có lúc nào thực sự uể oải buồn chán. Trong lòng con gần như luôn trống trải, con chỉ làm mọi việc bởi đó là việc phải làm mà thôi."*

Một kiểu sương mù khác có thể bao phủ chúng ta khi gặp một tình huống bất ngờ vô cùng đau đớn. Chẳng hạn, một người phụ nữ Đài Loan tôi gặp trước đây đã kể cho tôi nghe về cú sốc khủng khiếp mà bà phải trải qua mấy năm trước đó, khi chồng bà cho biết phải đi Đại lục vì công việc làm ăn. Mấy ngày sau khi ông ta đi, bà quyết định dành một ít thời gian cho chính mình nên tìm đến một trung tâm du lịch ở miền nam Đài Loan. Khi bước vào một tiệm ăn, bà bắt gặp chồng mình với một người phụ nữ khác. Bà kể lại: *"Con đã chết lặng. Trong mấy phút đầu, con không biết phải nghĩ gì, phải cảm thấy gì. Rồi đột nhiên con có quá nhiều cảm giác. Con cảm thấy giận dữ, bị tổn thương và ghen ghét. Con cảm thấy bị phụ bạc và thấy mình ngu ngốc. Con muốn chạy đến trước họ, đối mặt với họ, nhưng lại cũng muốn độn thổ biến mất đi. Con phải mất mấy tháng trời để phân loại tất cả các cảm xúc ấy và cho đến giờ con nghĩ cũng chưa xong hẳn. Đôi khi chúng ồ ạt tràn về, và đôi khi con bắt gặp mình sống lại những giây phút đầu tiên khi hoàn toàn tê liệt ấy."*

Khi lắng nghe nhiều người mô tả những tình huống cụ thể hay thưa hỏi về những phương pháp để đối trị với các cảm xúc nào đó, tôi dần nhận ra rằng sẽ hữu ích hơn nhiều nếu như tôi trình bày ba pháp (1) *tu tập định tâm*, (2) *tu tập tuệ giác* và (3) *tu tập [mở rộng sự] cảm thông* theo tiến trình từng bước một, sao cho có thể áp dụng vào bất kỳ trạng thái tâm lý hay cảm xúc nào. Các bước trong tiến trình này tự chúng rất đơn giản và [sẽ duy trì cấu trúc] nhất quán trong cả ba pháp tu tập vừa kể.

Việc áp dụng phương pháp đi từng bước một có nhiều lợi ích. Thứ nhất, đó là một phương pháp thực tiễn giúp xoa dịu tức thời những đau đớn tinh thần và cảm xúc. Thứ hai, nó lôi kéo sự chú ý đến ảnh hưởng của những niềm tin thâm căn cố đế - những che chướng tánh Phật - đã duy trì một số mô thức tinh thần và cảm xúc. Lợi ích thứ ba, quan trọng nhất, là sự nhận biết các che chướng tánh Phật như những sáng tạo của tâm thức. Khi ta bắt đầu nhận biết năng lực của tâm thức ảnh hưởng đến kinh nghiệm của mình, ta có thể bắt đầu vận dụng năng lực ấy và khám phá trong tự thân một sự tự do trước đây chưa từng tưởng tượng được.

Nói một cách đơn giản, khi ta dành thời gian để xem lại cách thức ta nhìn sự vật, thì cách nhìn của ta về sự vật sẽ thay đổi.

Trong những trang tiếp theo, chúng ta sẽ khảo sát tường tận từng bước một trong các tiến trình tu tập. Nhưng ngay bây giờ, tất cả có thể được liệt kê tóm tắt [thành bốn bước] như sau:

1. Bài tập chính
2. Chuyển sang một đối tượng khác
3. Nhìn lại
4. Dừng nghỉ

Chúng ta hãy bắt đầu bằng việc khảo sát cách vận dụng các bước như trên vào sự *tu tập định tâm* (*shamatha*). Đây là pháp tu cơ bản nhất trong cả ba pháp tu, và cũng là pháp tu quan trọng nhất cho bất kỳ ai muốn bước chân lên con đường thiền tập.

Mục đích của định tâm

Tự tỉnh giác là một tâm trạng trung tính,
có năng lực duy trì sự phản tỉnh
ngay giữa những cảm xúc hỗn loạn.

Daniel Goleman
Emotional Intelligence
(Trí năng kiểm soát cảm xúc)

Thông thường, tâm thức ta giống như lá cờ bay trong gió, phất phới bên này hay bên kia tùy theo chiều gió thổi. Dầu cho ta không muốn giận dữ, ghen tỵ, cô đơn hay suy sụp, ta vẫn bị cuốn trôi bởi những cảm xúc như thế và bởi các tư tưởng, cảm thọ thể chất đi kèm theo chúng. Chúng ta không được tự do, chúng ta không thể nhìn thấy các tùy chọn, các khả năng *có thể* nào khác.

Mục đích của sự tu tập định tâm, hay *thiền chỉ* (*shamatha*), là để trở nên tỉnh giác về sự tỉnh giác của mình. Sự tỉnh giác là nền móng, hoặc là cái mà ta có thể gọi là "chỗ dựa" của tâm thức. Nó vững chãi và không thay đổi, giống như cây cột cờ mà lá cờ của tâm thức bình thường được buộc vào. Khi ta nhận biết và an trụ vững vàng trong tâm tỉnh giác về sự tỉnh giác, "cơn gió" cảm xúc có thể vẫn thổi, nhưng thay vì bị cuốn phăng đi bởi gió, ta sẽ hướng sự chú tâm vào bên trong để theo dõi những chuyển biến và thay đổi với chủ ý là trở nên quen thuộc với khía cạnh của tâm thức đang nhận biết. *"Ồ, đây là điều tôi đang cảm giác, đây là điều tôi đang suy nghĩ..."*

Khi làm như thế, sẽ có một khoảng không mở ra trong ta. Với sự tu tập, khoảng không ấy - chính là sự trong sáng tự nhiên của tâm thức - sẽ bắt đầu mở rộng và ổn định. Ta có thể bắt đầu theo dõi tư tưởng và cảm xúc mà không nhất thiết bị chúng tác động một cách mãnh liệt và dữ dội như trước kia. Chúng ta vẫn có thể cảm nhận được những cảm giác của mình, suy nghĩ những ý tưởng của mình, nhưng dần dần ta sẽ chuyển từ một con người tự xác định mình như kẻ cô đơn, xấu hổ, sợ hãi hay ngượng nghịu vì mặc cảm tự ti trở thành một con người mới có khả năng nhìn lại những sự cô đơn, xấu hổ và tự ti kia như những chuyển dịch của tâm thức mình.

Đặc biệt lúc ban đầu, không có gì lạ nếu bạn thường lo lắng kiểu như: *"Tôi có đang tỉnh giác về sự tỉnh giác và đồng thời tỉnh giác về những tư tưởng và cảm xúc hay không?"* Thật ra, bạn không cần phải lo lắng. Một khi đã được chỉ dẫn, bạn sẽ biết rằng mục đích của sự tu tập chỉ đơn giản là để phát triển sự tỉnh giác. Khi nhận biết được mục đích của mình, trạng thái tỉnh giác về sự tỉnh giác sẽ bắt đầu phát triển và ổn định một cách tự nhiên.

Tiến trình này không khác lắm với việc đến phòng tập thể thao. Bạn có một mục đích, cho dầu là muốn giảm cân hay phát triển cơ bắp, cải thiện sức khỏe hay một lý do nào khác... Để đạt mục đích ấy, bạn sẽ tập cử tạ, đi trên thảm tự động, tham gia các lớp huấn luyện v.v... Dần dần, bạn bắt đầu thấy được kết quả của những hoạt động này, và khi thấy được kết quả, bạn sẽ càng có hứng thú để tiếp tục luyện tập.

Trong trường hợp của sự tu tập định tâm, điểm quan trọng là phải biết rằng: mục đích là hình thành và phát triển sự ổn định của tâm tỉnh giác. Điều này sẽ cho phép bạn quán sát tư tưởng, cảm xúc và ngay cả những đớn đau trong cơ thể mà không bị dao động. Nhớ kỹ những điều này rồi, chúng ta hãy xem xét việc áp dụng từng bước trong tiến trình tu tập.

Bước thứ nhất : Bài tập chính

Bài tập chính của sự tu tập định tâm có thể được chia nhỏ thành ba giai đoạn.

Giai đoạn thứ nhất là chỉ quán sát một tư tưởng hay cảm xúc với sự nhận biết thông thường - một cách gọi theo thuật ngữ Phật giáo, nghĩa là hướng sự chú ý đến những tư tưởng hoặc cảm giác mà không có bất kỳ mục đích hay chủ ý nào. Chỉ nhận biết và xác định những gì mình đang suy nghĩ hay đang cảm thấy: *Tôi đang tức giận. Tôi đang buồn. Tôi đang cô đơn...*

Chúng ta thực hành sự chú tâm thông thường như thế hằng ngày, trong từng giây phút. Chẳng hạn như ta nhìn một cái tách và chỉ đơn thuần nhận biết đó là một cái tách. Trong giai đoạn này, có rất ít sự phê phán. Ta không nghĩ cái tách đó là tốt, xấu, xinh đẹp, nhỏ hay lớn... Ta chỉ đơn thuần nhận biết "cái tách".

Áp dụng sự nhận biết thông thường đối với tư tưởng và cảm xúc cũng chỉ cần đến cùng một nhận biết đơn thuần như thế. *"Ồ tôi đang giận. À, tôi đang ganh tị. Ái chà, tôi đang nản chí. Ồ, lẽ ra tôi đã có thể làm tốt hơn. À, tôi đã nói (hay làm) điều gì đó..."*

Đôi khi, như đã đề cập ở trước, tư tưởng và cảm xúc không [hiện ra] rõ rệt lắm. Trong những trường hợp như thế, ta có thể [quay sang] quán sát những cảm nhận từ thân thể. Nếu ta không thể ngồi yên hay cảm thấy thân thể căng thẳng, ta có thể chỉ cần quán sát chính những cảm thọ ấy. Cảm thọ của cơ thể có thể phản ánh rất nhiều tâm trạng hay cảm xúc: sự giận dữ, nản chí, đố kỵ, hối tiếc hay một tâm trạng lẫn lộn nhiều tư tưởng và cảm xúc bấn loạn. Điểm quan trọng là chỉ đơn thuần quán sát những gì đang diễn ra và nhận biết những gì bạn đang thể nghiệm, đúng thật như trong thực tiễn, thay vì cố cưỡng lại hay buông xuôi theo.

Giai đoạn thứ hai là sự tỉnh giác với thiền quán: tiếp cận các tư tưởng và cảm xúc như đối tượng của sự chú tâm mà thông qua đó ta có thể ổn định sự tỉnh giác.

Lấy ví dụ, một người đệ tử của tôi có lần thú nhận rằng anh ta khổ sở với một trạng thái tâm lý phức tạp mà anh gọi là *"phải làm vui lòng mọi người"*. Ở sở làm, anh luôn nỗ lực để làm được nhiều việc hơn, cố làm thêm giờ để hoàn tất những dự án công việc và do đó đã cướp đi phần thời gian anh muốn dành cho vợ con. Sự xung đột [ngày càng] trở nên mãnh liệt. Anh thường thức dậy nhiều lần trong đêm, tháo mồ hôi, tim đập nhanh. Anh thấy không thể nào cùng lúc làm hài lòng những người quản lý, đồng nghiệp và cả gia đình. Hơn nữa, càng nỗ lực chiều ý mọi người, anh càng cảm thấy ít thành công. Anh tự chê trách mình là kẻ thất bại, phê phán người khác là đòi hỏi quá nhiều, rồi hun đúc những chê trách bản thân và phê phán người khác thành một khối như đá. Anh đã buông xuôi trước những che chướng tánh Phật thứ nhất, thứ nhì và thứ ba, rồi khóa chặt tất cả với che chướng thứ năm. Anh tự xác định mình là một kẻ thất bại, không có khả năng cùng lúc làm hài lòng tất cả mọi người.

Vì anh này đã có chút kinh nghiệm tu tập thiền với các đối tượng sắc tướng, âm thanh và cảm thọ thân thể, nên tôi khuyên anh vận dụng cùng một phương pháp thiền quán như vậy mỗi khi anh thức giấc ban đêm.

Tôi bảo anh: *"Hãy theo dõi các tư tưởng, cảm xúc và cảm thọ thân thể. Ban đầu, cái phức cảm 'phải làm vui lòng mọi người' có thể giống như là một khối khổng lồ. Nhưng khi anh quán sát nó, phức cảm ấy sẽ không còn giống như một khối khổng lồ đồ sộ nữa. Anh sẽ bắt đầu thấy rằng nó có rất nhiều phần hợp thành. Nó được hình thành bởi những tư tưởng như: 'Đáng lẽ tôi phải làm những việc A, B hay C. Tại sao tôi đã không làm những việc X, Y hay Z?'... Nó cũng bao hàm cả các cảm xúc như sợ hãi, giận dữ, phẫn uất và những cảm thọ trong thân như nôn nao trong bụng, tim đập nhanh hay tháo mồ hôi... Những hình ảnh cũng có thể hiện ra: người ta thất vọng về anh hay quát tháo anh. Khi được quán sát dưới ánh sáng thiền quán, phức cảm tự ti ấy sẽ trở thành như một cái bong bóng với nhiều bong bóng nhỏ hơn bên trong nó."*

Bất luận cảm giác hiện tại của bạn là gì - cho dù là sự khủng hoảng, bất an, cô đơn hay muốn làm vui lòng mọi người - phương pháp căn bản vẫn là nỗ lực quán sát bất kỳ *"bong bóng nhỏ hơn"* nào với cùng một phương thức chú tâm mà ta đã vận dụng để quán sát một vật thể hay hướng tâm vào một âm thanh, như đã trình bày ở Phần Hai.

Khi làm như thế, rất có thể bạn sẽ nhận ra rằng tư tưởng, cảm xúc và thậm chí cả cảm thọ vật chất luôn chuyển dịch và thay đổi. Trong một lúc nào đó, sự sợ hãi có thể là nổi bật và dai dẳng nhất, hay cũng có thể là nhịp tim đập nhanh, hay những hình ảnh về phản ứng của người khác với bạn. Nhưng rồi sau một lúc, có thể là khoảng chừng 5 phút, một trong các đáp ứng khác [như tư tưởng, cảm xúc, cảm thọ] - những bong bóng nhỏ hơn bên trong - sẽ lôi kéo sự chú ý của bạn. Hãy hướng tâm vào đó với thiền quán. Cứ như thế, dần dần sự chú tâm của bạn sẽ chuyển từ việc tự thấy mình như bị nuốt chửng vào trong một bọt nước cảm xúc thành một người quán sát bọt nước ấy.

Giai đoạn thứ ba của bài tập này đòi hỏi đôi chút phân tích: một sự "tinh chỉnh" bằng trực giác để xác định hiệu quả của sự tu tập. Theo như tôi đã học, việc áp dụng tu tập thiền quán đối với một vấn đề cảm xúc có khả năng mang lại [một trong] ba kết quả.

Kết quả thứ nhất là: sự bất ổn hoàn toàn biến mất. Một số học trò đã nói với tôi: *"Thầy bảo con thực hành bài tập này, nhưng nó không hiệu quả đối với con."*

Tôi hỏi: *"Các vị nói thế nghĩa là thế nào?"*

Họ trả lời: *"Những niệm tưởng, cảm xúc ấy biến mất quá nhanh, chúng trở nên lờ mờ hoặc không rõ rệt. Chúng không tồn tại lâu để chúng con kịp quán sát."*

Tôi bảo họ: *"Thế thì tuyệt quá rồi! Đó là điểm chính yếu trong sự tu tập sự định tâm."*

Nhiều người nhìn tôi kinh ngạc, cho đến khi tôi giải thích với họ rằng khi quán sát niệm tưởng, cảm xúc và cảm thọ sinh lý mà thấy đối tượng này biến mất thì điều đó có nghĩa là họ đã đạt được trạng thái định (*shamatha*) không đối tượng - đó là khi ta chỉ đơn thuần nhận biết là mình đang nhận biết. Trạng thái không đối tượng này có thể rất ngắn ngủi. Một số niệm tưởng, cảm xúc hay cảm thọ khác có thể xuất hiện. Tôi thúc giục họ hãy đón nhận trạng thái không đối tượng này với thái độ rộng mở: *"Ồ, mình lại có một cơ hội nữa để phát triển tâm tỉnh giác về trạng thái tỉnh giác của mình."* Tôi khuyến khích họ hãy tự xem mình là "chủ thể quán sát".

Kết quả thứ hai có thể có được là: các niệm tưởng, cảm giác và cảm thọ thể chất trở nên mãnh liệt hơn. Đây cũng là một dấu hiệu tốt - biểu lộ rằng những cách nhìn thâm căn cố đế đã bắt đầu "nới lỏng ra". Lấy một thí dụ, giả sử bạn nhỏ ít nước vào một cái chén hay cái đĩa bám đầy thức ăn khô cứng. Lúc đầu, cái đĩa hay cái chén ấy trông bẩn hơn vì thức ăn khô tan rã và lan ra. Tuy nhiên, sự thực là cái đĩa không hề bẩn hơn trước đó, chỉ là thức ăn khô đang tan rã mà thôi.

Trong trường hợp tu tập thiền quán, khi niệm tưởng hay cảm giác trở nên mãnh liệt hơn, có thể có một sự miễn cưỡng không muốn chúng biểu lộ. Việc để mình bộc lộ một cảm xúc không có gì là sai trái cả. Có lẽ bạn thấy muốn đấm vào cái bồ đoàn [vì bực dọc] hoặc nói ra một câu đại loại như *"Sao tôi lại có thể làm như thế?"* hay *"Sao người ấy lại nói thế?"*... Một cô học trò của tôi đã cảm thấy giận dữ với một người, cuối cùng nhận ra rằng cô giận dữ là vì bị tổn thương bởi việc người kia đã hành động theo một cách nào đó [không như cô muốn], và cô đã bật khóc. Bộc lộ tư tưởng và cảm xúc có thể giúp ta nhẹ nhõm đi rất nhiều. Điểm quan trọng là luôn duy trì sự tỉnh giác trong lúc bộc lộ tư tưởng hay tình cảm của bạn.

Kết quả thứ ba có thể có được là: các cảm xúc vẫn giữ nguyên ở mức độ như cũ, không yếu ớt đi mà cũng không mạnh mẽ hơn. Điều này cũng rất tốt. Tại sao? Vì ta có thể sử dụng một cảm xúc - cùng với các tư tưởng, hình ảnh và cảm thọ vật chất đi kèm theo nó - như trợ duyên mạnh mẽ để tu tập định tâm. Chúng ta rất thường để cho cảm xúc sai sử mình. Khi vận dụng sự tu tập định tâm, ta sử dụng cảm xúc của mình như tiêu điểm để phát triển sự tỉnh giác, đó là một cơ hội để ta quán sát chính chủ thể quán sát. Cũng giống như ta cần có âm thanh để quán âm thanh, cần có hình sắc để quán hình sắc, ta cũng cần có cảm xúc để quán sát cảm xúc.

Trong thực tế, những cảm xúc mãnh liệt có thể là những người bạn tốt nhất của ta, vì chúng giúp ta ổn định tâm thức, đưa ra một nhánh cây để chú chim hiếu động kia đậu yên trên đó.

Bước thứ hai: Chuyển sang đối tượng khác

Trong giai đoạn ban đầu, ta có thể khó mà đối mặt với những cảm xúc mạnh mẽ, hoặc những thành kiến đã phát triển trong thời gian dài. Những cảm xúc có thể nhuốm màu lên sự nhận biết, hành vi ứng xử và ngay cả những cảm thọ thể chất. Chúng có thể có vẻ như quá kiên cố, quá lớn lao đến mức ta không thể tự mình đối mặt với chúng. Như một học trò của tôi gần đây có nhận xét: *"Đối trị với những cảm xúc lớn lao - chẳng hạn những cảm xúc thâm niên như mặc cảm tự ti đã quyết định phần nào cuộc đời của ta - cũng giống như cố leo lên ngọn Everest trước khi học biết cách leo dù chỉ một ngọn đồi."*

Vì thế, tôi luôn nhớ rằng mục tiêu của sự tu tập định tâm (*shamatha*) là phát triển tính ổn định của sự tỉnh giác, nên sẽ trao tặng mọi người một lời khuyên mà tôi đã nhận được từ các bậc thầy của chính tôi. Đó là: *Thay vì đối đầu với những cảm xúc mãnh liệt hay thâm niên, ta nên hướng đến những cảm xúc nhỏ yếu hơn, dễ giải quyết hơn.*

Lấy ví dụ như vài năm trước có một phụ nữ đến xin tôi dạy cho phương pháp thiền tập để đối trị với cảm giác cô đơn khủng khiếp mà bà đang phải chịu đựng. Khi tôi hỏi về kinh nghiệm thiền tập, bà cho biết là đã theo học với nhiều vị thầy khác nhau trong nhiều năm. Tôi nghĩ, như vậy thì có thể dạy bà cách sử dụng cảm xúc làm trợ duyên cho thiền quán.

Thế là tôi dạy bà phương pháp chú tâm đã được trình bày ở Phần Hai, và bà đi về với nụ cười trên môi. Nhưng một vài tuần sau bà quay lại, bảo rằng: *"Con đã cố hết sức nhưng hoàn toàn không thể nhìn thẳng vào cảm giác cô đơn ấy. Mỗi khi cố làm như thế, con cảm thấy [sự cô đơn] tràn ngập trong con."*

Tôi liền khuyên bà trở lại với những bài tập hướng tâm cơ bản, quay sang thiền quán chú tâm vào hình sắc và âm thanh. Bà trả lời: *"Con không biết cách quán hình sắc và âm thanh."*

Thật là một câu trả lời mà tôi không hề chờ đợi. Mặc dầu bà tự nhận là đã tham dự rất nhiều khóa tu học, nhưng có thể bà đã không thực sự học được nhiều về các chỉ dẫn thiền tập, hoặc đã lơ đễnh không chú ý lắng nghe khi được giảng về những nguyên tắc căn bản.

Tôi cho bà những chỉ dẫn căn bản về thiền quán chú tâm vào hình sắc và âm thanh. Và sau một thời gian thực hành các phương pháp ấy, tôi tìm một cơ hội thuận tiện để thử dạy bà chú tâm vào những cảm xúc nhỏ nhặt hơn - như sự bực mình lúc đứng xếp hàng mua thực phẩm, hay sự chán nản có thể cảm thấy trước một đống chén bát dơ trong bồn rửa chén ở nhà bếp... Tôi khuyên bà: *"Hãy thử cách này một thời gian. Rồi sau đó có thể bà sẽ có đủ sức mạnh để quán sát cảm xúc cô đơn lớn lao hơn vốn đã làm cho bà phiền não."*

Một vài tháng sau, bà viết cho tôi: *"Sau khi thực hành theo cách thầy dạy, giờ đây con đã có thể bắt đầu quán sát sự cô đơn của con và thân thiện với nó."*

Chúng ta làm thế nào để đối trị với những cảm xúc nhỏ nhặt hơn hay khác biệt như một bước chuẩn bị trước khi đối phó với những vấn đề lớn lao, mãnh liệt?

Có một phương pháp là tự tạo ra một cảm xúc khác, đơn giản hơn hay nhỏ nhặt hơn và không quá mãnh liệt. Thí dụ, nếu bạn muốn đối phó với sự cô đơn, trước đó hãy cố gắng đối trị với sự giận dữ. Hãy tưởng tượng một tình huống cãi nhau với người bạn đồng nghiệp đã làm rối tung các hồ sơ của bạn, hay ai đó chen ngang phía trước bạn trong lúc xếp hàng chờ ở cửa hàng thực phẩm... Khi bắt đầu cảm nhận được sự giận dữ phát sinh từ tình huống [tưởng tượng] đó, hãy chú tâm vào nó. Chú tâm vào cảm giác giận dữ, vào những ngôn từ [bực dọc] hiện lên trong tâm trí bạn, vào những cảm thọ trong thân thể, hay vào hình ảnh người chen ngang trước bạn. Tu tập theo cách này, bạn sẽ thu thập được kinh nghiệm để biết cách đối phó với các cảm xúc [lớn mạnh hơn].

Một khi bạn đã nhuần nhuyễn trong việc đối phó với những cảm xúc tự tạo ra [theo cách trên], bạn có thể bắt đầu nhớ lại những kinh nghiệm cũ [tương tự] và cố ý khơi lại những tình huống lúc bạn có thể đã từng cảm thấy giận dữ, đố kỵ, lúng túng hay nản chí. Hãy luôn nhớ rằng, điểm chính yếu của việc chuyển sang đối tượng khác là để phát triển tính ổn định của sự tỉnh giác, để khám phá chủ thể quán sát thay vì bị chế ngự bởi những gì được quán sát.

Đối phó với những cảm xúc tự tạo hay nhỏ nhặt hơn sẽ giúp bạn [dần dần] có được sức mạnh để chú tâm đối phó với những cảm xúc lớn lao hơn hoặc những cảm xúc thâm niên như sự cô đơn, tự ti mặc cảm hay một nhu cầu không lành mạnh muốn làm vui lòng mọi người... Về một phương diện, phương pháp này cũng giống như khi ta bắt đầu một chương trình rèn luyện thể lực. Khi đến phòng tập, bạn không bắt đầu ngay bằng cách nhấc những quả tạ quá nặng. Bạn bắt đầu bằng cách nhấc những quả tạ vừa với sức mình. Dần dần, khi sức khỏe tăng lên, bạn có thể bắt đầu nhấc những quả tạ nặng hơn. Việc hướng sự chú tâm vào các trạng thái cảm xúc cũng vận hành theo cách đó. Trực tiếp đối phó với những cảm xúc lớn lao và thâm niên cũng có phần nào lợi ích, nhưng đôi khi ta phải luyện tập cho *"cơ bắp cảm xúc"* của mình dần dần mạnh thêm lên, và hãy nhớ rằng mục tiêu của việc tu tập định tâm là để phát triển tính ổn định của sự tỉnh giác.

Còn một phương pháp nữa để *"chuyển sang một đối tượng khác"*, đó là vận dụng các triệu chứng của cơ thể báo hiệu một cảm xúc làm đối tượng của sự chú tâm. Lấy thí dụ, có một phụ nữ đến tham dự khóa thiền cho công chúng đã thú nhận rằng bà phải khổ sở nhiều năm qua vì bệnh trầm cảm nặng nề. Bà có uống thuốc do bác sĩ kê toa, nhưng không thể thoát được cảm giác là thân thể bà đầy chất chì nóng cháy.

Tôi hỏi: *"Bà cảm thấy chất chì nóng cháy ở chỗ nào?"*

Bà đáp: *"Trong toàn thân. Cảm giác ấy tràn ngập khắp mọi nơi."*

Tôi nói: *"Được rồi. Thay vì quán sát sự đau đớn trong toàn thân, bà hãy chú ý vào một bộ phận nhỏ thôi. Có thể là bàn chân, hay chỉ một ngón chân thôi. Chọn một chỗ nhỏ để hướng sự chú tâm vào đó. Quán sát mỗi lần chỉ một bộ phận nhỏ trong thân thể thay vì cố quán sát cùng lúc cả toàn thân. Hãy nhớ rằng, mục đích của việc tu tập định tâm (shamatha) là để phát triển tính ổn định của sự tỉnh giác. Một khi bà đạt được sự ổn định bằng cách chú tâm vào bàn chân hay một ngón chân, bà sẽ có thể mở rộng sự tỉnh giác ấy đến những vùng rộng lớn hơn."*

Việc hướng sự chú tâm vào những cảm xúc nhỏ nhặt hơn - hay đơn thuần chú tâm vào hình sắc, âm thanh hoặc những cảm thọ thể chất - giúp bạn phát triển khả năng đối diện với những trạng thái cảm xúc thâm niên và tràn ngập trong bạn. Một khi bạn đã phát triển được *"cơ bắp của sự chú tâm"* mạnh mẽ hơn, bạn có thể bắt đầu hướng sự chú ý vào những vấn đề cảm xúc lớn lao hơn. Khi làm như thế, bạn có thể tự bắt gặp mình trực tiếp đối diện với hai che chướng tánh Phật tiềm ẩn là sự tự chê trách và phê phán người khác như những "kẻ thù". Bạn có thể buông bỏ niềm tin là mình "không thể thay đổi gì cả" hay cái "điểm mù" đã ngăn chặn không cho bạn thấy được tiềm năng tỉnh giác của chính bạn. Và gần như chắc chắn là bạn sẽ đối mặt với "huyền thoại về cái tôi", khuynh hướng tự đồng nhất với sự cô đơn, mặc cảm tự ti, chủ nghĩa cầu toàn hay sự tách biệt của mình.

Điều quan trọng là phải nhớ rằng, những sự đối mặt ấy không phải là những trận chiến, mà là những cơ hội để khám phá năng lực của tâm thức. Chính cái tâm thức đã tạo ra những phê phán tàn nhẫn như thế cũng sẽ có khả năng hóa giải chúng thông qua năng lực của sự tỉnh giác và định tâm.

Bước thứ ba: Nhìn lại

Đôi khi một cảm xúc nào đó quá dai dẳng hoặc quá mãnh liệt đến nỗi có vẻ như ta hoàn toàn không thể quán sát nó. Có điều gì đó đã bảo vệ, duy trì nó.

Có một phương pháp khác có thể đặc biệt hữu ích khi đối trị với những cảm xúc hoặc những thói quen tinh thần hay cảm xúc đã phát triển trong suốt một thời gian dài. Đó là dừng lại một chút và quán sát xem những gì đang ẩn núp phía sau cảm xúc đó, mà ta có thể gọi là "hậu phương" hay "căn cứ thúc đẩy" của cảm xúc ấy.

Lấy một thí dụ, khi còn bé có những lúc tôi đã cố gắng nhìn thẳng vào sự khủng hoảng, nhưng tôi luôn thất bại. Tôi không thể ngồi yên, tim tôi thường đập mạnh và tôi toát mồ hôi vì thân nhiệt tăng cao. Cuối cùng tôi cầu cứu thầy tôi, ngài Saljay Rinpoche. Ngài hỏi: *"Có phải con không muốn cảm thấy khủng hoảng?"*

Tôi đáp: *"Thưa, tất nhiên là không! Con muốn trừ bỏ nó đi ngay bây giờ."*

Ngài suy nghĩ về câu trả lời của tôi một lúc rồi gật đầu đáp: *"Ồ, bây giờ ta biết rồi! Cái làm cho con phiền não là nỗi sợ bị khủng hoảng. Đôi khi, nỗi sợ ấy còn mạnh hơn là bản thân sự khủng hoảng."*

Sự thật là lúc đó tôi chưa hề nghĩ đến việc dừng lại một chút và quán sát xem điều gì có thể đã bao bọc, duy trì nỗi khủng hoảng của tôi. Tôi đã bị vùi lấp quá sâu trong các triệu chứng tâm lý đến nỗi không thể thấy được sự sợ hãi của mình đối với cái cảm giác khủng hoảng tràn ngập đó là sâu xa đến mức như thế nào. Nhưng khi tôi vâng theo lời khuyên dạy của Saljay Rinpoche và quán sát nỗi sợ hãi ẩn nấp phía sau cảm giác khủng hoảng của mình, tôi bắt đầu nhận thấy sự khủng hoảng ấy trở nên dễ đối trị hơn.

Trải qua nhiều năm, tôi nhận thấy phương pháp tiếp cận này rất hữu hiệu khi tôi đưa ra lời khuyên cho người khác. Nếu một cảm xúc hay một tâm hành phiền não quá đau đớn đến mức không thể trực tiếp quán sát nó, hãy xem điều kiện nào ẩn nấp phía sau nó, đã bảo vệ, duy trì nó. Bạn có thể sẽ ngạc nhiên với những khám phá của mình.

Bạn có thể tìm thấy nỗi sợ hãi đối với cảm xúc, như trường hợp của tôi. Bạn có thể tìm thấy một vài kiểu chống kháng khác, chẳng hạn như sự thiếu tự tin đến mức thậm chí không dám đối đầu với cảm xúc. Bạn có thể tìm thấy những sự kiện, những nguyên nhân nhỏ nhặt báo trước hay củng cố cho một đáp ứng cảm xúc lớn rộng hơn. Chẳng hạn như sự mệt mỏi thường báo trước một đợt trầm cảm. Một trận tranh cãi với đồng nghiệp, với người bạn đời hoặc một người trong gia đình thường là nguyên nhân làm nảy sinh những tư tưởng tự thấy mình vô dụng hay biệt lập, củng cố thêm mặc cảm tự ti.

Khi đối trị với những cảm xúc nằm sâu hơn phía sau những cảm xúc khác, chúng ta bắt đầu tiếp xúc trực tiếp hơn với những che chướng tánh Phật, đặc biệt là che chướng thứ ba (niềm tin kiên cố rằng chúng ta không thể thay đổi), che chướng thứ tư (phủ nhận hoàn toàn khả năng hiện hữu của tiềm năng [tánh Phật]) và che chướng thứ năm (sự đồng nhất bản thân ta với những khó khăn trong cảm xúc).

Bước thứ tư: Dừng nghỉ

Một phần quan trọng trong bất kỳ pháp tu tập nào là học biết khi nào cần phải dừng nghỉ. Sự dừng nghỉ cho bạn nhiều khoảng trống hơn để có thể chấp nhận những phấn khích hay suy sụp, tức là sự rối loạn trong kinh nghiệm có thể nảy sinh trong tiến trình tu tập. Nếu bạn không tự cho mình cơ hội dừng nghỉ, bạn có thể bị cuốn phăng đi bởi sự rối loạn ấy, và bởi mặc cảm tội lỗi vì bạn đã *"tu tập không đúng"* hay đã không hiểu được pháp tu. Bạn có thể tự hỏi: *Tại sao tôi được hướng dẫn rất rõ ràng mà sự tu tập lại dường như không có hiệu quả? Chắc chắn đó là lỗi tại tôi...*

Nói chung, khi bạn bắt tay vào việc tu tập định tâm, bạn sẽ gặp hai thời điểm thái quá, và đó chính là lúc bạn phải biết dừng lại. Sự thái quá thứ nhất là khi tiến trình tu tập của bạn bắt đầu suy thoái. Bạn có thể mất hẳn sự chú tâm, hay cảm thấy chán ghét việc tu tập. Có thể pháp tu đối với bạn trở nên mơ hồ. Ngay cả khi bạn dừng lại, quán sát những nguyên nhân sinh khởi hay thúc đẩy những nỗi bất an, cô đơn v.v... hoặc chuyển sang một đối tượng khác, thì sự tu tập của bạn vẫn không có hiệu quả. Bạn có thể nghĩ: *"Tôi quá mệt mỏi với chuyện tu tập này lắm rồi. Tôi thấy có tiếp tục nữa cũng chẳng được lợi ích gì cả."*

Gần đây tôi có gặp một phụ nữ trẻ đã trải qua tình huống như thế. Cô đã nỗ lực thiền quán về nỗi bất an thường trực trong tâm cô. Trong một thời gian, sự tu tập của cô có vẻ như thành tựu và cô rất vui mừng. Thế rồi, dường như pháp tu không hiệu quả nữa. Sự bất an của cô mạnh mẽ hơn và khả năng chú tâm của cô giảm xuống. Một hôm, cô tham dự khóa thiền do tôi hướng dẫn. Bắt đầu buổi thiền tập, có vẻ như cô rất ổn, nhưng vào cuối buổi thiền cô bật khóc và không ngừng động đậy trên bồ đoàn. Sau buổi thiền tập chung đó, cô xin gặp tôi để được tham vấn riêng. Cô bắt đầu:

"Phương pháp thầy dạy rất hữu hiệu đối với con. Nhưng mấy ngày gần đây con thấy mình thật mơ hồ, rối rắm, mệt mỏi, chán nản và cuối buổi thiền tập chung con thấy mình hoàn toàn muốn gục ngã. Pháp tu này đối với con như vậy là xem như phải chấm dứt thôi. Con hoàn toàn không có khả năng tu tập theo được nữa. Con đang nghĩ đến việc tham gia một cộng đồng tương trợ, ở đó người ta cho phép con bộc lộ tâm trạng qua tiếng khóc!"

Khi cô nói xong, tôi giải thích cho cô hiểu là đôi khi cần thiết phải dừng sự tu tập một thời gian - chỉ để làm một điều gì đó khác hơn, như đi dạo, đọc sách, xem TV hoặc nghe nhạc.

Đêm đó, cô trở về phòng của mình ngủ và sáng hôm sau cảm thấy khá hơn đôi chút. Cô muốn thử thực tập trở lại và biết là có thể dừng lại bất cứ lúc nào thấy cần. Cô không bị bắt buộc phải tiếp tục việc tu tập như thể đang chạy đua hay tham gia một cuộc thi đấu nào đó.

Ý tưởng tạm dừng tu tập khi sự chú tâm trở nên quá

căng thẳng hay tâm thức trở nên mê muội hoặc rối rắm là một phần thực sự quan trọng nhưng lại thường bị bỏ qua trong tiến trình tu tập. Một thí dụ so sánh thường được dùng là ví như một *"con mương khô"* hay một *"hồ nước cạn"* trong việc trồng trọt của các nông dân Tây Tạng. Họ thường trồng trọt xung quanh một hồ nước tự nhiên nào đó và đào những con mương dẫn nước chảy ngang qua ruộng. Đôi khi, cho dù những con mương được đào rất tốt nhưng không có nước chảy vào, chỉ vì hồ chứa nước đã cạn.

Cũng thế, khi bạn thực tập, cho dù được hướng dẫn rất rõ ràng và bạn hiểu rõ tầm quan trọng của sự nỗ lực cũng như động cơ tu tập, bạn vẫn có thể trải qua sự mệt mỏi, bực bội, trì độn hay tuyệt vọng, chỉ vì *"hồ nước"* tinh thần, tình cảm và thể chất của bạn đã cạn kiệt. Nguyên nhân rất có thể là vì bạn đã quá cố gắng, quá hăm hở và đã không tích lũy được một *"hồ chứa nội lực"* dồi dào đủ mạnh. Những chỉ dẫn của cha tôi và lời khuyên thúc giục của các bậc thầy khác về việc tu tập chia thành nhiều giai đoạn ngắn luôn phải được nhấn mạnh không giới hạn. Khi đối phó với những tâm trạng cảm xúc mãnh liệt hay thâm niên, ta cần phải làm đầy các *"hồ chứa"* của mình. Ngay chính đức Phật cũng đâu phải là thành Phật chỉ trong một ngày!

Sự thái quá thứ hai mà bạn cần thiết phải dừng nghỉ là khi bạn cảm thấy kinh nghiệm tu tập của mình hoàn toàn tuyệt hảo. Có thể có một thời điểm nào đó bạn cảm thấy thân thể nhẹ nhõm và thư thái một cách phi thường, hoặc có một tâm trạng hạnh phúc, hỷ lạc mãnh liệt. Bạn có thể trải nghiệm một cảm giác trong sáng vô hạn - một kinh nghiệm tinh thần tựa như mặt trời chói sáng trong một bầu trời quang đãng xanh biếc. Mọi sự trình hiện một cách tươi mát, chính xác quá. Hay có thể những tư tưởng, cảm giác và cảm thọ ngưng bặt và tâm bạn trở nên hoàn toàn tĩnh lặng. Ở điểm này, bạn hãy dừng lại.

Đôi khi có người nói: *"Thật không công bằng! Tôi đang sống trong một kinh nghiệm tuyệt vời đến thế, tại sao tôi phải dừng lại?"*

Tôi rất đồng cảm với sự phiền bực của họ, bởi vì tôi cũng đã từng thụ cảm những kinh nghiệm hỷ lạc như thế. Tôi đã cảm thấy quá tham muốn, quá khao khát duy trì chúng. Nhưng các bậc thầy đã giải thích rằng nếu tôi cố duy trì trạng thái ấy, cuối cùng tôi sẽ thất vọng. Vì bản chất của kinh nghiệm là vô thường, nên sớm muộn gì thì sự sung sướng, sự trong sáng, sự tĩnh lặng v.v... ấy cũng sẽ mất đi, và lúc ấy tôi sẽ cảm thấy thật sự khủng khiếp. Cuối cùng tôi sẽ cảm thấy như là mình đã làm gì sai trái hoặc là sự tu tập không còn hiệu quả nữa. Trong khi mục đích thực sự là phát triển tính ổn định của sự tỉnh giác để ta có thể quán chiếu bình đẳng bất kỳ kinh nghiệm nào, thì [khi ấy] lại có nguy cơ là hành giả trở nên bám chấp vào các kinh nghiệm hỷ lạc, trong sáng hoặc tĩnh lặng như là kết quả sự tu tập định tâm.

Các ngài cũng giải thích thêm là, dừng nghỉ ở điểm phấn chấn như thế sẽ nuôi dưỡng một sự hăng hái muốn tiếp tục hành trì, và khuyến khích ta ổn định sự tỉnh giác cũng như tích lũy [thêm nội lực] vào "hồ chứa" của mình.

Có vẻ như kỳ lạ, nhưng sự dừng nghỉ cũng là một khía cạnh quan trọng trong tiến trình tu tập, không kém gì sự khởi đầu.

Chia chẻ đối tượng

Sự thanh tịnh ban sơ của tâm bản nhiên
là hoàn toàn siêu việt mọi ngôn từ,
khái niệm và khuôn thước.

Jamgon Kongtrul
Myriad Worlds
(Hằng sa thế giới)
International Committee of Kunkhyab Choling dịch sang Anh ngữ

Một phụ nữ từng tham dự một loạt các buổi giảng pháp trong chuyến thăm Bắc Mỹ gần đây của tôi đã thú nhận trong một buổi tham vấn riêng rằng, mặc dầu bà đã đạt được rất nhiều điều trong cuộc sống, bà vẫn cảm thấy hết sức khát khao một mối quan hệ tình cảm lâu dài. Sự khát khao này mãnh liệt đến nỗi bà thậm chí không thể quán sát nó trong lúc thiền quán.

Khi tôi hỏi bà xem những tư tưởng thuộc loại nào đã nảy sinh khi bà trải qua sự khát khao một quan hệ tình cảm như thế, bà ngồi yên một lúc rồi trả lời: *"Chắc hẳn đó là ý tưởng rằng con là một người rất khó ưa."* Sau khi ngừng thêm một lúc, bà nói tiếp với giọng nhỏ hơn: *"Và có lẽ còn có ý tưởng rằng người ta sẽ nghĩ con là kẻ thất bại vì chưa bao giờ có được một mối quan hệ tình cảm lâu dài."*

Tiếp tục đưa ra những câu hỏi đáp như thế, tôi phát hiện nhiều tư tưởng và cảm xúc đa dạng khác nhau - bao hàm những ký ức thời thơ ấu (mẹ bà bảo là bà xấu xí) và tuổi thanh xuân (bà chưa bao giờ được mời tham dự những buổi tiệc và khiêu vũ). Thật ra có cả một cốt chuyện hoàn chỉnh ẩn giấu bên dưới sự khao khát quan hệ tình cảm của bà. Và khi cốt chuyện này được chia ra thành nhiều phần, gánh nặng của sự khao khát bắt đầu giảm nhẹ. Tất nhiên là nó không lập tức biến mất, nhưng những lúc ấy nó trở nên giảm nhẹ, dễ chịu đựng hơn. Nó không còn là một khối đá khổng lồ, cứng chắc phủ đầy bùn đất mà trước đây bà từng phải gánh vác. Đúng hơn, nó thật sự là nhiều hòn đá nhỏ kết lại với nhau theo cách trông giống như là một tảng đá lớn.

Không chút cố gắng, bà đã bắt đầu áp dụng một cách tự nhiên cả phương tiện và trí tuệ vào sự buồn khổ của mình. Đây là một điểm cốt yếu. Khi bà suy ngẫm về từng khía cạnh khó khăn bất ổn của mình, đó là bà đang thực hành thiền tập, và nhận diện một cách trực tiếp những tư tưởng, cảm xúc đã gây phiền não cho bà trong phần lớn cuộc đời. Khi đã nhận diện được chúng, một phần ý niệm phê phán của bà đối với những tư tưởng, cảm xúc ấy bắt đầu lung lay và bà có khả năng chia chẻ chúng thành những mảnh ngày càng nhỏ hơn. Trong lúc nói chuyện bà đã thể nghiệm được, ít nhất cũng là tạm thời, một sự chuyển biến trong nhận thức. Bà không còn là một người bị kẹt trong tấm gương phản chiếu sự cô đơn và khao khát của mình. Bà chính là tấm gương ấy.

Gần cuối giờ tham vấn, bà giật mình nói: *"Con vừa chợt nghĩ ra điều này. Có lẽ mẹ con cũng từng cảm thấy đau khổ giống như con. Có lẽ bà luôn cảm thấy mình xấu xí và khó ưa. Con nhớ chưa bao giờ thấy bà hạnh phúc hay tươi cười. Con cũng không nhớ có lần nào thấy cha mẹ con cười với nhau, ôm nhau hoặc hôn nhau. Còn những đứa trẻ khác đã cùng con lớn lên, những đứa trẻ được mọi người yêu thích, những đứa được mời dự tiệc, khiêu vũ... ...”*

Giọng bà nhỏ dần rồi dứt hẳn. Bà hỏi: *“Liệu lúc đó chúng nó có thực sự sung sướng không?”*

Rồi bà mím môi vẻ tư lự: *“Bây giờ chúng có hạnh phúc không? Có cảm thấy cô đơn không?”*

Được quan sát tiến trình này tuần tự diễn ra trước mắt thật là tuyệt diệu. Việc thừa nhận nỗi đau giấu kín đã giúp cho sự tỉnh giác của bà mở rộng đến mức bà có thể đơn thuần nhìn lại nỗi đau ấy mà không phê phán nhiều như khi còn giấu kín nó. Rồi sự tỉnh giác này lại giúp bà chia chẻ nỗi đau thành những mảnh nhỏ hơn, vì vậy chúng không còn có vẻ gắn kết chặt chẽ như trước nữa. Và rồi sự rã tan của khối gắn kết này đã tạo cơ hội cho những phẩm tính vốn có như tâm từ mẫn, năng lực và sự tự tin của bà bắt đầu nảy nở. Và ít nhất thì trong những giây phút ngắn ngủi ấy, “huyền thoại về cái tôi” - sự chú tâm quá nhiều đến hoàn cảnh của riêng mình - đã tan biến. Bà không cảm thấy mình cô độc, không được yêu thương và khó ưa, rồi bà bắt đầu thể nghiệm một sự kết nối với người khác, vượt qua sự khao khát, ganh ghét và sợ hãi. Bà đã thân thiện với nỗi đau của mình, nhờ thế mà đạt được tuệ giác và sự cảm thông. Bà đã thoáng thấy tiềm năng của mình, tạo ra được sự thay đổi viễn cảnh của mình và ít nhất cũng cảm nhận được sự giải thoát trong thoáng chốc. Sau cuộc đột phá tự nhiên đó, nụ cười trên khuôn mặt bà trông tuyệt đẹp.

Đây là một điểm quan trọng của sự tu tập tuệ giác: nhận biết mọi hiện tượng đều là tương thuộc, vô thường và do nhiều phần khác nhau hợp thành. Như đã được đề cập ở Phần Một, khi khảo sát ta đã không thể chỉ ra bất cứ vật gì là chắc thật, đơn nhất và không thay đổi. Càng khảo sát sâu hơn vào những tư tưởng, cảm giác và cảm xúc, ta càng có cơ hội nhận biết bản chất rỗng không của chúng. Ngay cả những trạng thái cảm xúc mãnh liệt hay lâu đời cũng chỉ giống như những bong bóng nước. Chúng dường như có một hình thể nhưng bên trong lại trống rỗng. Cuối cùng, chúng tan vỡ và bạn có thể nhìn thấy không gian vô hạn, vượt thoát khỏi mọi xung đột và va chạm. Đó là một sự bừng tỉnh đầy hỷ lạc, hoàn toàn rõ rệt cho dù bạn không thể diễn đạt bằng lời, một kinh nghiệm tỉnh giác siêu việt thời gian.

Làm sao đạt được sự bừng tỉnh ấy? Chính là bằng cách thực hành các bước tu tập nhất định, giống như phương pháp chúng ta đã thực hiện khi tu tập định tâm.

Bước thứ nhất: Bài tập chính

Giống như bài tập chính của sự tu tập định tâm, việc tu tập tuệ giác có thể được chia làm ba giai đoạn. Trong giai đoạn thứ nhất, ta quán sát tư tưởng và cảm xúc với một sự nhận biết thông thường - chỉ đơn thuần nhận diện tư tưởng hay cảm xúc mà không có bất kỳ mục đích hay ý định cụ thể nào.

Giai đoạn thứ hai là một cách tiếp cận hơi khác. Điểm

chính yếu là nhận biết bản chất của cảm xúc, tức là thấy được sự tỉnh giác nhận biết và tánh Không vốn là bất khả phân. Nhưng làm sao để nhận biết như thế?

Hãy bắt đầu bằng cách suy ngẫm về khía cạnh vô thường của cảm xúc. Khi ta nhận diện một cảm xúc, dầu cho đó là sự tự căm ghét, cô đơn, hay cảm giác vụng về lúng túng trong những tình huống quan hệ xã hội, hoặc là sự phê phán người khác - chúng ta thường có khuynh hướng nghĩ rằng đó là một vấn đề lớn lao và chắc thật. Cảm xúc này còn bị bao quanh và tiêm nhiễm một sắc thái "thường hằng": *Tôi sẽ luôn cảm thấy như thế này. Tôi là kẻ thất bại. Người ấy thật là xấu tính...* Ở đây, che chướng tánh Phật thứ ba giữ vai trò nổi bật hơn cả, làm tăng cường cảm giác về sự lâu bền [của cảm xúc]. Nhưng khi ta soi xét thật kỹ những cảm xúc ấy, ta thấy chúng không hề ổn định hay lâu bền. Trong một phút hay ít hơn thế nữa, những tư tưởng đi kèm với chúng thay đổi, và cường độ của chúng yếu đi. Các cảm thọ thể chất - thân nhiệt, nhịp tim, tứ chi nặng nề, sự mệt mỏi, sự khích động... - đều có thể chuyển biến. Ta có thể ngạc nhiên bởi có quá nhiều thay đổi khác biệt trong thân và tâm. Dựa trên tiến trình tu tập sự định tâm, điểm thiết yếu ở đây là hãy quán sát và để mình trở nên tỉnh giác nhận biết về những thay đổi.

Ban đầu, chúng ta có thể chỉ theo dõi được những thay đổi trong tư tưởng, cảm giác v.v... chừng một hay hai phút thôi. Điều đó cũng tốt. Theo những lời khuyên từ các bậc thầy của chính tôi, điều quan trọng là phải chống lại sự thôi thúc nôn nóng phải nỗ lực để đạt kết quả. Điểm chính yếu trong sự liễu ngộ tính vô thường là chỉ đơn thuần nhận biết rằng những thay đổi của tư tưởng, cảm giác và cảm thọ thể chất không bao giờ ngừng nghỉ.

Sau cái nhìn ngắn ngủi như thế về bản chất vô thường của cảm xúc, hãy tiếp tục suy ngẫm về khía cạnh đơn nhất của chúng. Như đã đề cập trước kia, ta thường có khuynh hướng thể nghiệm cảm xúc như thể đó là một cái gì lớn lao, chắc thật và tồn tại theo tự tính sẵn có. Nhưng nếu ta nhìn thật kỹ vào một cảm xúc - chẳng hạn như sự giận dữ - ta có thể thấy là có một sự kết hợp của những lời nói ra hay thầm nghĩ *(Tôi đang giận. Tôi ghét người đó. Nói như vậy thật ác độc quá!...)*, các cảm thọ trong cơ thể *(căng tức nơi ngực hay vùng bụng...)* và hình ảnh của nguyên nhân hay đối tượng cơn giận. Nếu ta tách rời những yếu tố này ra, cơn giận nằm ở đâu? Liệu ta có thể nổi giận mà không nói ra hay suy nghĩ gì, không có cảm thọ trong thân và hình ảnh nguyên nhân hay đối tượng cơn giận ấy?

Hoặc ta có thể dùng một phương pháp khác, giả sử ta nhìn đối tượng của cơn giận - chẳng hạn như người vừa nói ra điều gì đó mà ta không thích. Ta có thể tự hỏi: *"Cái gì đang làm cho tôi giận? Người đã nói ra những lời ấy? Hay chính tự thân những lời ấy?"* Ta có thể suy nghĩ: *"Tôi đang tức giận với một con người cụ thể vì những gì người ấy đã nói."* Nhưng nếu ta dành một chút thời gian để phân tích phản ứng của mình, ta sẽ tạo ra cho chính mình cơ hội để xem xét lại, để nhìn lại một lần nữa. Những lời khó nghe đó được phát ra từ miệng người ấy, vậy ta có nên giận cái miệng của người ấy hay không? Miệng của người ấy lại được điều khiển bởi cơ bắp và bộ não. Ta có nên giận cơ bắp và bộ não của người ấy hay không? Và liệu cơ bắp cùng bộ não có bị thúc đẩy bởi cảm xúc hay ý muốn của người ấy không? Ta có nên giận những thứ đó không?...

Khảo sát về tính đơn nhất theo cách ấy, ta không thể tìm ra bất kỳ đối tượng nào để giận. Đối tượng của cơn giận tự nó không có bất kỳ bản chất gì cả. Thay vào đó, ta thấy những cảm xúc và đối tượng của chúng luôn khởi sinh tùy thuộc lẫn nhau.

Thuở bé tôi đã được chứng kiến điều này khi một người đàn ông tìm đến cha tôi. Ông ta đã tranh cãi với một người khác và kết quả cuối cùng là họ dùng gậy gộc đánh nhau. Người đàn ông rất bấn loạn và tìm đến xin cha tôi một lời khuyên. Cha tôi hỏi: *"Chính cây gậy đánh vào anh, sao anh lại giận ông ấy?"*

Người đàn ông đáp: *"Vì ông ta điều khiển cây gậy."*

Cha tôi nói: *"Nhưng ông ấy bị cảm xúc điều khiển. Vậy thì thật ra anh phải giận những cảm xúc của ông ấy. Và ai mà biết được những gì đã góp phần làm cho cảm xúc của ông ấy bộc phát? Có thể ông ấy đã bị cha đánh. Có thể hôm ấy có điều gì xảy ra khiến ông ấy nổi giận. Vậy anh có thể giận ai? Có thể cha của ông ấy đã vì giận dữ mà đánh con. Nhưng ai mà biết được điều gì đã làm cho ông ta giận dữ đến mức phải đánh con?..."*

Người đàn ông suy nghĩ một lúc, tôi thấy ông ta bắt đầu có phần thư giãn, thậm chí còn mỉm cười. Ông nói: *"Con chưa bao giờ suy nghĩ theo lối ấy cả."*

Cha tôi đáp: *"Phần đông chúng ta không suy nghĩ theo lối ấy. Chúng ta phải nhìn xuyên qua được những dáng vẻ bề ngoài, và muốn thế phải có sự tu tập."*

Rồi Ngài mỉm cười: *"Và sự tu tập cần phải có thời gian. Không phải chỉ sau khi nói chuyện với ta hôm nay mà quan niệm, cảm xúc của anh sẽ thay đổi tức thì. Hãy kiên nhẫn. Hãy khoan dung với chính mình. Anh không thể đạt được trí tuệ chỉ qua một đêm."*

Tôi nhớ mãi những lời của cha tôi, và tôi luôn ghi nhớ mỗi khi thuyết giảng hay khuyên bảo người khác. Bài tập chính của việc tu tập tuệ giác là suy ngẫm về sự vô thường và tùy thuộc lẫn nhau giữa các phản ứng cảm xúc của chính chúng ta và của các đối tượng cảm xúc: con người, địa điểm, tình huống v.v... Thậm chí khi chia chẻ sự cô đơn, sự thiếu vắng tình thương yêu, sự vụng về trong giao tiếp xã hội, sự phê phán của kẻ khác v.v... thành những phần riêng biệt, ta cũng bắt đầu thấy là ngay cả những phần ấy cũng không thể nói là tồn tại theo tự tính sẵn có.

Đó là mục đích của sự tu tập tuệ giác: phá tan ảo tưởng về sự thường hằng, đơn nhất và tồn tại không phụ thuộc [của mọi sự vật]. Khi quán sát cảm xúc đến cấp độ sâu xa đó, cuối cùng ta sẽ đi đến kết luận là không thể tìm được bất kỳ yếu tố nào thường hằng, đơn nhất và tồn tại không phụ thuộc cả. Cảm xúc hay đối tượng của nó đều có thể tan rã nhờ tu tập. Quan trọng hơn nữa, khi ta tiếp cận tư tưởng và cảm xúc của ta với tuệ giác, ta có thể khám phá bản chất của cảm xúc, một sự trong sáng và tự do vô hạn mà trước đây ta chưa từng nhận biết. Việc có được khả năng tùy chọn các phản ứng của mình [với hoàn cảnh] và xóa dần đi ranh giới cách biệt giữa kinh nghiệm với chủ thể kinh nghiệm thật là một khám phá tuyệt vời biết bao!

Trong truyền thống Phật giáo Tây Tạng có một thí dụ

liên kết kinh nghiệm này với một người bộ hành đội nón rộng vành leo lên ngọn đồi dốc cao có hai hàng cây hai bên. Lên tới đỉnh đồi, ông bỏ nón ra và ngồi xuống nghỉ ngơi. Ông thưởng thức cảm giác gió mát thổi qua đầu, thích thú vì có thể nhìn thấy được quang cảnh trải rộng hàng dặm xung quanh và ngắm nhìn bầu trời mênh mông thênh thang. Ông hân hoan với sự nhẹ nhõm vì đã leo lên được tới đỉnh đồi. Cái nón biểu trưng cho nhóm khái niệm mà ta bám víu khi cho rằng cảm xúc tồn tại một cách cứng chắc, thường hằng và tồn tại không phụ thuộc. Chuyến leo núi biểu trưng cho tiến trình quán sát bản chất của cảm xúc. Việc bỏ nón ra không chỉ biểu trưng cho sự nhẹ nhõm vì đã buông xả khái niệm, mà cả cho sự tỉnh giác nhận biết vô hạn, vốn là kết quả của sự buông xả ấy.

Tuy nhiên, ở đây cần lưu tâm cảnh giác một điều: Cảm giác tự do và tỉnh giác mà bạn đạt được nhờ tu tập tuệ giác có thể chỉ kéo dài khoảng một vài giây, một khoảng trống ngắn ngủi trong dòng chảy gần như liên tục của sự nhận biết qua khái niệm. Nhưng đừng lo lắng. Mặc dầu khoảng trống có thể rất ngắn ngủi lúc ban đầu, nó thực sự biểu hiện một thoáng nhìn được vào bản chất tự nhiên của tâm thức - một sự hợp nhất giữa tánh Không và sự trong sáng. Với sự tu tập, khoảng trống ngắn ngủi ấy sẽ ngày càng được kéo dài ra.

Cũng giống như với sự tu tập định tâm, giai đoạn thứ ba của sự tu tập tuệ giác đòi hỏi đôi chút phân tích. Khi quán xét kết quả của sự tu tập tuệ giác, cũng giống như trong trường hợp tu tập định tâm, bạn có thể trải nghiệm một trong ba kết quả sau đây.

Thứ nhất, khi bạn quán sát một cảm xúc, nó có thể tan loãng vào sự tỉnh giác vô hạn trong một thời gian ngắn, có thể chỉ một vài giây. Rồi cảm xúc ấy sẽ trở lại, có thể mãnh liệt hơn. Bạn có thể nghĩ: *"Tôi vẫn còn đây, tôi đang cảm nhận được cảm xúc này, vậy đâu có ý nghĩa gì khi cố xem cảm xúc này như là rỗng không?"* Điều đó là bình thường. Lúc nào bạn cũng có thể quay trở lại với sự tu tập. Không có giới hạn nào về thời gian, không có chỉ dẫn nào ngăn cấm bạn thực tập năm, sáu, bảy hay thậm chí một trăm lần mỗi ngày. Trong thực tế, các bậc thầy đã khuyên tôi hãy tiếp tục nỗ lực, cho dù chỉ trong một thời gian ngắn ngủi chừng một phút. Dần dần, thông qua sự lặp lại [nhiều lần nỗ lực], bạn sẽ phát hiện một cảm xúc cụ thể nào đó trở nên ngày càng giảm bớt vẻ chắc thật và chuyển hóa vào sự tỉnh giác vô hạn. Một ngày kia, khi cảm xúc ấy sinh khởi, nó sẽ nhắc nhở bạn về sự tự do và rộng mở thênh thang mà bạn đã cảm nhận được trong tiến trình tu tập. Thay vì níu kéo khiến bạn suy sụp, những kinh nghiệm như cảm giác cô đơn, thấy mình thiếu tình thương, hay giận dữ v.v... sẽ nâng đỡ giúp bạn thăng tiến.

Khả năng thứ hai là khi bạn tu tập tuệ giác thì cảm xúc trở nên mãnh liệt hơn. Bạn có thể cảm giác như thể bạn không theo dõi cảm xúc này được vì nó quá mạnh mẽ hay quá chắc thực. *"Tôi đã thất bại. Tôi thấy cảm xúc này quá sinh động..."* Điều này cũng tốt. Đó thực sự là một dấu hiệu cho thấy sự trong sáng được tăng cường. Đừng cố tìm cách trừ bỏ cảm xúc này đi. Hãy nhìn vào tất cả các phần khác nhau của cảm xúc ấy: chúng đã thay đổi như thế nào, chúng vô thường như thế nào. Có thể điều này không chính xác trở thành tuệ giác thiền, nhưng nó sẽ là một kinh nghiệm sâu sắc hơn của sự định tâm.

Khả năng thứ ba có thể xảy ra là: khi bạn quán sát cảm xúc, nó không hề thay đổi, không mãnh liệt hơn mà cũng không tan biến đi. Bạn có thể cùng lúc thấy được cảm xúc và sự rỗng không. Chẳng hạn như khi bạn cảm thấy khát khao hay đố kỵ, rồi quán sát sự khát khao hay đố kỵ ấy, bạn có thể phát hiện một "dư vị" kéo dài [của cảm xúc ấy] - có thể nói là một kiểu âm vang, giống như cảm giác bạn trải qua trong một giấc mơ. Có một ẩn dụ trong Phật giáo so sánh kinh nghiệm này với việc nhìn thấy một hình chiếu trên mặt nước hay trong gương. Bạn có thể nhìn thấy hình ảnh của mình phản chiếu trong gương, nhưng đừng nhầm lẫn nó với bản thân bạn. Theo các bậc thầy của tôi, [khả năng thứ ba này] là kết quả tốt nhất, là một dấu hiệu của sự giải thoát cảm xúc. Mặc dầu có thể bạn vẫn còn cảm nhận nó, nhưng bạn có một sự hiểu biết rõ ràng về bản chất rỗng không của nó.

Bước thứ hai: Chuyển sang đối tượng khác

Tất nhiên, có một số trạng thái cảm xúc hay tinh thần rất mạnh mẽ hay dai dẳng, như đã được chứng minh với trường hợp người phụ nữ đã trải qua một phần quá lớn trong đời khao khát một mối tình, hay trong môi trường kinh tế của ngày nay là cảm giác bất an bao trùm của ai đó. Đôi khi, sự phẫn uất đối với cha, mẹ hay một người khác trong gia đình - hay cũng có thể là một người đồng nghiệp - có thể kéo dài nhiều năm trời. Tôi từng thấy điều này đặc biệt rõ rệt ở những người đã ly hôn hay đang trong thời kỳ ly hôn. Sự trầm cảm, lo âu, hối tiếc vì một hành động đã qua cũng có khuynh hướng kéo dài rất lâu. Bất kỳ trạng thái nào nói trên cũng đều khó có thể giải quyết được bằng cách đối đầu trực diện với chúng.

Thay vì cố tìm cách đối phó với những vấn đề "nặng cân" như thế ngay lập tức, hãy thử thực tập với điều gì đó có phần dễ chia chẻ hơn. Chẳng hạn, bạn có thể cố ý tạo ra một cảm giác đau đớn thể chất bằng cách véo mạnh vào chỗ thịt nằm giữa ngón tay cái và ngón trỏ. Cách tu tập với mức độ khó chịu đơn thuần như thế rất giản dị và trực tiếp. (Một lợi ích đi kèm, theo các chuyên gia bấm huyệt, là làm như thế có thể giúp giảm cơn đau đầu.) Hoặc bạn cũng có thể cố gắng tu tập với những cảm thọ rất nóng hay rất lạnh, lấy từ những ký ức cảm thọ khó chịu như chảy mồ hôi nhễ nhại hay run cầm cập, và sự mong muốn thoát khỏi những tình trạng như thế. Một phương pháp khác là hãy quán sát sự khao khát của bạn khi muốn đạt được một điều gì, một tiện ích công nghệ mới chẳng hạn.

Một phương pháp khác nữa là chia chẻ một cảm xúc lớn lao thành những phần nhỏ hơn. Một nữ đệ tử của tôi thường xuyên rơi vào những đợt trầm cảm đã mô tả một phương pháp sáng tạo để tu tập tuệ giác thiền. Nguyên nhân làm sinh khởi hầu hết những đợt trầm cảm của bà là sự lặp lại một câu nói mà bà đã từng nghe mẹ bà nói từ thuở nhỏ: *"Mày luộm thuộm quá!"* Khi câu nói này cứ tự động lặp lại trong đầu bà, bà bắt đầu chia cắt nó ra thành từng mảnh nhỏ: *"mày luộm thuộm..."*, *"mày luộm..."*, *"mày..."*, *"m..."*. Sau khi áp dụng phương pháp này, bà tìm được sự tự do để đặt câu hỏi về ý nghĩa của tư tưởng và cảm giác của mình: *"Luộm thuộm"* là gì? *"Mày"* là gì? Mẹ tôi là ai, là gì mà có thể phán ra những nhận xét như thế? *"Con bé ấy"* là ai để chấp nhận sự phán định về nó như là *"kẻ luộm thuộm"*?

Bạn có thể thấy hữu hiệu khi thử qua một phương pháp có tính phân tích hơn nữa để chia chẻ một xúc cảm lớn lao thành những phần nhỏ hơn. Chẳng hạn, khi bạn đang ganh tỵ, hãy tự hỏi: *"Ai đang ganh tỵ? Có phải cái chân tôi? Hay tay tôi? Sự ganh tỵ sinh khởi từ đâu? Nó có kéo dài không? Nó có bị gián đoạn bởi những tư tưởng, cảm giác khác hay không? Người tôi đang ganh tỵ đó là ai? Có phải tôi đang ganh tỵ với bàn tay hay bàn chân của hắn không? Hay với cái miệng của hắn? Hay với những lời nói từ miệng hắn thốt ra chăng? Liệu tôi có thể thực sự xác định người tôi đang ganh ghét đó như là một thực thể thường hằng, đơn nhất và tự tồn tại không phụ thuộc hay không?"*

Một phương pháp khác nữa là quán sát những ký ức từ thuở bé, vốn thường dễ chia chẻ hơn là những tư tưởng và cảm giác phức tạp đè nặng lên chúng ta lúc tuổi đã trưởng thành. Theo như một đệ tử đã thực hành và kể lại với tôi, bạn có thể nhớ lại kinh nghiệm ngã từ trên cây xuống và trầy đầu gối. Anh ta đã thể nghiệm không những nỗi đau thể chất mà còn cả sự lúng túng ngượng nghịu vì có bao nhiêu là bạn bè đã nhìn thấy anh ngã. Anh tự hỏi: *"Lúc ấy cái cảm giác đau đớn thân thể ra sao? Cảm giác ngượng nghịu như thế nào? Tim tôi có đập mạnh không? Tôi có nghe máu dồn lên mặt không? Tôi có muốn chạy trốn và biến mất không?"*

Điểm quan trọng của việc chuyển sang một đối tượng khác trong tu tập tuệ giác chính là sự thực hành. Hãy bắt đầu một cách nhỏ nhặt và vận dụng một đối tượng chú tâm có phần dễ dàng. Khi làm như thế, bạn gầy dựng sức mạnh của mình - hay như ẩn dụ của người Tây Tạng đã nói trước là làm đầy "hồ chứa" của mình - để có thể đối trị với những vấn đề lớn lao hay dai dẳng hơn.

Bước thứ ba: Nhìn lại

Nhiều người có phản ứng chống kháng với việc tu tập tuệ giác. Một số người thấy khó khăn trong việc chia chẻ cảm xúc thành những mảnh nhỏ hơn. Một số khác thấy pháp tu tập này quá khô khan hay quá đậm tính phân tích. Một số khác nữa chỉ đơn giản là quá lo sợ đến nỗi không thể nhìn vào căn nguyên phía sau các cảm xúc của mình. Chẳng hạn như, một đệ tử của tôi cách đây không lâu đã kể lại một cuộc xung đột giữa anh ta và bà mẹ. Cứ mỗi lần bà mẹ cần đổ xăng vào xe, bà lại gọi anh đến nhà bà để giúp. Nhìn bề ngoài thì sự xung đột dường như xoay quanh chuyện bà mẹ thiếu khả năng làm cả một việc đơn giản, nhưng cuối cùng khi anh chấp nhận tâm tình trực tiếp với bà, họ đã cùng nhau phát hiện vấn đề tiềm ẩn là một sự kết hợp giữa lòng ganh tức và nỗi buồn phiền. Mẹ anh ganh tức vì anh dành thời gian [quá nhiều] cho người bạn cùng thuê phòng, và bà đau khổ vì cảm giác mất mát sau khi con trai rời nhà để đi ra thuê phòng ở riêng.

Như được minh họa qua thí dụ này, một trong những

yếu tố mạnh mẽ nhất của sự chống kháng với việc tu tập tuệ giác là nỗi lo sợ sự thay đổi, lo sợ mất đi cái tự thể cá biệt của mình - một sự phản ánh của che chướng tánh Phật thứ năm, khuynh hướng tự xác định mình như một người bất lực, cô đơn, lo âu hay sợ sệt chẳng hạn. Người mẹ trong câu chuyện minh họa trên đã lo sợ mất đi mối quan hệ giữa mình với con trai. Có những người khác nói với tôi: *"Tôi cần sự giận dữ để làm được việc."* Gần đây, một nữ đệ tử vừa kể cho tôi nghe về mối quan hệ tình cảm giữa cô với một nhạc sĩ. Anh này thường xuyên tranh cãi với cô, đã nhiều lần chia tay rồi lại cố tìm cách nối lại quan hệ. Cuộc tình của họ là nguồn cơn bất tận của những đau buồn và kịch tính, yêu thương và mất mát... Cuối cùng, cô hỏi người ấy: *"Lẽ nào chúng ta không thể có một cuộc tình thật bình thường, không có những biến đổi tình cảm quá đột ngột như thế này? Tất nhiên là có những lúc chúng ta không đồng ý nhau, nhưng những bất đồng đó đâu cần phải quá căng thẳng kịch liệt như vậy? Không lẽ mỗi lần bất hòa đều phải đi đến mức một mất một còn?"* Người bạn đã nhìn cô một lúc như thể cô là người từ hành tinh khác đến. Rồi anh ta đáp: *"Anh cần những xúc cảm thật kịch liệt để sáng tạo. Những cảm xúc đột biến trong tình yêu chính là điều anh cần để có thể viết ra những dòng nhạc."* Thật may mắn cho cô, cô không cần đến những cảm xúc kịch liệt để hoàn thành trách nhiệm hay đáp ứng nhu cầu công việc của mình, nên sau lần nói chuyện đó cô đã chấm dứt mối quan hệ ấy.

Tuy nhiên, tôi thấy câu chuyện này đặc biệt giúp làm sáng tỏ nhiều điều, vì nhiều người đã phản ứng chống kháng với việc tu tập tuệ giác chỉ vì hiểu lầm tánh Không. Không ít người đã hỏi tôi: *"Nếu con là Không, nếu những người làm việc chung với con là Không, nếu mọi tình cảm của con cũng là Không, làm sao con có thể hoạt động trong xã hội?"* Họ sợ phải từ bỏ tự thể cá biệt, hoặc là các mối quan hệ tình cảm và kinh nghiệm của họ sẽ trở nên vô nghĩa.

Những câu hỏi như thế gợi cho tôi nhớ một vài sự kiện đã xảy ra trong thời thơ ấu của tôi. Tôi đã trải qua phần lớn những năm đầu đời ở Nubri, một vùng trên dãy Hy Mã Lạp Sơn ở Népal, nơi những cơn bão mùa đông có thể rất hung bạo. Trong một trận bão vô cùng dữ dội, khi gió từ phương bắc thổi ào ạt vào tường nhà, tôi hãi hùng lo sợ căn nhà bị thổi sập. Tôi chạy đến một trong những cột trụ trong phòng chính và tận lực ép mình vào đó để đẩy ngược lại hướng gió. (Tất nhiên là căn nhà đã không sập, nhưng tôi không chắc là nỗ lực nhỏ nhoi của mình đã góp được phần nào trong đó!)

Rồi tôi so sánh kinh nghiệm trên với một sự việc đã xảy ra vài năm sau đó, khi tôi đi xe buýt lần đầu tiên. Một mùa đông nọ, tôi đi với mẹ từ Nubri - lúc ấy là một ngôi làng rất hẻo lánh, không một tiện nghi hiện đại nào cả, không có nước máy, không có điện, không có đường lát đá - đến Katmandu, một nơi thời tiết ấm hơn để chúng tôi có thể trải qua mùa đông một cách tương đối ấm áp và thoải mái hơn.

Chúng tôi đi bộ suốt 10 ngày, băng qua một vùng hoang sơ, đêm ngủ trong các hang động hoặc đồng hoang, và nấu ăn với những món được cõng theo trên lưng. Thế rồi, chúng tôi đến một nơi tên là Gorka. Ở đây, lần đầu tiên trong đời tôi nhìn thấy những chiếc xe tải và xe buýt.

Ấn tượng đầu tiên của tôi là thấy chúng như những con quái vật khổng lồ. Cặp đèn pha phía trước trông giống như đôi mắt. Chúng gầm lên khi chuyển mình. Tiếng còi của chúng giống như tiếng gầm của những con cọp đang giận dữ. Khi đến gần một chiếc xe buýt, mẹ tôi nói: *"Mình phải lên xe này."*

Tôi tự nhủ: *"Không thể nào!"* Nhưng mẹ tôi rất cương quyết, và bà lôi tôi lên xe buýt. Ngày thứ nhất ngồi xe, tôi đã kinh hoàng. Tôi đang ngồi trong bụng một con quái vật! Con đường rất tồi tệ, đầy ổ gà, ụ đất, và mỗi lần xe qua một trong những chỗ lồi lõm ấy, tôi kể chắc là con quái vật sẽ phải ngã lăn quay. Sau một vài giờ, tôi thấy choáng váng và nôn mửa. Cuối cùng chúng tôi đến chỗ ngừng, hai mẹ con thuê một phòng khách sạn. Đêm hôm đó tôi lên cơn sốt và lại thấy chóng mặt. Tôi nhớ đã nằm nhìn lên cây quạt trần, lúc đó đứng yên nhưng tôi lại thấy như nó đang quay. Rồi dần dần cả căn phòng cũng bắt đầu quay tít.

Hôm sau tôi cảm thấy đỡ hơn đôi chút, và mẹ tôi nói một cách dứt khoát: *"Chúng ta phải đi thôi."* Khi lên xe, mẹ tôi chọn ngồi ở hàng ghế đầu. Tôi tự nhủ thầm - gần như một câu thần chú - rằng đây chỉ là một con ngựa, không phải là một con quái vật. Dần dần, kinh nghiệm đi xe buýt của tôi bắt đầu thay đổi. Ngựa thì tôi quen thuộc lắm. Tôi đã từng cưỡi ngựa rồi. Tôi mở cửa sổ và nghe gió mát thổi qua mặt. Tôi nhìn ra ngoài và bắt đầu để ý đến cây cỏ xanh ngát khi chúng tôi đi xuyên qua miền nam Nepal. Cảnh vật và cảm giác giống như đang mùa hè.

Bằng cách quán sát nỗi sợ hãi và thay đổi cách nhìn, tôi đã làm hòa với việc đi xe buýt. Quan trọng hơn nữa, kinh nghiệm này là một trong những bài tu tập tuệ giác đầu tiên của tôi, mà chủ yếu là một tiến trình buông bỏ những định kiến, chấp nhận sự thay đổi và đột phá "điểm mù" để thấy được những tiềm năng nội tại mà dẫu nằm mơ tôi cũng chưa bao giờ nghĩ là mình sẵn có.

Bước thứ tư: Dừng nghỉ

Ngay cả khi thực hiện qua tất cả các giai đoạn trình bày trên đây, bạn vẫn có thể thấy việc tu tập của mình [có lúc] trở nên mơ hồ không rõ rệt. Bạn có thể cảm thấy mệt mỏi, nản lòng hay chán ngán. Bạn có thể mất hết nhiệt tình, cho dù chỉ để dành ra một, hai phút thiền tập mỗi ngày.

Lấy một thí dụ so sánh, những người tập chạy bộ ban đầu chỉ có thể chạy được 5 hay 10 phút thôi. Ngay cả với thời gian tập luyện ngắn ngủi đến như thế, họ vẫn cần dừng nghỉ trong chốc lát, và nếu họ có muốn chạy lâu hơn cũng không thể được, vì cơ thể họ hoàn toàn chưa quen với sự gắng sức như vậy. Họ phải dừng lại, cho dù họ có mong muốn tiếp tục đến mức nào đi chăng nữa. Họ có thể chạy lại vào hôm sau, rồi hôm sau nữa, kéo dài hơn thời gian luyện tập mỗi ngày một chút. Cuối cùng, họ sẽ có khả năng chạy trên đường dài nhiều dặm, và thậm chí có thể chạy đua marathon nữa!

Cũng thế, sự dừng nghỉ rất quan trọng trong tu tập tuệ giác, nhất là khi bạn trở nên buồn chán hay không còn hứng thú, khi sự tu tập trở nên quá khô khan hay nặng tính phân tích, hoặc khi những cảm xúc bạn đang quán sát trở nên mạnh mẽ hơn.

Cũng giống như với sự tu tập định tâm, nếu các cảm xúc hoàn toàn tiêu tan hay nếu bạn đạt đến một kinh nghiệm sâu sắc về tánh Không, thông qua đó mọi nhận thức nhị nguyên tan biến, thì nhất thiết bạn phải dừng lại. Khi nghe như vậy, nhiều người đã thắc mắc: *"Tại sao tôi phải dừng khi đang tu tập tiến triển tốt như vậy?"*

Tôi cũng đã hỏi các bậc thầy của tôi đúng câu hỏi ấy, và [giờ đây] tôi cũng sẽ đưa ra cùng một câu trả lời [như các ngài]. Chúng ta quá dễ dàng bám chấp vào cảm giác được tự do đến nỗi rất dễ bị cám dỗ phải tạo ra nó. Buông xả các cảm giác của sự giải thoát hay nhẹ nhõm là bài tập rốt ráo của tu tập tuệ giác. *Chúng ta phải buông xả cả sự buông xả.*

Mở rộng sự cảm thông

Tâm đại bi sẽ rộng mở
một cách tự nhiên đến với tất cả
những chúng sinh đau khổ
trong ngục tù vọng tưởng của chính họ.

Ngài Kafu Rinpoche
Luminous Mind - The Why of the Buddha
(Tâm xán lạn - Duyên khởi của chư Phật)
Maria Montenegro dịch sang Anh ngữ

Nhiều tháng trước đây, một cô đệ tử của tôi bị ngã ngựa và gãy xương chậu. Trong khi cô còn đang trong giai đoạn hồi phục, người bạn trai của cô đã cắt đứt quan hệ tình cảm giữa hai người. Qua điện thoại và điện thư, cậu phê phán cô là *"giả vờ làm nạn nhân"* để gợi lòng thương cảm của kẻ khác. Cậu bảo tai nạn của cô là hệ quả của *"nghiệp ác"* vì cô có nhiều quan hệ xung đột với gia đình cô...

Trong suốt thời gian đó, cô đã không nói gì về phản ứng của người bạn trai khiến anh ta trở thành một *"kẻ xấu"* trong mắt bạn bè và gia đình cô, cũng như càng hằn sâu thêm sự phê phán của anh ta vào tâm trí cô.

Như một sự trùng hợp ngẫu nhiên lạ lùng, ba tháng sau khi chia tay, anh bạn cũ của cô ngã từ trên cây xuống và bị gãy mấy đốt xương sống.

Cô đã có thể từ chối khi anh ta gọi để xin lại một vài

dụng cụ mà trước đây anh đã gửi cho cô để giúp làm giảm đau. Nhưng thay vì làm thế, cô đã chuẩn bị chu đáo một kiện hàng giúp đỡ[1] anh ta, trong đó không những có đủ các dụng cụ anh ta đã hỏi lại, mà còn thêm vào những món dược thảo đã giúp cô giảm đau trước kia.

Đã từng nhận biết nỗi khổ đau cảm xúc khi đang bị đau đớn thể chất trầm trọng mà còn bị công kích, cô đã chọn phương cách ứng xử mà một số người gọi là *"cao thượng"*: Thay vì [trả đũa bằng cách] hỏi xem có phải anh ta đang *"đóng kịch làm nạn nhân"* hay tai nạn của anh là hệ quả của một *"nghiệp ác"*, cô đã nhận biết nỗi khổ đau cảm xúc mà cô đã từng hứng chịu nên chọn cách rộng mở lòng mình bằng việc gửi cho anh một kiện hàng giúp đỡ.

Thay vì chọn cách xung đột với người bạn trai cũ, cô đã phản ứng một cách đầy cảm thông, tự mình trải nghiệm được một tâm thức an bình khi rộng mở đến cho anh bạn cũ không chỉ là một dịp tốt để được an bình, mà còn là cơ hội để biết được giá trị của khả năng nhận hiểu về những gì anh ta đã làm khi lên án cô trước đây. Nếu cô ứng xử một cách giận dữ và đáp trả lại bằng những câu lên án của chính anh [trước đây], chắc hẳn anh ta sẽ khép kín tâm hồn lại và trở nên cay cú, càng có khuynh hướng chỉ trích gay gắt hơn. Bằng sự chọn lựa mở rộng lòng và chuẩn bị chu đáo rồi gửi cho anh ta một kiện hàng giúp đỡ thay vì

[1] Nguyên tác dùng "care package", đúng ra theo cách viết ban đầu là CARE package, với CARE là viết tắt thay cho Cooperative for Assistance Relief Everywhere. Tên gọi ban đầu này là một thương hiệu, nhưng nay đã trở thành tên gọi thông dụng để chỉ chung những thùng hàng cứu trợ của các tổ chức từ thiện hay hoạt động xã hội, thường bao gồm thức ăn và vật dụng, thuốc men nhằm mục đích giúp đỡ người dân ở các vùng khó khăn, kinh tế chậm phát triển.

trả đũa, không những cô đã thể nghiệm sự rộng mở tâm hồn mình mà còn trao cho anh bạn một cơ hội để rộng mở tâm hồn của chính anh ta, nghĩa là nhận biết được rằng việc công kích một người đang đau đớn chắc hẳn không phải là phương pháp tốt nhất để xây dựng và phát triển một quan hệ tình cảm lành mạnh.

Bước thứ nhất: Bài tập chính

Cũng như bài tập chính của sự tu tập định tâm và tu tập tuệ giác, sự tu tập mở rộng cảm thông có thể được chia thành nhiều giai đoạn. Tuy nhiên, trong khi sự tu tập định tâm và tu tập tuệ giác đều có thể được gói gọn trong ba giai đoạn, thì sự mở rộng cảm thông lại có một hương vị khác hơn. Đây là một tiến trình chuyển hóa. Vì thế, thay vì chỉ có ba giai đoạn, sự mở rộng cảm thông gồm thêm một giai đoạn thứ tư như ta sẽ thấy.

Giai đoạn thứ nhất cũng tương tự như trong sự tu tập định tâm và tu tập tuệ giác - nghĩa là chỉ đơn thuần hướng sự tỉnh giác nhận biết đến bất kỳ điều gì bạn đang cảm thấy.

Giai đoạn thứ hai là sự nhận biết rằng có những người khác đang khổ đau vì những cảm xúc mãnh liệt hay những xung đột tình cảm, và sự nhận biết này có công năng giúp ta hiểu rằng ta *"không phải là người duy nhất đang khổ đau"*. Khi bạn hiểu được là có những người khác cũng đang khổ đau như thế, bạn sẽ bắt đầu cảm thấy rằng bạn và những người khác cũng đều như nhau. Cũng giống như bạn muốn thoát khổ, những người khác cũng muốn thoát khổ. Cũng giống như bạn muốn được hạnh phúc, những người khác cũng thế.

Bạn có thể nhớ lại bài tập ẩn dụ được nêu ra trong Phần Hai, khi bạn hình dung hai bên má của bạn bị đâm vào hai mũi kim nhọn, một bên má trái và một bên má phải. Sự đau đớn bên má phải tượng trưng cho những bất hạnh và khổ đau mà chính bạn đang gánh chịu. Sự đau đớn bên má trái tượng trưng cho những bất hạnh và khổ đau mà người khác đang gánh chịu. Sự đau đớn ở hai bên má đều như nhau.

Giai đoạn thứ ba của bài tập này bao hàm sự thực hành phép *tonglen* đã được miêu tả chi tiết trong Phần Hai.[1] Phương pháp này có thể tóm tắt một cách ngắn gọn như sau: Bạn bắt đầu bằng cách hướng tâm vào nỗi khổ đau của chính mình, nhận biết rằng những người khác cũng đang khổ đau, và bắt đầu quán tưởng thu hút vào chính bản thân mình tất cả các cảm xúc và tình huống khổ sở đau đớn mà vô số chúng sinh đang chịu đựng. Rồi bạn quán tưởng gửi ra tất cả những phẩm tính tốt đẹp, tất cả những kinh nghiệm hạnh phúc tạm thời của mình đến cho mọi người.

Một số bản văn khuyên ta quán tưởng sự khổ đau như một đám mây dày đen kịt và hạnh phúc cùng các phẩm tính hiền thiện như một luồng ánh sáng chói lọi tỏa chiếu. Để tự nhắc nhở, bạn có thể kết hợp tiến trình thu hút vào

[1] Xem lại mục "Tâm từ bi vô lượng" trong phần "Sự cảm thông" ở Phần Hai.

và gửi ra như trên với hơi thở của bạn. Thở vào khi thu hút về nỗi khổ đau của chúng sinh và thở ra khi quán tưởng mình đang gửi đến họ các phẩm tính hiền thiện của mình. Nhiều đệ tử của tôi kể lại rằng, việc kết hợp tiến trình quán tưởng với hơi thở tự nó đã làm phát sinh một tác dụng xoa dịu, an bình.

Pháp tu *tonglen* có nhiều lợi ích. Tất nhiên, lợi ích trước tiên là biết được rằng ta không đơn độc, và điều này giúp xoa dịu những nỗi khổ đau riêng tư mà nền tảng là sự tự chê trách mình. Lợi ích thứ hai là việc nhận biết sự khổ đau của người khác sẽ giúp làm tiêu tan những phê phán chê trách của ta đối với họ, trong đó có thể có những định kiến từ lâu ngày. Khi bạn thừa nhận những khổ đau của riêng mình và rằng một số lời nói, hình ảnh cũng như hành vi ứng xử là phát xuất từ sự khổ đau đó, bạn sẽ bắt đầu nhận hiểu được rằng một số hành vi của người khác, có vẻ như tàn nhẫn hay vô tình, thật ra cũng xuất phát từ một hố thẳm khổ đau tương tự. Trong khi đó, sự rộng mở những phẩm tính hiền thiện của mình sẽ giúp giảm thiểu ảnh hưởng của che chướng tánh Phật thứ tư - điểm mù [khiến bạn không thể nhìn thấy tiềm năng tánh Phật trong chính mình] - giúp bạn dần dần tỉnh giác nhận biết được sự thật là bạn luôn sẵn có những phẩm tính hiền thiện, và có lẽ còn có những khả năng khác nữa lớn lao hơn bạn đã từng tưởng tượng.

Tuy nhiên, [lợi ích] quan trọng nhất là khi áp dụng pháp tu đặc biệt này với sự cảm thông, bạn sẽ dần dần phát triển một cảm nhận là những khổ đau của bạn mang một ý nghĩa, hay có một mục đích. Khi bạn bắt đầu nhìn những cảm xúc của bạn như sự biểu hiện cho những cảm xúc của tất cả chúng sinh, bạn đang phát triển sâu sắc hơn thệ nguyện sẽ đến với tất cả chúng sinh để giúp họ giải thoát khỏi những cảm xúc phiền não hay độc hại.

Giai đoạn thứ tư của bài tập chính này hơi khác với tiến trình phân tích trong sự tu tập định tâm và tu tập tuệ giác. Trong giai đoạn này, ta sẽ quán sát năng lực chuyển hóa của sự cảm thông. Thay vì chạy trốn cảm xúc hoặc cố gắng kìm nén, hay buông thả cho nó chế ngự, bạn có thể cứ để cho cảm xúc tự do khởi sinh. Khi cảm xúc hiện hữu, nó trở thành một phần của tâm từ ái bi mẫn, và do đó trở thành hữu ích. Với sự tu tập, bạn sẽ khơi mở một sự chuyển biến tự nhiên trong cách nhìn về cảm xúc phiền não. Chúng không phải là những điều xấu xa, độc hại. Những cảm xúc khó chịu ấy thật ra là hữu ích cho sự nỗ lực cảm nhận sâu sắc hơn những khổ đau của người khác. Và bằng cách vận dụng chúng như là tâm điểm của sự thực hành *tonglen*, cuối cùng bạn sẽ giúp ích được cho người khác.

Bước thứ hai: Chuyển sang đối tượng khác

Như đã đề cập ở phần trước trong sự tu tập định tâm và tu tập tuệ giác, việc đối phó trực tiếp với những cảm xúc mãnh liệt hay tập khí lâu đời có thể không dễ dàng. Nếu thấy khó khăn tương tự như vậy trong lúc tu tập rộng mở sự cảm thông, hãy thử quay sang với một cảm xúc nhỏ yếu hơn, hay có thể chỉ một khía cạnh của một mô thức cảm xúc mãnh liệt hay kéo dài. Những cảm xúc mãnh liệt hay những mô thức cảm xúc kiên cố nằm rất sâu trong tâm thức - như những đại dương dường như không đáy hay vô tận. Trước khi cố gắng bơi qua một đại dương, cách khởi đầu hiệu quả hơn có lẽ là rèn luyện sức mạnh bằng cách tập bơi trong ao hồ.

Chẳng hạn, nếu bạn đang đau khổ vì mặc cảm tự ti, sự cô đơn, bất an hay trầm cảm, đừng cố đương đầu cùng lúc với tất cả các tâm trạng đó. Hãy tập trung vào một khía cạnh, có thể là phản ứng của bạn với một câu nói đã làm sinh khởi một cảm giác tự chê trách, hoặc cảm giác vô vọng hay mệt mỏi báo trước một đợt trầm cảm sắp đến.

Bạn có thể bắt đầu với một cảm xúc nhỏ yếu hơn, như sự bực bội hay khó chịu khi có ai đó chen ngang trước mặt bạn lúc xếp hàng chờ trả tiền ở tiệm thực phẩm hay trong ngân hàng. Một tùy chọn khác có thể là tu tập tâm từ bi bình thường. Có một người từng khổ sở với sự bất an dai dẳng đã chọn theo cách này. Khi rơi vào tâm trạng bất an, anh ta hướng tâm về bà nội của anh, là một người rất hay lo lắng. Bằng cách tự đặt mình vào hoàn cảnh của bà, những lo âu của chính anh đã dịu đi, và dần dần anh có khả năng rộng mở sự cảm thông với nhiều người hơn. Việc nhớ lại một cảm xúc trong quá khứ, như sự sợ hãi hay giận dữ, hoặc thậm chí là sự đau đớn và ngượng nghịu khi ngã từ trên cây xuống - như đã kể trước đây - cũng có thể giúp bạn rèn luyện tăng thêm sức mạnh để đương đầu với những cảm xúc lớn lao hơn. Một khi đã có thêm sức mạnh nhờ vận dụng những phương thức nho nhỏ như thế, bạn có thể bắt đầu đối phó với những vấn đề lớn lao hơn như sự tự chê trách và phê phán chỉ trích người khác.

Bước thứ ba: Nhìn lại

Thông thường, khi nghĩ đến tu tập sự cảm thông, ta nghĩ ngay là mình phải dẹp sang một bên những cảm xúc không tốt, sự chấp ngã v.v... Nhưng qua sự tu tập pháp *tonglen*, ta sẽ phát hiện rằng các cảm xúc bất thiện có một phương diện, hay khía cạnh hoàn toàn khác hơn.

Chẳng hạn, có một phụ nữ đến tham vấn đã nói với tôi là bà rất nóng tính, và xin tôi dạy cho một phương pháp để chế ngự. Tôi bắt đầu bằng việc dạy bà thiền chỉ (*shamatha*) - phát triển một sự tỉnh giác về tính nóng của bà. Bà cắt ngang lời tôi và nói: *"Con đã thử phương pháp ấy rồi, không có hiệu quả gì cả. Con cần một cái gì khác hơn kìa!"*

Thế là tôi dạy bà pháp tu *tonglen* và ban đầu bà ngạc nhiên *kêu* lên: *"Đó là một ý kiến hay!"* Nhưng sau khi suy nghĩ một lúc, bà nói: *"Con nghĩ là phương pháp này sẽ không có kết quả gì đâu, bởi vì tâm bi mẫn đối nghịch với tính cách của con! Con thậm chí rất khó mà hình dung được tâm từ bi nó ra làm sao!"*

Tôi khuyên bà cứ thử qua xem sao, và nói: *"Ngày mai bà hãy trở lại và cho tôi biết điều gì đã xảy ra."*

Sáng hôm sau bà trở lại, vẻ mặt tươi tỉnh rạng rỡ: *"Con thật ngạc nhiên về chính mình! Thường thì khi con cố quán tưởng tâm từ bi, con phải tranh đấu với sự nóng nảy của mình. Con luôn cố đối kháng với nó, kìm nén nó! Nhưng với pháp tu này, con chỉ cần để yên tính nóng nảy như thế. Con đã không thay đổi nó, con chỉ thay đổi cách nhìn của con đối với nó."*

Câu trả lời của bà đã gợi cho tôi cảm hứng tìm hiểu xem tại sao có quá nhiều người đề kháng với việc rộng mở sự cảm thông. Bất ổn trước nhất nảy sinh từ sự hiểu lầm về mục đích nhắm đến của phương pháp - tức là cho rằng dùng pháp tu này nhằm gạt bỏ cảm xúc. Bạn có thể nghĩ: *"Tôi có vấn đề là hay phê phán và trách móc người khác. Bây giờ tôi sẽ tu tập pháp này để có thể trừ bỏ cái tính xấu đó, ngay bây giờ, ngay ở đây!"*

Nhưng điều đó sẽ không xảy ra. Cái tập tính mà bạn muốn trừ bỏ đó không hề mất đi. Thế là bạn nghĩ: *"Thôi rồi, mình bế tắc rồi!"* hoặc là: *"Tôi ghét pháp tu tập này! Nó không có hiệu quả gì cả!"*

Những phản ứng như vậy là thí dụ điển hình của sự bám víu vào hy vọng và sợ hãi. Hy vọng là cảm xúc sẽ hoàn toàn biến mất, và sợ hãi là dầu cố gắng đến đâu cũng sẽ không thay đổi được cảm xúc của mình. Như thầy tôi, Saljay Rinpoche, đã khuyên trước kia khi tôi còn phải đối phó với sự khủng hoảng: *Bạn phải dừng một chút và nhìn lại niềm hy vọng cũng như nỗi sợ hãi của mình như những tiêu điểm để tu tập sự cảm thông. Tất cả chúng ta đều hy vọng được giảm nhẹ khổ đau và lo sợ là ta không thể làm được gì để xoa dịu nó.*

Loại bất ổn chống kháng thứ hai nảy sinh từ sự quán sát chính bản thân cảm xúc. Sự cô đơn, mặc cảm tự ti, những xét nét phê phán về người khác v.v... có vẻ như to lớn quá hay khắc sâu trong tâm khảm quá, đến nỗi ta không thể trực tiếp đối đầu với chúng. Trong trường hợp đó, hãy dừng lại một chút và thử đối phó với những cảm xúc nhỏ yếu hơn. Hãy giải quyết từ những nguyên nhân sinh khởi hay thúc đẩy, hoặc cũng có thể là những ký ức thời thơ ấu. Hãy quán sát sự hy vọng và nỗi sợ hãi.

Bước thứ tư: Dừng nghỉ

Cũng giống như với các pháp tu tập định tâm và tu tập tuệ giác ở trước, rất có thể là bạn sẽ cảm thấy chán ngán hoặc mệt mỏi. Bạn có thể nghĩ: *"Thôi rồi, mình lại phải cố thêm lần nữa rồi!"* Có thể ý nghĩa chính yếu của sự tu tập trở nên mơ hồ và nhiệt tình tu tập của bạn suy giảm. Đó là những dấu hiệu rõ rệt báo rằng ta phải dừng lại. Bạn không cần phải cảm thấy như mình có lỗi. Hãy nhớ rằng bạn đang rèn luyện các *"cơ bắp"* tinh thần cũng như cảm xúc, và điều này cần có thời gian.

Vẫn là lời khuyên như khi tu tập định tâm và tu tập tuệ giác, điều quan trọng là phải dừng lại khi sự tu tập của bạn có vẻ như tiến triển rất tốt. Khi bạn cảm thấy tâm từ bi đã phát triển tới mức quá tuyệt hảo - như khi bạn cảm thấy rằng *"từ hôm nay tôi có thể mãi mãi phụng sự chúng sinh, tôi đã thực sự chuyển hóa, tôi có thể cho đi mọi phẩm chất tốt đẹp của mình"* - thì đó là lúc phải dừng lại.

Tại sao vậy?

Có một thí dụ rút ra từ lịch sử Phật giáo [Tây Tạng] có thể giải thích điều này. Vào thế kỷ 19, có một vị đại sư Tây Tạng vĩ đại là Patrul Rinpoche, bắt đầu nhận đệ tử sau khi đã tu trì thiền quán thâm sâu trong phần lớn cuộc đời trước đó, và đã được chỉ dạy từ một số bậc thầy và học giả trọng yếu nhất thời bấy giờ.

Sau khi được nhận lãnh những giáo pháp căn bản về tâm từ bi, một vị đệ tử của Ngài đã phấn khích tuyên bố: "Bây giờ con đã hiểu thế nào là từ bi! Từ hôm nay con thấy mình đã hoàn toàn buông bỏ sự sợ hãi và sân hận. Cho dù có bị đánh đập con cũng sẽ không động tâm."

Patrul Rinpoche nhẹ nhàng khuyên ông: "Đừng kết luận quá vội vã như thế. Từ từ thôi. Hãy cứ tu tập đi."

Nhưng người đệ tử không đồng ý và bắt đầu công bố sự chuyển hóa của mình với bất kỳ người nào ông gặp.

Một buổi sáng, ông ngồi thiền bên cạnh một ngôi tháp (*stupa*), một loại kiến trúc thiêng liêng biểu trưng cho tâm giác ngộ của đức Phật. Ông ngồi quay mặt về hướng đông - phía mặt trời mọc - và trùm tấm y ngoài lên đầu khi ngồi thiền với đôi mắt hé mở. Cùng lúc ấy, Patrul Rinpoche đang đi nhiễu quanh ngôi tháp như một nghi thức cầu nguyện. Như thường lệ, Ngài không mặc những bộ lễ phục sang trọng mà chỉ mặc một chiếc áo vải thô rẻ tiền có nhiều chỗ đã rách. Sau khi đi nhiễu tháp một vòng, Ngài ngừng trước mặt người đệ tử và hỏi: *"Thưa ông, ông đang làm gì thế?"*

Không nhận ra thầy mình trong chiếc áo rách rưới ấy, người đệ tử trả lời ngắn gọn: *"Tôi đang thiền quán từ bi."*

Patrul Rinpoche nói: *"Ồ! Hay quá!"*

Sau một vòng đi nhiễu quanh tháp, Ngài lại dừng trước người đệ tử và hỏi ông đang làm gì. Người đệ tử vẫn chưa nhận ra thầy mình, trả lời có vẻ khô khốc hơn một chút: *"Tôi đang thiền quán từ bi!"*

Patrul Rinpoche nói: *"Tốt quá!"*

Lại thêm một vòng nhiễu tháp nữa, và Ngài dừng trước người đệ tử rồi lặp lại cùng một câu hỏi như trước. Lần này, người đệ tử giận dữ quát ầm lên: *"Tôi đã nói là tôi đang thiền quán từ bi! Ông có vấn đề gì vậy? Bộ điếc hả?"*

Lúc ấy, người đệ tử run lên vì giận, chiếc áo tuột xuống khỏi đầu, ông mở to mắt và nhận ra thầy mình!

Ngài Patrul Rinpoche đứng trước mặt ông mỉm cười và hỏi thật từ hòa: *"Ông từ bi như thế đấy hả?"*

Lúc đó, vị đệ tử mất hết vẻ kiêu ngạo.

Ý nghĩa câu chuyện này là dầu cho ta có đạt được một chút tri thức về sự cảm thông và đạt được đôi chút kết quả nhỏ nhoi nhờ sự tu tập, ta vẫn cần thời gian để tăng trưởng năng lực của tâm từ bi. Và điều đó đòi hỏi ta phải biết dừng nghỉ đúng lúc cũng như phân chia thời khóa tu tập thành những khoảng thời gian rất ngắn - có thể mỗi lần chỉ khoảng một phút thôi, nhưng mỗi ngày nhiều lần - cho đến khi những *"cơ bắp cảm xúc"* của lòng từ bi được phát triển.

Kết luận

Trong thiền định, cũng giống như trong tất cả mọi nghệ thuật, nhất thiết phải có một sự quân bình rất vi tế...

Sogyal Rinpoche
The Tibetan Book of Living and Dying
(Tạng thư sống chết)
Patrick Gaffney và Andrew Harvey hiệu đính

Cách đây mấy năm, trong một thời gian dài lưu lại thành phố New York, tôi gặp một người muốn học thiền. Người bạn thân nhất của anh ta vừa qua đời trước đó ít lâu và vì thế mà anh rất buồn khổ, suy sụp và không ngừng lo sợ cho cái chết của chính mình. Trong một loạt những lần tham vấn riêng trải dài suốt mấy tuần lễ, tôi dạy anh ta cách dùng sắc tướng và các giác quan khác làm trợ duyên cho thiền tập, và hướng dẫn anh ta những pháp tu tập đặc biệt ở nhà để cải thiện các khía cạnh giác quan trong thiền tập. Sau đó, trong một buổi thuyết giảng trước công chúng, anh ta học thêm cách dùng tư tưởng và cảm xúc làm trợ duyên cho thiền quán. Một thời gian ngắn sau buổi thuyết giảng ấy, anh xin một buổi tham vấn khác. Anh thú nhận: *"Con không thể nào theo dõi tư tưởng và cảm xúc. Điều đó dễ sợ quá, giống như nhìn một đợt sóng thần đang tiến về phía con."*

Tôi biết đôi chút về cuộc sống của anh, và nghĩ rằng

hình ảnh anh đã chọn để miêu tả cảm xúc thật đáng chú ý. Tôi bảo anh: *"Hãy nhắc lại giúp tôi nghề nghiệp chính của anh là gì?"*

Anh nói rất nhỏ: *"Con làm nghề lướt sóng chuyên nghiệp."*

Tôi trả lời: *"Vâng, tôi nhớ ra rồi. Thế anh nghĩ sao về những con sóng lớn?"*

Anh kêu lên: *"Ồ! Con thích sóng lớn lắm!"*

Tôi gật đầu: *"Thế thì hãy nói cho tôi biết anh đã học lướt sóng như thế nào? Trước đó anh có thích những con sóng không?"*

Anh giải thích là đã được khuyến khích bởi một vài người bạn, vốn là những người say mê lướt sóng. Họ đã mất một thời gian dài mới thuyết phục được anh, vì lúc ấy đối với anh ngay cả những con sóng nhỏ cũng có vẻ đe dọa như *"sóng thần"* - anh lặp lại cùng từ ngữ như đã dùng để miêu tả cảm xúc.

Anh kể tiếp: *"Nhưng nhờ các bạn giúp đỡ, con đã gắng sức tự mình vượt qua nỗi sợ hãi và bây giờ con rất thích sóng. Con có thể chơi đùa trong sóng. Con có thể dùng sóng nước như một trò vui. Ngay cả những con sóng lớn, với con cũng có vẻ như là một thử thách, một phương cách để thúc đẩy con tiến xa hơn nữa và hoàn thiện kỹ năng của mình. Trong thực tế, lướt sóng gần như đã là một phương tiện kiếm sống hiện nay của con, bằng cách tham gia vào các cuộc thi và giành được các giải thưởng."*

Anh nói thêm một cách phấn khích: *"Con nghĩ, thầy có thể nói rằng sóng biển là cả cuộc đời con!"*

Tôi chờ một lúc cho anh ta nói xong chuyện và thú

vị nhìn nụ cười nở rộng của anh khi nói đến nghề nghiệp của mình. Rồi tôi bảo anh: *"Tư tưởng và cảm xúc của anh cũng giống như sóng biển vậy. Lướt sóng cũng giống như theo dõi tư tưởng và cảm xúc! Vậy nếu anh biết cách vận dụng sóng nước như anh nói, thì anh cũng đã có sự hiểu biết căn bản về cách 'lướt trên' những tư tưởng và cảm xúc của mình."*

Thế rồi tôi cho anh một vài hướng dẫn tu tập ở nhà. Theo đó anh ta sẽ bắt đầu [bằng các bài tập] nhỏ và ứng phó thật thư thả với những tư tưởng, cảm xúc của anh, theo cách giống như anh đã vượt qua những con sóng lúc mới bắt đầu học lướt sóng. Tôi nói:

"Những pháp tu tập này cũng giống như những người bạn của anh. Mục đích của chúng là khuyến khích anh, giúp anh đối mặt với những đợt sóng tư tưởng và cảm xúc, giúp anh chơi với tư tưởng và cảm xúc giống như đã chơi đùa với sóng. Anh không thể ngăn chặn một con sóng đang dâng lên, phải không? Nhưng anh có thể học biết cách cưỡi sóng."

Tôi không gặp anh ta trong một năm sau đó. Khi gặp lại, anh có một nụ cười thật tươi. Anh hỏi: *"Thầy còn nhớ con đã thưa với thầy rằng sóng biển là cả cuộc đời con?"*

Tôi đáp: *"Dĩ nhiên là tôi nhớ."*

"Bạch thầy, bây giờ thì tư tưởng và cảm xúc là cả cuộc đời con! Thầy đã dạy rất đúng: Đối phó với chúng không khác gì việc lướt sóng cả."

Tôi hỏi: *"Thế anh đã dùng phương pháp nào?"*

Anh ta đáp: *"Con dùng đủ mọi phương pháp. Đôi khi*

con chuyển từ phương pháp này sang phương pháp khác, cũng giống như con thay đổi các cách thế khi lướt sóng. Thầy biết không, có khi lướt với ván dài hay ván ngắn, rồi thả nổi, rẽ nước trên sóng, hoặc lướt trên đỉnh sóng v.v...”

Vì tôi không phải là một chuyên gia lướt sóng, tôi không hiểu được bất kỳ thuật ngữ nào anh ta nói đến. Nhưng tôi có thể nắm bắt điểm chính yếu trong lời giải thích của anh: *sự quan trọng của việc thay đổi các phương pháp.*

Như các bậc thầy đã chỉ rõ cho tôi trước đây, việc thường xuyên chuyển đổi tiêu điểm tập trung - trong phương pháp cũng như đối tượng quán chiếu hoặc trợ duyên - là thiết yếu để giữ cho sự tu tập luôn tươi mới. Nếu tu tập quá lâu với một đối tượng hay duy trì mãi một phương pháp, bạn có thể trở nên chán ngán, mơ hồ và kiệt quệ. Tôi đã gặp nhiều người mất hẳn nhiệt tình tu tập chỉ vì bám víu quá lâu với một phương pháp [ban đầu] có vẻ như hiệu quả đối với họ.

Cách đây không lâu, tôi gặp một người đã nhiều năm duy trì sự tu tập chỉ duy nhất với phương pháp chú tâm vào hơi thở, vừa như một sự luyện tập để tâm được an bình, vừa như một phương tiện để đạt đến sự nhận hiểu tính vô thường. Anh ta nói với tôi:

“Năm đầu tiên thì tuyệt vời lắm, nhưng nhiều năm sau đó con không cảm nhận được hiệu quả như thế nữa. Con không cảm thấy mình có tiến bộ, thâm nhập sâu hơn hay phát triển hơn chút nào cả. Khi con bận rộn, rất nhiều tư tưởng sẽ sinh khởi, thiền quán hơi thở vốn trước đây rất hữu hiệu trong việc giúp con an tĩnh, nhưng bây giờ nó không còn hiệu quả nữa.”

Trong lúc nói chuyện, tôi biết anh ta chỉ được dạy mỗi một phương pháp ấy thôi. Vì vậy, tôi khuyên anh nên thử qua những phương pháp khác, có thể sẽ dễ chịu hơn. Trong mấy ngày sau đó, tôi dạy anh những bước căn bản của sự tu tập định tâm, tu tập tuệ giác và nuôi dưỡng tâm từ bi. Sau đó, tôi đề nghị anh nên định kỳ chuyển đổi giữa các phương pháp tu tập. Mỗi lần chúng tôi gặp lại, anh đều cám ơn tôi đã mở mắt cho anh thấy là sẵn có nhiều phương pháp để rèn luyện tâm thức.

Tôi bảo anh: "Đừng cám ơn tôi. Hãy cám ơn các bậc tiền bối. Các bậc thầy của tôi, các bậc thầy của các ngài và các bậc đại sư Phật giáo từ xa xưa đã hiểu rằng các cảm xúc sinh khởi và được duy trì bởi năm che chướng tánh Phật mà bản chất vốn là các tập quán nhận thức đã sinh khởi từ lúc ta chào đời, rồi ngày càng trở nên mạnh mẽ hơn, bám rễ sâu hơn trong tâm thức khi ta lớn lên. Năm quan điểm che chướng ấy đã khóa chặt ta trong một loại hình tự thể nào đó, một cung cách [mà ta luôn dựa theo đó để] liên hệ với chính mình và với người khác, và điều đó thì nhẹ nhất cũng sẽ gây bao phiền não, nhưng tồi tệ nhất là mang tính hủy hoại. Khi tu tập với những phương pháp khác nhau, ta sẽ bắt đầu hiểu được ảnh hưởng của chúng. Và khi hiểu được ảnh hưởng của chúng, ta sẽ bắt đầu nhận biết được sức mạnh và tiềm năng tâm thức của chính mình. Đó chính là nền móng chân chính của sự tu tập theo Phật giáo: Hiểu được năng lực của tâm trong việc tạo ra cách nhìn nhận của chính nó về thực tại mà ta đang sống trong đó."

12. TRÍ TUỆ HOAN HỶ

Nếu kiên trì, bạn sẽ thành công;
và bạn sẽ tìm được niềm vui
khi vượt qua được các chướng ngại.

Hellen Keller

Bên trong những yếu đuối và khiếm khuyết mà ta nhận thức được có ẩn chứa chiếc chìa khóa để nhận biết sức mạnh thực sự của chúng ta. Bằng cách đối mặt với các cảm xúc phiền não và những vấn đề bất ổn xảy ra trong đời sống, chúng ta khám phá một kinh nghiệm sảng khoái lan rộng cả bên ngoài lẫn bên trong. Nếu như trước đây tôi không đối mặt với sự khủng hoảng và bất an đã bám theo tôi trong suốt thời thơ ấu, hẳn tôi đã không thể ở vào địa vị như ngày nay. Hẳn tôi sẽ không bao giờ có được sự can đảm hay sức mạnh để bước lên máy bay, đi vòng quanh thế giới, và ngồi trước một cử tọa toàn những người lạ mặt để trao truyền vốn trí tuệ mà tôi đã học được, không chỉ qua kinh nghiệm bản thân tôi, mà còn là qua kinh nghiệm của những bậc đại sư chân chính, những người dẫn dắt và là những bậc thầy của tôi.

Tất cả chúng ta đều là Phật. Nhưng chúng ta lại không nhận biết điều đó. Về nhiều phương diện, chúng ta bị khép chặt trong một cái nhìn hạn hẹp về chính mình và về thế giới chung quanh, được tạo ra qua những điều kiện văn hóa xã hội, giáo dục nuôi dưỡng trong gia đình, kinh nghiệm cá nhân và khuynh hướng sinh lý cơ bản, vốn luôn hình thành những phân biệt và đo lường kinh nghiệm hiện tại cũng như hy vọng, sợ hãi trong tương lai, dựa trên kho tàng ký ức được lưu trữ trong các tế bào thần kinh.

Một khi bạn tự mình phát nguyện sẽ nuôi dưỡng một sự tỉnh giác nhận biết về tánh Phật của mình, chắc chắn bạn sẽ bắt đầu nhận thấy những thay đổi trong kinh nghiệm hằng ngày. Những việc trước đây thường gây phiền muộn sẽ mất dần khả năng làm bạn rối rắm. Bạn sẽ có một trực giác bén nhạy, khôn ngoan hơn, sống thanh thản hơn và chân thành, cởi mở hơn. Bạn sẽ bắt đầu nhận biết các chướng ngại như là những cơ hội để bạn tu tập tăng tiến hơn. Rồi khi ảo giác về sự giới hạn và dễ thương tổn của bạn dần dần mất đi, bạn sẽ khám phá từ sâu thẳm trong nội tâm mình sự vĩ đại thực sự của tự thể: Bạn là ai và là gì?

Và tuyệt vời nhất là, khi bạn bắt đầu thấy được tiềm năng của chính mình, bạn cũng sẽ bắt đầu nhận thấy tiềm năng ấy ở tất cả mọi người quanh bạn. Tánh Phật không phải là một phẩm tính đặc biệt chỉ dành riêng cho một số ít người được ưu tiên. Dấu hiệu chân thật của việc nhận biết tánh Phật nơi mình là nhận ra rằng tánh Phật ấy thực sự bình thường như thế nào - đó là khả năng nhận biết tất cả chúng sinh đều có tánh Phật, cho dù không phải ai cũng nhận biết được tánh Phật nơi chính họ. Vì thế, thay vì khép kín lòng mình trước những người quát tháo bạn hay có hành vi nào đó khác hơn gây hại cho bạn, bạn sẽ thấy mình trở nên cởi mở hơn. Bạn nhận biết rằng họ không phải là những kẻ điên khùng, mà cũng là những con người giống như bạn, luôn mong muốn được hạnh phúc và an bình. Họ xử sự như những kẻ điên khùng vì họ chưa nhận biết được bản thể chân thật của họ và đang bị chế ngự bởi những cảm giác yếu đuối và sợ hãi.

Bạn có thể bắt đầu tu tập với ước nguyện đơn giản là để hoàn thiện chính mình, để làm tất cả mọi việc một cách tỉnh thức hơn và để rộng mở cõi lòng với người khác một cách sâu sắc hơn. Động cơ thúc đẩy là yếu tố riêng lẻ quan trọng nhất quyết định kinh nghiệm của bạn là an lành hay đau khổ. Trí tuệ và từ bi thật ra luôn phát triển song hành. Càng có sự chú tâm và quán chiếu sâu xa sự việc, bạn sẽ càng thấy dễ khởi tâm bi mẫn. Và càng rộng mở tâm hồn với mọi người, bạn sẽ càng sáng suốt hơn và duy trì được sự chú tâm nhiều hơn trong tất cả những việc bạn làm.

Bất cứ khi nào bạn cũng có thể chọn lựa, hoặc là theo đuổi chuỗi tư tưởng, cảm xúc và cảm giác vốn củng cố nhận thức về bản thân mình như là yếu đuối và giới hạn, hoặc là luôn ghi nhớ rằng bản thể chân thật của mình vốn là thanh tịnh, không do tạo tác và không thể bị tổn hại. Bạn có thể tiếp tục chìm trong giấc ngủ vô minh hoặc nhớ lại rằng bạn vẫn đang và vốn thường tỉnh giác. Dù chọn cách nào thì bạn cũng đang hiển bày bản chất vô hạn của tự tánh chân thật. Vô minh, yếu đuối, sợ hãi, sân hận và tham muốn đều là những biểu hiện từ tiềm năng vô hạn của tánh Phật. Không có gì vốn sẵn mang tính chất đúng sai trong những chọn lựa như thế. Kết quả tu tập theo Phật giáo chỉ đơn giản là để nhận biết được rằng những phiền não nói trên hay khác nữa cũng đều chỉ là những chọn lựa sẵn có với ta không hơn không kém, bởi vì bản chất chân thật của ta vốn có phạm trù vô hạn.

Chúng ta chạy theo vô minh vì chúng ta có khả năng đó. Chúng ta sống tỉnh giác cũng vì chúng ta có khả năng đó. Luân hồi và Niết-bàn chỉ là những cách nhìn khác nhau dựa trên sự chọn lựa của ta về cách thức quan sát và nhận hiểu kinh nghiệm của mình. Niết-bàn không có gì huyền bí và luân hồi cũng không có chi xấu xa hay sai trái. Nếu bạn cứ khăng khăng tự nghĩ về mình như là hạn hẹp kém cỏi, sợ sệt, dễ tổn thương, hay bị khủng hoảng bởi kinh nghiệm quá khứ, hãy biết rằng đó chỉ là do sự chọn lựa của bạn. Cơ hội để bạn trải nghiệm khác hơn về chính mình vẫn luôn luôn sẵn có.

Về cơ bản, con đường tu tập theo đạo Phật đưa đến một chọn lựa giữa sự quen thuộc và thực tiễn. Việc duy trì những mô thức quen thuộc trong tư tưởng và hành vi chắc chắn là cho ta một cảm giác thoải mái và ổn định nào đó. Việc bước ra khỏi phạm vi thoải mái và quen thuộc ấy tất yếu đòi hỏi ta phải chuyển vào một phạm trù kinh nghiệm xa lạ, có thể là mang dáng vẻ thực sự đáng khiếp sợ, một phạm trù khó chịu nửa vời như tôi đã trải nghiệm trong lúc nhập thất.[1] Bạn không biết là nên quay về với những [kinh nghiệm] quen thuộc nhưng đáng sợ, hay là nên tiếp tục dấn bước tiến lên về phía những [kinh nghiệm] có vẻ như đáng sợ chỉ vì chúng không quen thuộc.

Trong một ý nghĩa nào đó, sự phân vân không xác

[1] Ở đây, Rinpoche muốn chỉ đến lần nhập thất "sống chết" mà Ngài cuối cùng đã vượt qua được nỗi khủng hoảng đeo bám trong suốt thời thơ ấu. Xin xem phần Ngài kể lại chi tiết chuyện này trong sách *Sống một đời vui* - NXB Tôn giáo, 2013 - từ trang 58 đến trang 61.

quyết khi đứng trước chọn lựa thừa nhận tiềm năng trọn vẹn của mình rất tương tự với những gì mà nhiều đệ tử của tôi đã kể lại về sự chấm dứt một cuộc tình đau đớn: có một cái gì bất đắc dĩ, một cảm giác thất bại đi kèm theo sự chia tay ấy.

Khác biệt chính giữa việc cắt đứt một cuộc tình đau đớn với việc bước vào con đường tu tập theo Phật giáo là khi bước vào tu tập, bạn đang chấm dứt một cuộc tình đau đớn với chính bản thân mình. Khi bạn thừa nhận tiềm năng chân thật của mình, bạn dần dần thấy mình giảm bớt việc thường xuyên hạ thấp chính mình, quan niệm về chính mình trở nên tích cực và lành mạnh hơn, sự tự tin và niềm vui sống sẽ tăng thêm. Đồng thời bạn sẽ bắt đầu nhận ra rằng mọi người xung quanh bạn đều có cùng một tiềm năng ấy, dù họ có biết điều đó hay không. Thay vì ứng xử với họ như những mối đe dọa hay những đối thủ, bạn sẽ thấy mình có khả năng nhận biết và cảm thông với những nỗi sợ hãi, khổ đau của họ. Bạn sẽ tự nhiên ứng xử với họ theo cách chú trọng vào những giải pháp cho các vấn đề bất ổn chứ không phải là tự thân các bất ổn đó.

Xét cho cùng, trí tuệ sáng suốt hoan hỷ trở thành một chọn lựa giữa sự *không thoải mái* khi trở nên tỉnh giác nhận biết về những phiền não của mình với sự *không thoải mái* khi bị phiền não chi phối, sai sử. Tôi không thể nói chắc với bạn rằng việc đơn thuần trụ tâm trong sự tỉnh giác nhận biết những tư tưởng, cảm giác và cảm thọ, đồng thời nhận biết chúng như là sự hỗ tương tạo tác của chính thân tâm bạn, bao giờ cũng là một kinh nghiệm dễ chịu. Trong thực tế, tôi lại có thể bảo đảm khá chắc chắn rằng sự quán chiếu bản thân theo cách này có đôi khi sẽ là một kinh nghiệm cực kỳ khó chịu.

Nhưng điều đó cũng đúng khi ta bắt đầu bất kỳ một kinh nghiệm mới nào, dầu đó là đi tập thể thao, bắt đầu một việc làm mới hay bắt đầu theo một chế độ ăn kiêng. Những tháng đầu tiên bao giờ cũng khó khăn. Việc học hết tất cả các kỹ năng cần thiết để thành thạo một công việc không phải dễ dàng; động viên chính mình đi tập thể thao không phải là dễ dàng; tuân thủ chế độ ăn uống lành mạnh mỗi ngày không phải là dễ dàng. Nhưng sau một thời gian, những khó khăn sẽ giảm bớt, bạn sẽ bắt đầu có cảm giác vui thích hay thành tựu, và toàn bộ nhận thức của bạn về chính mình sẽ bắt đầu thay đổi.

Sự tu tập thiền quán cũng vận hành giống như thế. Trong những ngày đầu tiên, bạn có thể cảm thấy rất tốt, nhưng sau khoảng một tuần, sự tu tập trở thành một thử thách. Bạn không thể sắp xếp được thời gian, tư thế ngồi thiền không thoải mái, bạn không thể tập trung, hay chỉ là bạn cảm thấy mệt mỏi... Bạn đã chạm phải một bức tường, giống như những vận động viên điền kinh cũng gặp phải khi họ cố chạy thêm nửa dặm nhiều hơn mức tập luyện thông thường. Cơ thể lên tiếng: *"Mình không thể chạy nữa"*, nhưng tâm trí lại bảo *"Mình nên chạy thêm"*... Cả hai tiếng nói đều không dễ chịu cho lắm; trong thực tế, cả hai lựa chọn như thế đều khó đáp ứng.

Phật giáo thường được gọi là *"trung đạo"*, vì cho ta sự chọn lựa thứ ba. Nếu bạn thực sự không thể chú tâm vào một âm thanh hay một ngọn nến thêm một giây nào nữa, thì dù thế nào cũng phải dừng lại ngay. Nếu không, thiền tập sẽ trở thành một món nợ đời. Cuối cùng rồi bạn sẽ nghĩ rằng: *"Khổ chưa, đã 7 giờ 15 rồi! Ta phải ngồi xuống để vun trồng sự tỉnh giác!"* Chưa ai đã từng tiến bộ theo cách đó.

Mặt khác, nếu bạn nghĩ là mình có thể tiếp tục thêm một, hai phút nữa, tất nhiên là hãy tiếp tục. Bạn có thể ngạc nhiên bởi những gì mình học được. Bạn có thể khám phá một tư tưởng hay cảm giác nào đó ẩn sau sự chống kháng mà bạn không muốn thừa nhận. Hay bạn có thể đơn giản biết được rằng bạn thực sự có khả năng an trụ tâm lâu hơn bạn vẫn tưởng. Chỉ riêng khám phá này thôi đã có thể giúp bạn tự tin hơn rất nhiều.

Nhưng điều kỳ diệu nhất là bất kể bạn tu tập được bao lâu hay áp dụng phương pháp nào, mọi pháp môn thiền tập của Phật giáo cuối cùng đều làm sinh khởi tâm từ bi. Mỗi khi quán sát tâm thức, bạn không thể nào không nhận biết sự tương đồng giữa bạn với những người khác xung quanh. Khi bạn cảm nhận khát vọng hạnh phúc của chính mình, bạn không thể không thấy biết cùng một khát vọng ấy nơi người khác, và khi bạn quán sát rõ ràng sự sợ hãi, sân hận hay ác cảm nơi chính mình, chắc chắn bạn sẽ thấy rằng mọi người xung quanh bạn cũng đều cảm thấy cùng một sự sợ hãi, sân hận và ác cảm như thế.

Đó là trí tuệ - không phải trong ý nghĩa kiến thức sách vở, mà là trong sự tỉnh giác của trái tim, trong sự nhận biết về mối tương quan kết nối giữa ta với mọi người khác, và trong lộ trình tiến đến an vui.

MỘT SỐ THUẬT NGỮ

ba độc - *three poisons* - những tập khí, thói quen nhận hiểu về kinh nghiệm thông qua sự si mê (hay vô minh), tham ái và sân hận, làm che mờ hay "nhiễm độc" sự tỉnh giác của tâm thức. *(Habits relating to our experience through ignorance, desire, and aversion that cloud or "poison" awareness.)*

Ba lần Chuyển pháp luân - *Three Turnings of the Wheel of Dharma* - một tiến trình bao gồm 3 giai đoạn trong suốt cuộc đời hoằng hóa của đức Phật, qua đó Ngài thuyết giảng các giáo pháp mang đến tuệ giác chân thật về bản chất của kinh nghiệm, thích hợp với từng trình độ khác nhau. *(A progressive set of insights into the nature of experience that the Buddha delivered at different stages of his teaching career.)*

Bồ-đề tâm hành - *Application Bodhicitta* - Con đường tu tập hướng đến việc khơi dậy hoàn toàn tánh Phật của tất cả chúng sinh. Xem thêm: *tâm Bồ-đề, tâm Bồ-đề tuyệt đối, Bồ-đề tâm nguyện. (The path of practice aimed at awakening other people to their full potential. See also Bodhicitta, Absolute Bodhicitta, Aspiration Bodhicitta)*

chánh niệm - *mindfulness,* Tibetan: *drenpa* - tu tập thông qua việc duy trì sự tỉnh giác, nhận biết về những tư tưởng, cảm xúc, và cảm thọ. Xem thêm: *chú tâm đơn thuần. (The practice of gently welcoming thoughts, emotions, and sensations, to become conscious. See also Bare Attention.)*

chấp thủ - *attachment fixed,* Tibetan: *dzinpa* - những mô thức tinh thần và cảm xúc khó thay đổi về cách thức sự vật hiện hữu hay sẽ diễn ra. *(Mental and emotional formations about the way things are or should be.)*

chú - Sanskrit: *mantra* - những kết hợp đặc biệt một chuỗi các âm tiết cổ xưa để tạo thành một lời nguyện hay cầu khấn. *(Special combinations of ancient syllables that form a sort of prayer or invocation.)*

chú tâm đơn thuần - *bare attention* - sự chú ý hoàn toàn một cách nhẹ nhàng, sáng suốt vào thời khắc hiện tại. *(A light, gentle awareness of the present moment.)*

chuỗi hạt - Sanskrit: *mala* - các hạt tròn được xâu lại thành chuỗi dùng để tính đếm số lần tụng chú hay niệm Phật. *(A set of beads used to count repetitions of mantras.)*

con dao nghi lễ - Tibetan: *phurba* - một loại dao ở Tây Tạng được dùng trong các nghi lễ, tượng trưng cho sự vững chãi của tánh giác. *(A ritual knife representing the stability of awareness.)*

giọt - (Sanskrit: *bindu*; Tibetan: *tigle*) – chỉ các giọt năng lượng hay sinh lực được thúc đẩy lưu chuyển trong các kinh mạch. Xem thêm: *kinh mạch, khí. (Drops or dots, of vital energy propelled through the channels. See also nadi, prana.)*

hạch hạnh nhân - *amygdala* - một nhóm nhỏ các nơ-ron thần kinh tạo thành hình như hạt hạnh nhân, giữ chức năng xác định nội dung cảm xúc của kinh nghiệm. *(A small, almond-shaped group of neurons that determine the emotional content of experience.)*

hành khổ - *pervasive suffering* - sự khó chịu, thường không được nhận biết, do phải liên tục trải qua những thay đổi không ngừng của kinh nghiệm trong từng giây phút. *(The nagging, often* *unconscious discomfort experienced through moment by moment fluctuations in experience.)*

hoại khổ - *suffering of change* - sự khổ đau, khó chịu do bám chấp vào những kinh nghiệm được cho là hài lòng, thích ý. *(The discomfort experienced from attachment to pleasurable experience.)*

hồi hải mã - *hippocampus* - một cấu trúc nơ-ron trong não bộ liên quan đến việc hình thành các khía cạnh ngôn ngữ và chiều không gian của ký ức. *(A neuronal structure in the brain involved in forming verbal and spatial aspects of memory.)*

khả năng (giải thoát) - *capability* - khả năng tự giải thoát chính mình cũng như mọi chúng sinh khác ra khỏi bất kỳ hoàn cảnh, tình huống khổ đau nào. *(The power to raise ourselves and others from any condition of suffering.)*

khâu não - *thalamus* - Một cấu trúc thần kinh nằm gần trung tâm não, thông qua đó các tín hiệu từ những giác quan được phân loại trước khi chuyển đến các vùng não khác. *(A neuronal structure located near the center of the brain, where many of the messages from the senses are sorted before send to other areas of the brain.)*

khí - Sanskrit: *prana*, Tibetan: *lung* - năng lượng hay sinh lực giữ cho mọi yếu tố có thể lưu chuyển trong cơ thể. Xem thêm: *kinh mạch, giọt. (The energy that keeps things moving throughout the body. See also bindhu, nadi.)*

khổ đau - *suffering*, Pali và Sanskrit: *dukkha* - thuật ngữ khái quát để chỉ chung mọi khổ đau, bao gồm cả những khổ đau vi tế cũng như những khổ đau cực độ. *(A general term for suffering, both extreme and subtle.)*

khổ đau tự nhiên - *natural suffering* - những khổ đau, khó chịu mà chúng ta không thể né tránh trong đời sống, chẳng hạn như sinh ra, già yếu, bệnh tật và cái chết, cũng như các tai họa thiên nhiên (bão lụt, động đất...) và những sự kiện không mong đợi, như sự qua đời của một người thân... Xem thêm: *Tứ đại khổ hà, khổ đau tự tạo. (The pain and discomfort we can't avoid in life, birth, aging, illness, and death, as well as natural calamities and unexpected events such as the loss of a friend or loved one. See also Four Great Rivers of Suffering and Self-Created Suffering.)*

khổ đau tự tạo - *self-created suffering* - những kết cấu tinh thần và cảm xúc phát triển khi ta phản ứng với những nỗi khổ đau tự nhiên. *(The mental and emotional constructs that we develop in response to natural suffering.)*

khổ khổ - *suffering of suffering* - kinh nghiệm khổ đau hay khó chịu tức thì và trực tiếp khi tiếp xúc với hoàn cảnh, đối tượng. *(The immediate and direct experience of any sort of pain or discomfort.)*

Kinh điển - Sanskrit: *Sutras* - những bản văn ghi chép lời dạy mà đức Phật đã thực sự thuyết giảng trực tiếp cho các đệ tử. *(Conversations considered to be actual exchanges between the Buddha and his students.)*

kinh mạch - Sanskrit: *nadi*, Tibetan: *tsa* - Ở đây chỉ các kinh mạch mà thông qua đó năng lượng hay sinh lực được lưu chuyển đi khắp cơ thể. Xem thêm: *khí, giọt. (The channels through which the energy of the body moves. See also prana, bindu)*

lễ cúng dường - Tibetan: *Puja* - một nghi lễ cúng dường trong Phật giáo Tây Tạng. *(A religious ritual of devotion.)*

luân hồi - Tibetan: *khorlo,* Sanskrit: *samsara* - sự luân chuyển của mọi chúng sinh trong Ba cõi do nghiệp lực đã tạo, được hình dung như sự xoay vòng quanh một bánh xe, theo cùng một hướng và luôn trong tâm trạng mong đợi một kết quả khác hơn trước đây. *(Often interpreted literally as spinning around a wheel. In Buddhist terms, it's the wheel of suffering; spinning around in the same direction, expecting a different result.)*

nhất thiết trí - *boundless wisdom* - trí tuệ, khả năng hiểu biết được tất cả và bất kỳ sự việc gì trong cả ba đời: quá khứ, hiện tại và vị lai. Thường được dùng để chỉ cho trí tuệ của một vị Phật. *(The capacity to know anything and everything - past, present, and future.)*

Niết-bàn - Sanskrit: *Nirvana,* Tibetan: *Nyang-day* - sự chứng đắc và thành tựu - thông qua kinh nghiệm trực tiếp - bản chất tự do vốn có của mỗi chúng ta. Trong tiếng Sanskrit và Tây Tạng, thuật ngữ này thường được hiểu như là trạng thái hỷ lạc viên mãn, giải thoát hoàn toàn khỏi mọi khổ đau. *(Realization, through direct experience, of our inherently free nature. Nyang-day is the Tibetan synonym for the Sanskrit term Nirvana. Often translated as a state of complete bliss, free from suffering.)*

nơ-ron - *neurons* - các tế bào thần kinh và thụ cảm. *(Sensory and nervous system cells.)*

Phật - Sanskrit: *Buddha* - Bậc giác ngộ viên mãn, bậc đã nhận biết được hoàn toàn tánh Phật của chính mình. Khi được dùng như một danh từ riêng thì thường chỉ đến đức Phật Thích-ca Mâu-ni. *(One who is awake to his or her full potential. As a formal title, it usually refers to Gautama Siddhartha.)*

phát tâm Bồ-đề - *Aspiration Bodhicitta Cultivating* - phát khởi tâm nguyện tha thiết muốn giúp cho tất cả chúng sinh đều đạt đến trạng thái nhận biết được hoàn toàn tánh Phật của họ. Xem thêm: *tâm Bồ-đề, tâm Bồ-đề tuyệt đối, Bồ-đề tâm hành. (The heartfelt desire to raise all sentient beings to the level at which they completely recognize their true nature. See also Bodhicitta, Absolute Bodhicitta, Application Bodhicitta.)*

sân hận - *aversion* - khuynh hướng né tránh hoặc gạt bỏ những kinh nghiệm được cho là không thích thú hoặc khó chịu. *(The tendency to avoid or eliminate experiences considered unpleasant.)*

Sát-đế-lỵ - Sanskrit: *Kshatriya* - Một trong 4 giai cấp của Ấn Độ thời cổ đại, tức là giai cấp vua chúa, tướng lãnh cầm quyền cai trị. *(The "warrior" class of the Indian caste system.)*

sự giác ngộ - *enlightenment* - nhận biết và thành tựu được sự sáng suốt hay tiềm năng trong chính bản thân mình. Xem thêm: *tánh Phật. (Awakening to the light or potential within us. See also Buddha Nature)*

sự nhận biết thông thường - *ordinary awareness* - tiến trình đơn thuần nhận biết các hiện tượng mà hoàn toàn không có mục đích hay chủ ý nào. *(The process of simply noticing phenomena without any express purpose or intention.)*

sự trong sáng - *clarity* - tánh giác hay sự nhận biết nền tảng giúp chúng ta có thể nhận thức và phân biệt giữa các hiện tượng, sự vật, cũng chính là tính chất cơ bản của tánh Phật, không tách rời với tánh Không. *(A fundamental awareness that allows us to recognize and distinguish among phenomena, it is* *also a basic characteristic of buddha nature, inseparable from emptiness.)*

tác nhân kích thích - *stimulus* - đối tượng nhận biết của giác quan. *(The object of perception.)*

tâm bi mẫn - *compassion* - một trong bốn tâm vô lượng, chỉ tâm nguyện cứu khổ, mong muốn giải thoát tất cả chúng sinh ra khỏi những khổ đau căn bản khởi sinh từ sự vô minh không nhận biết tự tánh, cùng với những nỗ lực hướng đến việc tự mình giải thoát khỏi những khổ đau căn bản đó. *(The aspiration to relieve everyone from the fundamental pain and suffering that stems from not knowing his or her basic nature and the effort we put forth toward achieving relief from that fundamental pain.)*

tâm Bồ-đề - Sanskrit: *Bodhicitta* - tâm thức giác ngộ hay tâm thức đã giác ngộ. Đây là thuật ngữ được kết hợp 2 từ Sanskrit là *bodhi* (xuất phát từ động từ gốc là *budh*, có thể tạm dịch là "trở nên tỉnh thức, trở nên nhận biết được, nhận ra hay hiểu biết được") và *citta* (thường được dịch là "tâm thức" hay "tâm" trong ý nghĩa "tâm nguyện"). Xem thêm: *tâm Bồ-đề tuyệt đối, Bồ-đề tâm nguyện, phát tâm Bồ-đề. (The "mind of awakening" or "awakened mind," a compound term that combines two Sanskrit terms, bodhi - which comes from the Sanskrit root verb budh, which may be translated as "to become awake, to become aware, to notice, or to understand" and the word citta, which is usually translated as "mind" or sometimes as "spirit" in the sense of "inspiration." See also Absolute Bodhicitta, Aspiration Bodhicitta.)*

tâm Bồ-đề tuyệt đối - *Absolute Bodhicitta* - tâm thức đã trở nên hoàn toàn thanh tịnh thông qua việc thành tựu tất cả các giai đoạn tu tập, và vì thế có khả năng trực nhận được bản chất của thực tại, không có sự nghi ngờ hay dao động. *(The mind that has become completely pure through accomplishing all the levels of training and which, consequently, sees the nature of reality directly, without question or wavering.)*

tâm từ - *loving-kindness* - một trong bốn tâm vô lượng, chỉ tâm nguyện muốn cho tất cả chúng sinh đều đạt được hạnh phúc trong đời sống này, cũng như nỗ lực của tự thân hành giả để đạt được mục đích đó. *(The desire for everyone to achieve happiness in this life and the effort we put forth to achieve that goal.)*

tánh Không - *Emptiness* - Sanskrit: *shunyata,* Tibetan: *tongpa-nyi* - một trạng thái hay nền tảng rỗng rang rộng mở không giới hạn mà bất kỳ sự vật nào cũng có thể xuất hiện, thay đổi, mất đi hay tái hiện trong đó. *(An infinitely open space or background that allows for anything to appear, change, disappear, or reappear.)*

tánh Phật - *Buddha Nature* - phần tinh yếu hay nền tảng căn bản nhất trong tâm thức của tất cả chúng sinh, là tiềm năng không giới hạn của trí tuệ, năng lực và tâm từ bi. *(The heart or essence of all living beings; an unlimited potential of wisdom, capability, loving-kindness, and compassion.)*

tham ái - *desire, craving, thirst* - Sanskrit: *trishna,* Pali: *tanha* - sự khao khát, mong cầu đạt được hay chiếm hữu bất kỳ điều gì mà ta xác định như là sẽ mang lại sự hài lòng, thích ý. Tham ái được xem là nguyên nhân của khổ đau. *(A craving to acquire or keep whatever we determine as pleasant - the cause of suffering.)*

thần kinh thị giác - *optic nerve* - nhóm tế bào thần kinh giữ chức năng gửi các tín hiệu từ mắt lên miền vỏ não thị giác. *(The group of nerve cells that sends messages from a visual system to the visual cortex.)*

tháp - Sanskrit: *stupa* - kiến trúc Phật giáo chủ yếu tượng trưng cho tâm thức giác ngộ của đức Phật, sau khi xây dựng thường đặt xá-lợi Phật hoặc xá-lợi của các bậc cao tăng vào trong để thờ kính. *(A Buddhist religious monument chiefly representing the enlightened mind of the Buddha, and often including relics of great Buddhist masters.)*

thiền chỉ - Sanskrit: *shamatha,* Tibetan: *shinay* – pháp thiền an trú trong sự định tĩnh, giúp tâm thức dừng nghỉ, an định. *(Abiding in calmness; a meditation method for settling the mind.)*

thiền minh sát tuệ - Sanskrit: *vipashyana,* Tibetan: *lhaktong* - hiểu theo nghĩa đen là cách nhìn sự vật một cách siêu việt, thấu suốt. Thuật ngữ này được dùng để chỉ một phương pháp thiền quán nhằm phát triển tuệ giác về bản chất đúng thật của thực tại. *(Literally, "superior seeing" or "seeing beyond." A meditation technique aimed at developing insight into the nature of reality.)*

thiền tập - *meditation,* Tibetan: *gom* - tiến trình tu tập rèn luyện tâm thức nhằm đạt đến sự sáng suốt và nhận biết đúng thật về thực tại. Trong tiếng Tây Tạng, thuật ngữ này có nghĩa đen là "trở nên quen thuộc với", tức là sự rèn luyện để trở nên quen thuộc với đối tượng của thiền tập. *(The common term for meditation, literally, "to become familiar with.")*

thiền tỉnh giác - *meditative awareness* - Phương pháp vận dụng các tư tưởng và cảm xúc như những đối tượng chú tâm để qua đó ta có thể duy trì sự tỉnh giác và đạt được một trạng thái tinh thần an định. *(Approaching thoughts and emotions as objects of focus through which we can achieve a state of mental stability.)*

tánh giác - *awareness* - khả năng nhận biết, ghi nhận, và trong một ý nghĩa nào đó là "sắp xếp phân loại" các kinh nghiệm. Xem thêm: *tánh giác đơn thuần, tánh giác bị quy định. (The capacity to recognize, register, and, in a sense "catalogue" experience. See also Pure Awareness, Conditioned Awareness.)*

tánh giác bị quy định - *conditioned awareness* - cách nhận hiểu về sự vật chịu ảnh hưởng bởi các thói quen tinh thần và cảm xúc khởi sinh từ si mê, tham ái, sân hận và chấp thủ. Xem thêm: *ba độc, tanha, trishna* và *dzinpa. (A perspective colored by mental and emotional habits arising from ignorance, desire, aversion, and grasping. - See also three poisons, tanha, trishna, dzinpa.)*

tánh giác đơn thuần - *pure awareness* - sự nhận biết đơn thuần, không bị ảnh hưởng bởi ba độc: tham lam, sân hận và si mê. Xem thêm: *sự trong sáng, tánh giác bị quy định, nhất thiết trí. (Awareness unaffected by causes and conditions or the effects of the Three Poisons. See also clarity, conditioned awareness, boundless wisdom.)*

tứ đại khổ hà - *four great rivers of suffering* - bốn dòng sông khổ não mênh mông, chỉ cho các nỗi khổ căn bản của mọi chúng sinh là sinh ra, già yếu, bệnh tật và chết đi. *(Birth, aging, illness, and death.)*

Tứ diệu đế (hay Tứ đế) - *Four Noble Truths* - Tên gọi của phần giáo pháp được đức Phật thuyết giảng trước tiên sau khi Ngài thành đạo, về sau trở thành giáo pháp căn bản của tất cả mọi tông phái, truyền thống khác nhau trong đạo Phật, tức là giáo pháp về bốn chân lý hay bốn sự thật không thể phủ nhận, bao gồm: sự thật về khổ đau (Khổ đế), sự thật về nguyên nhân của khổ đau (Tập đế), sự thật về sự chấm dứt của khổ đau (Diệt đế) và sự thật về phương pháp để chấm dứt khổ đau (Đạo đế). Xem thêm: *Ba lần Chuyển pháp luân. (The name applied to the first set of teachings given by the Buddha after he attained enlightenment, which form the basis of all Buddhist traditions. See also Three Turnings of the Wheel of Dharma.)*

tương tục vô thường thô - *gross continuous impermanence* - sự thay đổi liên tục và dễ dàng quan sát được của mọi sự vật, xuất phát từ sự thay đổi của các nhân duyên đã tạo thành sự vật đó. Xem thêm: *vô thường, vô thường vi tế. (The kinds of changes resulting from causes and conditions that are readily observable. See also impermanence, subtle impermanence)*

vô minh - *ignorance* - sự nhận biết phân biệt sai lầm các khái niệm như "tự ngã" và "người khác", "chủ thể" và "khách thể", "tốt" và "xấu"... cùng với những cặp đối đãi tương đối khác như là những thực thể có tự tính, tồn tại một cách không phụ thuộc. Xem thêm: *sân hận, tham ái, ba độc. (Mistaking of distinctions such as "self", "other", "subject", "object," "good," "bad," and other relative distinction as independently, inherently exiting. See also aversion, desire, and three poisons)*

vỏ não thị giác - *visual cortex* - vùng não có chức năng giải mã các tín hiệu nhận được từ thần kinh thị giác. *(The area of the brain that translates visual messages received through the optic nerve.)*

vô thường - *impermanence* - sự thay đổi liên tục xuất phát từ những tương tác không ngừng giữa các nhân duyên. Xem thêm: *tương tục vô thường thô, vô thường vi tế. (The constant change arising from the ceaseless interplay of multiple causes and conditions. See also gross continuous impermanence and subtle impermanence.)*

vô thường vi tế - *subtle impermanence* - Những biến đổi của sự vật xảy ra thường xuyên nhưng tinh tế đến mức thường không được nhận biết hay cảm nhận qua tri giác thông thường. *(Changes that occur on a level frequently below that of conscious awareness or perception.)*

vùng hệ viền - *limbic system* - một lớp trong cấu trúc não bộ có chức năng chủ yếu giúp phân biệt giữa sự đau đớn và khoái lạc, quyết định các đáp ứng cảm xúc cũng như cung cấp nền tảng căn bản cho sự học hỏi và hình thành ký ức. *(A layer of the brain primarily responsible for distinguishing between pain and pleasure, determining emotional responses, and providing a foundation for learning and memory.)*

Lời thưa

Trong kinh Pháp Cú, đức Phật dạy rằng: "Pháp thí thắng mọi thí." Thực hành Pháp thí là chia sẻ, truyền rộng lời Phật dạy đến với mọi người. Mỗi người Phật tử đều có thể tùy theo khả năng để thực hành Pháp thí bằng những cách thức như sau:

1. Cố gắng học hiểu và thực hành những lời Phật dạy. Tự mình học hiểu càng sâu rộng thì việc chia sẻ, bố thí Pháp càng có hiệu quả lớn lao hơn. Nên nhớ rằng **việc đọc sách còn quan trọng hơn cả việc mua sách**.

2. Phải trân quý kinh điển, sách vở in ấn lời Phật dạy. Khi có điều kiện thì mua, thỉnh về nhà để tự mình và người trong gia đình đều có điều kiện học hỏi làm theo. Không nên giữ làm của riêng mà phải sẵn lòng chia sẻ, truyền rộng, khuyến khích nhiều người khác cùng đọc và học theo. Không nên để kinh sách nằm yên đóng bụi trên kệ sách, vì **kinh sách không có người đọc thì không thể mang lại lợi ích**.

3. Tùy theo khả năng mà đóng góp tài vật, công sức để hỗ trợ cho những người làm công việc biên soạn, dịch thuật, in ấn, lưu hành kinh sách, **để ngày càng có thêm nhiều kinh sách quý được in ấn, lưu hành**.

Thông thường, việc chi tiêu một số tiền nhỏ không thể mang lại lợi ích lớn, nhưng nếu sử dụng vào việc giúp lưu hành kinh sách thì lợi ích sẽ lớn lao không thể suy lường. Đó là vì đã giúp cho nhiều người có thể hiểu và làm theo lời Phật dạy. Mong sao quý Phật tử khắp nơi đều lưu tâm đóng góp sức mình vào những việc như trên.

TINH YẾU THỰC HÀNH PHÁP THÍ

- *Mua thỉnh kinh sách về đọc, tự mình sẽ được rất nhiều lợi ích.*
- *Chia sẻ, truyền rộng bằng cách cho mượn, biếu tặng kinh sách đến nhiều người thì lợi ích ấy càng tăng thêm gấp nhiều lần.*
- *Đóng góp công sức, tài vật để hỗ trợ công việc biên soạn, dịch thuật, giảng giải, in ấn, lưu hành kinh sách thì công đức lớn lao không thể suy lường, vì có vô số người sẽ được lợi ích từ việc lưu hành kinh sách.*

www.ingramcontent.com/pod-product-compliance
Lightning Source LLC
LaVergne TN
LVHW090304210926
848480LV00001B/131